पुणे विद्यापीठाच्या प्रथम वर्ष वाणिज्य शाखेच्या (F. Y. B. Com.) २०१३-१४च्या
सुधारित अभ्यासक्रमानुसार लिहिलेले क्रमिक पुस्तक.
तसेच महाराष्ट्रातील इतर सर्व विद्यापीठांना उपयुक्त.

व्यावसायिक अर्थशास्त्र

(सूक्ष्म)

(Business Economics)
(Micro)

डॉ. एस. जी. शिंदे

डॉ. एस. व्ही. ढमढेरे

डायमंड पब्लिकेशन्स

व्यावसायिक अर्थशास्त्र (सूक्ष्म)
डॉ. एस. व्ही. ढमढेरे, डॉ. एस. जी. शिंदे

Vyavsayik Arthashashtra (Sukshma)
Dr. S. V. Dhamdhere, Dr. S. G. Shinde

प्रथम आवृत्ती : जून २०१३

ISBN 978-81-8483-523-6

© डायमंड पब्लिकेशन्स

मुखपृष्ठ
शाम भालेकर

प्रकाशक
डायमंड पब्लिकेशन्स
२६४/३ शनिवार पेठ, ३०२ अनुग्रह अपार्टमेंट
ओंकारेश्वर मंदिराजवळ, पुणे–४११ ०३०
☎ ०२०–२४४५२३८७, २४४६६६४२

info@diamondbookspune.com
www.diamondbookspune.com

प्रमुख वितरक
डायमंड बुक डेपो
६६१ नारायण पेठ, अप्पा बळवंत चौक
पुणे–४११ ०३० ☎ ०२०–२४४८०६७७

प्रस्तावना

अनुदान आयोगाच्या मार्गदर्शक तत्त्वानुसार पुणे विद्यापीठाने **जून २०१३पासून** प्रथम वर्ष वाणिज्य या वर्गासाठी **व्यावसायिक अर्थशास्त्र (सूक्ष्म)** हा पेपर लागू केला आहे. या पेपरसाठी नवीन अभ्यासक्रमानुसार हे पुस्तक लिहिले आहे. जून २००८मध्ये लिहिलेल्या 'व्यावसायिक अर्थशास्त्र (सूक्ष्म)' या पुस्तकाचे विद्यार्थी, प्राध्यापक व इतर अभ्यासक इत्यादींनी उत्स्फूर्त स्वागत केले. तसेच या पुस्तकाचेसुद्धा वाचक निश्चितच उत्स्फूर्त स्वागत करतील, अशी आशा आहे.

सूक्ष्म अर्थशास्त्राच्या अभ्यासाचा भर सैद्धान्तिक विवेचनाकडे अधिक असतो. मात्र व्यावसायिक अर्थशास्त्रात अर्थशास्त्रीय संकल्पना स्पष्ट करताना व्यावसायिक बाजू विचारात घ्यावी लागते; ती विचारात घेतलेली आहे.

सदर पुस्तकात अभ्यासक्रमातील सर्व बाबींचा विचार केला आहे. तसेच मराठी भाषेतील अर्थशास्त्रीय संज्ञा बोजड होणार नाहीत आणि त्यांची तांत्रिक परिभाषा बिघडणार नाही, याची काळजी घेतली आहे.

पहिल्या भागातील पहिल्या प्रकरणात व्यावसायिक अर्थशास्त्राचा अर्थ, स्वरूप आणि व्याप्ती, तसेच सूक्ष्म आणि स्थूल अर्थशास्त्रातील फरक स्पष्ट करून विश्लेषणाची साधने व उत्पादन संस्थेची उद्दिष्टे स्पष्ट केली आहेत. दुसऱ्या प्रकरणात मागणीची लवचीकता, लवचीकतेचे प्रकार, उपभोक्त्याचे वर्तन, तसेच मागणीचा अंदाज आणि पूर्व अंदाजाचे विश्लेषण केलेले आहे. तिसऱ्या प्रकरणात उत्पादन फलनाच्या बदलत्या प्रमाणांचा नियम, तसेच उत्पादनाच्या मितव्ययता आणि उत्पादनाचा अपव्यय यांवर प्रकाश टाकून खर्चाचे विविध प्रकार आणि खर्च वक्रांचे विश्लेषण केलेले आहे.

दुसऱ्या विभागातील चवथ्या प्रकरणात प्राप्ती या संकल्पनेचा अर्थ आणि महत्त्व स्पष्ट करून एकूण प्राप्ती, सीमान्त प्राप्ती आणि सरासरी प्राप्तीच्या संकल्पना स्पष्ट करून त्यांचा संबंध स्पष्ट केलेला आहे. पाचव्या प्रकरणात पूर्ण स्पर्धेची वैशिष्ट्ये आणि समतोल स्पष्ट करून मक्तेदारीची वैशिष्ट्ये, समतोल आणि किंमत निश्चितीचे विश्लेषण केलेले आहे. त्याचबरोबर मक्तेदारीमुक्त स्पर्धा आणि अल्पविक्रेताधिकाराची वैशिष्ट्ये स्पष्ट केलेली आहेत. सहाव्या प्रकरणात विभाजनाचा सीमान्त उत्पादकता सिद्धान्त स्पष्ट करून खंड, वेतन, व्याज आणि नफ्याचे सिद्धान्त स्पष्ट केलेले आहेत.

प्रकरणांच्या शेवटी प्रश्न दिले आहेत. ते विद्यार्थ्यांनी सोडवावेत. सदर पुस्तक पुणे विद्यापीठाच्या अभ्यासक्रमानुसार लिहिले असले, तरी अन्य विद्यापीठांच्या विद्यार्थ्यांना संदर्भग्रंथ म्हणून उपयोगी पडणार आहे.

पुस्तक लिहिण्याची संधी उपलब्ध करून दिल्याबद्दल डायमंड पब्लिकेशन्सचे श्री. दत्तात्रेय पाष्टेसाहेब यांच्या प्रोत्साहनपर सहकार्याबद्दल आम्ही सदैव ऋणी राहू.

तसेच आमच्या संस्थेचे मा. अध्यक्ष, तसेच संचालक मंडळ, तसेच महाविद्यालयाचे प्राचार्य, सहकारी प्राध्यापक व ग्रंथपाल यांनी दिलेल्या प्रोत्साहनाबद्दल हार्दिक आभार! त्याचप्रमाणे आमच्या कुटुंबातील सर्वांनी सहकार्य केले, त्याबद्दल त्यांचे मन:पूर्वक धन्यवाद. डायमंड पब्लिकेशन्समधील सर्व सहकाऱ्यांनी केलेल्या सहकार्याबद्दल सर्वांचे मन:पूर्वक आभार!

प्रा. डॉ. एस. व्ही. ढमढेरे
प्रा. डॉ. एस. जी. शिंदे

प्रा. डॉ. एस. जी. शिंदे

लेखक–परिचय

- एम. ए., एम. फिल., पीएच. डी. (अर्थशास्त्र).
- रयत शिक्षण संस्थेचे महात्मा फुले महाविद्यालय, पिंपरी–पुणे १७ येथे 'अर्थशास्त्र विभाग प्रमुख' म्हणून कार्यरत असून २९ वर्षे पदवी व २० वर्षे पदव्युत्तर वर्गासाठी अध्यापनाचा अनुभव.
- पुणे विद्यापीठाच्या 'व्यापारी अर्थशास्त्र अभ्यास मंडळ' व 'वाणिज्य विद्याशाखा' यांचे सदस्य.
- राष्ट्रीय सेवा योजनेचे ४ वर्षे कार्यक्रम अधिकारी; मागास खेडे विकास कार्यक्रमाचे प्रकल्प अधिकारी म्हणून ६ वर्षे कार्य.
- दि इंडियन इकॉनॉमिक असोसिएशन, मराठी अर्थशास्त्र परिषद पुणे विद्यापीठ मराठी अर्थशास्त्र परिषदेचे आजीव सदस्य.
- तृतीय वर्ष कला व वाणिज्य शाखेतील विद्यार्थ्यांसाठी तीन दिवसांच्या 'उद्योजकता परिचय शिबिराचे' सलग ५ वर्षे आयोजन. तसेच सध्या 'स्वयंरोजगार व उद्योजकता विकास' या कार्यशाळेचे आयोजक म्हणून कार्यरत.
- 'आदर्श शिक्षक' म्हणून तीन संस्थांचा पुरस्कार.
- यू. जी. सी. व बी. सी. यू. डी. अंतर्गत दोन लघुसंशोधन प्रकल्प पूर्ण व एकाचे काम चालू.
- अर्थशास्त्र विषयासंबंधी तीन पुस्तकांचे लेखन.
- पुणे विद्यापीठ आणि टिळक महाराष्ट्र विद्यापीठात एम. फिल व पीएच. डीचे मार्गदर्शक.
- राज्य, राष्ट्रीय व आंतरराष्ट्रीय पातळीवर एकूण सोळा शोधनिबंध प्रसिद्ध.

प्रा. डॉ. एस. व्ही. ढमढेरे

लेखक-परिचय

- एम. ए., एलएल. बी., एम. फिल., पीएच. डी. (अर्थशास्त्र)
- एस. पी. जे. कला व वाणिज्य महाविद्यालय, पाबळ, जि. पुणे येथे अर्थशास्त्र विभाग प्रमुख म्हणून कार्यरत.
- विविध महाविद्यालयांत २३ वर्षे अध्यापनाचा अनुभव; इंडियन इन्स्टिट्यूट ऑफ एज्युकेशनच्या महाराष्ट्र राज्यातील साधन केंद्राचे सहसंचालक.
- 'अर्थ' या त्रैमासिकाचे 'सहसंपादक'; प्रोग्रेसिव्ह रिसर्च संस्था, पुणे येथे सामाजिक-आर्थिक संशोधन प्रकल्पात संशोधन अधिकारी म्हणून काम.
- मराठी अर्थशास्त्र परिषद आणि इंडियन इकॉनॉमिक असोसिएशन्सचे आजीव सदस्य.
- विविध चर्चासत्रे व कार्यशाळांतून सहभाग, शोधनिबंध वाचन; पुणे विद्यापीठाच्या बहिःशाला शिक्षण मंडळाचे प्रमुख कार्यवाह; विद्यार्थी कल्याण मंडळाचे प्रमुख कार्यवाह; कमवा व शिका योजनेचे प्रमुख कार्यवाह.
- अर्थशास्त्रविषयक अनेक पुस्तकांचे लेखन.
- पीएच. डी.साठी मार्गदर्शक
- महाविद्यालय परिसर विकास विभागाचे प्रमुख.

पुणे विद्यापीठ

प्रथम वर्ष वाणिज्य शाखेचा व्यावसायिक अर्थशास्त्र विषयाचा सुधारित अभ्यासक्रम

(G1 : व्यावसायिक अर्थशास्त्र (सूक्ष्म))

(२०१३-१४ पासून लागू)

उद्दिष्टे :-

१) वाणिज्य शाखेच्या विद्यार्थ्यांना सूक्ष्म अर्थशास्त्रातील प्रमुख बाबींची कल्पना देणे व अर्थशास्त्राविषयी पृथकरणात्मक सखोल ज्ञान देणे.

२) विविध अर्थशास्त्रीय सिद्धान्ताचे महत्त्व आणि उपयोग दाखवून विद्यार्थ्यांना त्याचे महत्त्व पटवून देणे.

३) व्यवसायातील प्रश्नांसाठी अर्थशास्त्रातील तत्त्वांचा उपयोग सांगणे.

भाग - १

प्रकरण १ : प्रास्ताविक

१.१ व्यावसायिक अर्थशास्त्राचा अर्थ आणि व्याख्या, स्वरूप, व्याप्ती (सूक्ष्म)

१.२ सूक्ष्म आणि समग्रलक्ष्यी अर्थशास्त्रांतील फरक

१.३ विश्लेषणाची साधने

अ) फलन संबंध

ब) अनुसूची

क) आलेख

ड) समीकरणे

१.४ उत्पादनसंस्थेची उद्दिष्टे

अ) उत्पादनसंस्थेची आर्थिक उद्दिष्टे

१) नफ्याचे महत्तमीकरण

२) भागधारकांच्या संपत्तीचे महत्तमीकरण

३) व्यवस्थापकीय मोबदल्याचे महत्तमीकरण

४) उत्पादनसंस्थेची वृद्धी

५) विक्रीचे महत्तमीकरण

६) दीर्घकालीन अस्तित्व

ब) उत्पादनसंस्थेची आर्थिकेतर उद्दिष्टे

१) राजकीय सत्ता, प्रतिष्ठा वाढविणे

२) सामाजिक उत्तरदायित्व आणि कल्याण

३) कामगारांची सदिच्छा

प्रकरण २ : मागणी विश्लेषण

२.१ मागणीची लवचीकता, लवचीकतेचे प्रकार, किंमत लवचीकता, उत्पन्न लवचीकता व छेदक लवचीकता उपभोक्त्याचे मागणीपत्रक आणि मागणीवक्र

२.२ उपभोक्त्याचे वर्तन

    अ) सीमान्त उपयोगिता दृष्टिकोन– मर्यादा

    ब) समवृत्तीवक्र विश्लेषण– संज्ञा, वैशिष्ट्ये, उपभोक्त्याचा समतोल

२.३ मागणीचा अंदाज आणि पूर्व अंदाज

    अ) मागणीचा अंदाज अर्थ आणि उद्दिष्टे

    ब) मागणीचा अंदाजाच्या पद्धती

    क) अंदाजाच्या विश्लेषणात्मक पद्धती

    ❖ प्रत्यक्ष पद्धती

        १) ग्राहकांचे सर्वेक्षण

        २) तज्ज्ञांचे मत

        ३) बाजारातील घडामोडींचा अभ्यास

        ४) बाजारातील नियंत्रित प्रयोग पद्धती

    ❖ अप्रत्यक्ष पद्धती

        १) साधे साहचर्य

        २) प्रक्षेपण प्रवृत्ती

प्रकरण ३ : उत्पादन आणि खर्च विश्लेषण

३.१ उत्पादन फलन – अर्थ

३.२ बदलत्या प्रमाणाचा नियम – तीन अवस्था

३.३ उत्पादनाच्या प्रतिफलाचा नियम – तीन अवस्था

३.४ मोठ्या प्रमाणावरील उत्पादनाचे फायदे (बचती) व तोटे : अंतर्गत आणि बाह्य

३.५ खर्च विश्लेषण –खर्चाचे प्रकार

    अ) खर्चाचे प्रकार

        १. एकूण खर्च

        २. सरासरी खर्च

        ३. सीमान्त खर्च

        ४. वैकल्पिक खर्च

    ब) खर्च वक्राची प्रवृत्ती

        १. अल्पकालीन खर्च वक्र

        २. दीर्घकालीन खर्च वक्र

अनुक्रम

प्रस्तावना

लेखक–परिचय

अभ्यासक्रम

भाग–१

प्रकरण १	: प्रास्ताविक	१
प्रकरण २	: मागणी विश्लेषण	२०
प्रकरण ३	: उत्पादन आणि खर्च विश्लेषण	६७

भाग–२

प्रकरण ४	: प्राप्तीचे वर्तन	८८
प्रकरण ५	: विविध बाजार व्यवस्थांमध्ये किंमत प्रक्रिया	९६
प्रकरण ६	: उत्पादनघटकांची मूल्यनिश्चिती	१२५
	पारिभाषिक शब्दावली	१५७
	संदर्भ सूची	१६२

१
प्रास्ताविक
(Introduction)

१.१ प्रास्ताविक (Introduction)

सर्व व्यावसायिक समस्या अर्थशास्त्रात अभ्यासल्या जातात. व्यावसायिकांना नफा हवा असतो. अलीकडच्या काळात व्यवसायाची विविधता वाढली आहे. व्यावसायिकांना व्यवसायाचे निर्णय घेताना अमर्यादित गरजा आणि मर्यादित साधने किंवा अमर्यादित उद्दिष्टे आणि मर्यादित साधनसंपत्ती यांचा मेळ घालावा लागतो.कोणत्याही व्यवसायाची, बाजारातील मागणी-पुरवठा यांची व्यावसायिकांना माहिती असते. त्या आधारे ते व्यावसायिक निर्णय घेतात. व्यावसायिक अर्थशास्त्र ही औद्योगिक क्रांतीनंतर अस्तित्वात आलेली अर्थशास्त्राची एक उपशाखा आहे. त्यामध्ये अर्थशास्त्रीय सिद्धान्त, नियम, प्रतिमाने यांना व्यावहारिक स्वरूप प्राप्त झाले आहे. व्यावसायिक अर्थशास्त्र दैनंदिन आर्थिक व्यवहारात उपयोगी पडते.

१.१.१ व्यावसायिक अर्थशास्त्राचा अर्थ आणि व्याख्या (Meaning & Definition of Business Economics)

१. जे. एल. डीन यांच्या मते, 'व्यावसायिक धोरणे निश्चित करण्यासाठी अर्थशास्त्रीय विश्लेषणाचा उपयोग करणारे अर्थशास्त्र म्हणजे व्यावसायिक अर्थशास्त्र होय.'

२. स्पेन्सर आणि सेलिमन यांनी व्यावसायिक अर्थशास्त्राची व्याख्या करताना, 'आर्थिक सिद्धान्ताचे आर्थिक कृतीशी मेळ घालणारे अर्थशास्त्र', असे म्हटले आहे.

३. मॅक नायर आणि मेरियन यांनी 'व्यावसायिक परिस्थितीचे विश्लेषण करण्यासाठी, अर्थशास्त्रीय तत्त्वांचा उपयोग ज्यामध्ये केला जातो, त्याला व्यावसायिक अर्थशास्त्र म्हणतात.' असे म्हटले आहे.

४. हेन्स मोटे आणि पॉल यांनी वेगळी व्याख्या केली. त्यांच्या मते, 'व्यावसायिक निर्णय घेण्यामध्ये अर्थशास्त्रीय तत्त्वाचा वापर करणे म्हणजे व्यावसायिक अर्थशास्त्र होय.'

या विविध व्याख्यांवरून असे स्पष्ट होते की, आर्थिक निर्णयांना व्यवसायात महत्त्व आहे. अर्थशास्त्रीय तत्त्वांचा, धोरणांचा आणि पद्धतींचा व्यावसायिक निर्णय घेताना उपयोग होतो, म्हणून व्यावसायिक अर्थशास्त्र हे अर्थशास्त्र आणि व्यवसाय यांत मध्यस्थ म्हणून काम करीत असते.

व्यावसायिक अर्थशास्त्राचा अर्थ वरील व्याख्यांवरून लक्षात येतो की, आर्थिक क्रियांमध्ये उत्पादन, उपयोग, वितरण आणि विनियोग यांचा उपयोग होतो. प्रत्येक व्यवसायसंस्थेचा उद्देश उत्पादनघटकाचा पुरेपूर वापर करणे, हा असतो. कित्येकदा साधनसामग्रीच्या साहाय्याने या उद्देशाची पूर्तता होते, तर काही वेळा उद्दिष्टानुसार साधनसामग्री वापरली जाते.

आर्थिक व्यवहार मूलत: व्यावसायिक संस्थांशी निगडित असतात. बाजारव्यवस्थेत व उद्योगसंस्थेत अनेक व्यावसायिक संस्था आढळतात. त्यातून व्यापक स्वरूपात राष्ट्रीय अर्थव्यवस्थेचा अभ्यास करावा लागतो; आणि औद्योगिक क्रांतीनंतर वाहतूकव्यवस्थेत प्रगती झाल्यामुळे विश्व हे छोटेसे खेडेगाव बनले आहे. त्यामुळे आंतरराष्ट्रीय स्तरावरील अर्थव्यवस्थेचा या व्यावसायिक अर्थशास्त्रात अभ्यास केला जातो.

आर्थिक व्यवहारांच्या पातळ्या पुढे दर्शविल्या आहेत.

आंतरराष्ट्रीय अर्थव्यवस्था

↑

राष्ट्रीय अर्थव्यवस्था

↑

बाजार व उद्योग

↑

व्यवसायसंस्था

रचना १.१ - आर्थिक व्यवहारांच्या पातळ्या

(१) व्यवसायसंस्था : यामध्ये आर्थिक दृष्टीने व्यावसायिक घटकांचे प्रथमत: विश्लेषण केले जाते. यामध्ये उत्पादनकिंमत ठरविणे, खर्च व उत्पन्न आणि संघटन रचना इ. समस्यांचे निराकरण केले जाते.

(२) बाजार आणि उद्योग : यामध्ये आर्थिक घटकांचा बाजारांच्या आणि उद्योगांच्या दृष्टीने विचार केला जातो. व्यवसायांची स्थिती विचारात घेतली जाते. व्यवसायसंस्थांचे आकारमान व बाजारविस्ताराच्या मर्यादा विचारात घेतल्या जातात.

(३) राष्ट्रीय अर्थव्यवस्था : यामध्ये व्यवसायाच्या दृष्टीने राष्ट्रीय पातळीवरील समस्यांचा विचार केला जातो. उदा. व्याजाची पातळी, आर्थिक वृद्धीचा दर आणि करांचा दर

(४) आंतरराष्ट्रीय अर्थव्यवस्था : यामध्ये आंतरराष्ट्रीय पातळीवरील आर्थिक विषयांचे विश्लेषण केले जाते. उदा. आंतरराष्ट्रीय व्यापार, विनिमय दर, जागतिक पातळीवरील बाजारांचा विस्तार आणि विविध पातळ्यांवरील गुंतवणुकीचा विचार यामध्ये केला जातो. व्यावसायिक निर्णय आर्थिक प्रक्रिया पूर्ण करत असतात. विवेकी निवड हे आर्थिक प्रश्नाचे मूळ आहे, कारण अमर्याद गरजा आणि मर्यादित साधनांचा मेळ घालावा लागतो. व्यावसायिक अर्थशास्त्र हे आर्थिक विश्लेषण करून व्यावसायिक धोरण ठरवीत असते. व्यावसायिक अर्थशास्त्रात एकत्रित तत्त्वांचा व व्यावसायिक व्यवस्थापनाचा अभ्यास केला जातो.

१.१.२ व्यावसायिक अर्थशास्त्राचे स्वरूप (Nature of Business Economics)

व्यावसायिक निर्णय हे उत्पादन, विभाजन, उपयोग, वितरण य संदर्भात घ्यावे लागतात. व्यावसायिक अर्थशास्त्राच्या स्वरूपामध्ये व्यावसायिक उद्दिष्टे, घटते सीमान्त उत्पादनफल, सीमान्त विश्लेषण, संसाधन वाटणी, संधी खर्च, वेळेचे नियोजन, बाह्यता इ.चा समावेश आहे.

१. व्यावसायिक उद्दिष्टे : व्यावसायिक निर्णयाचा परिणाम नफ्यावर होतो, कारण जास्तीतजास्त नफा हे व्यवसायसंस्थांचे पारंपरिक उद्दिष्ट आहे. व्यावसायिक हा नफा मिळविण्याच्या दृष्टीने प्रयत्न करत असतो. भांडवल नियंत्रित करण्याचे कार्य आधुनिक काळात कंपन्या करताना दिसून येतात. मोठ्या कंपन्या आपला विस्तार भागभांडवलाद्वारे करताना दिसून येतात. त्याद्वारे दीर्घ काळापर्यंत नफा मिळविण्याचा प्रयत्न कंपन्यांद्वारे केला जातो.

त्याचप्रमाणे खालील काही उद्दिष्टे कंपन्या पूर्ण करण्याचा प्रयत्न करतात.

(अ) वैयक्तिक उद्दिष्टे पूर्ण करताना कंपन्यांची सुरक्षितता, दर्जा आणि आर्थिक बळ वाढते.

(ब) वृद्धीचा विचार करताना उत्पादनप्रमाण वाढविणे, बाजारातील सहभाग, भौगोलिक बाजार विस्तार, वार्षिक भौतिक क्षमतेत वाढ व श्रमाच्या आकारमानात आणि श्रमशक्तीत वाढ करणे इ.चा विचार करावा लागतो.

२. घटते सीमान्त उत्पादन फल : आदानाच्या प्रमाणात वाढ करत गेल्यास एका ठरावीक बिंदूपर्यंत एकूण व सीमान्त उत्पादन वाढते. आदानात वाढ करूनसुद्धा उत्पादन घटते. या घटत्या सीमान्त प्रतिफलामुळे असे दिसून येते, की आदानाच्या कार्यक्षमतेवर मर्यादा येत असल्याने ठरावीक उत्पादनपातळीनंतर एकूण प्रदानामध्ये क्रमाक्रमाने घट होते.

३. सीमान्त विश्लेषण : सीमान्त विश्लेषण हे अनेक आर्थिक निर्णयांसाठी महत्त्वाचे ठरते. उपभोक्ता वस्तूची खरेदी करताना सीमान्त उपयोगितेचा विचार करतो, तर उत्पादक उत्पादन करताना सीमान्तप्राप्ती अधिक कशी मिळेल, याचा विचार करतो.

४. संसाधन वाटणी : संसाधनाची वाटणी करताना तीन पातळ्यांवर निर्णय घेण्याची आवश्यकता असते, ते म्हणजेच उपलब्ध संसाधनांच्या साहाय्याने कोणत्या वस्तू आणि सेवांचे उत्पादन करावयाचे? विविध प्रकारच्या वस्तू-सेवांचे उत्पादन करण्यासाठी उपलब्ध संसाधनांचे कोणते संयोग वापरावयाचे? उपलब्ध वस्तू आणि सेवांची कशा प्रकारे वाटणी करावयाची? ह्या निर्णयांमुळे संसाधनवाटणी चांगल्या प्रकारे होऊ शकते.

५. संधी खर्च : उत्पादनसाधने मर्यादित व दुर्मीळ असतात. ही दुर्मीळता वेगवेगळ्या मार्गांनी दिसून येते, ती म्हणजेच भांडवलाची कमतरता, भौतिक आणि मानवी साधनसंपत्ती व कालावधी इ. संधी खर्चावरून व्यावसायिक अर्थशास्त्राचे स्वरूप स्पष्ट होते, कारण एकाच वेळेत संधीचा स्वीकार करताना दुसऱ्या संधीचा त्याग करावा लागतो. मात्र, हे करताना तोट्यापेक्षा लाभ जास्त झाला पाहिजे, याचा विचार निश्चित होतो.

६. वेळेचे नियोजन : अल्प काळात जास्तीतजास्त नफा मिळविणे हे उद्दिष्ट असले तरीसुद्धा दीर्घ काळात नफा घटण्याची शक्यता असते, कारण अल्प काळात कमी वेतनावर काम करणारे कामगार भविष्यकाळात नफ्यात वाढ झाल्याने वेतनवाढ मागतात व त्यासाठी संप, मोर्चे, धरणे इ. मार्गांचा अवलंब करतात आणि त्यामुळे अल्प काळ व दीर्घ काळ याचा कालावधी विचारात घ्यावा लागतो व त्या दृष्टीने वेळेचे नियोजन आवश्यक असते.

७. बाह्यता : अल्प काळात व्यवसायसंस्थेस नफा मिळविताना सामान्यपणे खर्चाचा विचार होत नाही. व्यवसायसंस्थेच्या वार्षिक हिशोबात या घटकाला फारसे महत्त्व दिल्याचे दिसून येत नाही, परंतु भविष्यकाळात सामाजिक खर्चाचा विचार करावा लागतो. पर्यावरणाची हानी होताना त्याविषयी निर्णय घ्यावे लागतात. अंतर्गत खर्चाप्रमाणेच बाह्य खर्चाचाही विचार दीर्घ काळात व्यवसायसंस्थांना आपले उद्दिष्ट ठरविताना करावा लागतो.

१.१.३ व्यावसायिक अर्थशास्त्राची व्याप्ती (Scope of Business Economics)

व्यावसायिक अर्थशास्त्रात उत्पादनसंस्थेचा अभ्यास आहे. उत्पादनसंस्थांच्या समूहाचा म्हणजेच उद्योगधंद्यांचा विचार आहे. थोडक्यात, व्यावसायिक अर्थशास्त्रात सूक्ष्म अर्थशास्त्र आणि स्थूल अर्थशास्त्र यांचा अभ्यास आहे.

१. सूक्ष्म अर्थशास्त्र : सूक्ष्म अर्थशास्त्रात वैयक्तिक उत्पादनमागणी, उपभोग व उत्पन्न ह्या घटकांचा विचार केला जातो. व्यवसायसंस्थांच्या पातळीवर विचार केला तर सूक्ष्म अर्थशास्त्राचा यामध्ये मोठा वाटा असतो. किंमत, उत्पन्न, खर्च, रोजगार, इ. घटकांत या अर्थशास्त्राचा निर्णय घेण्यासाठी समावेश आढळतो.

२. मागणी स्पष्टीकरण व पूर्वानुमान : प्रत्येक व्यवसायसंस्था ही एक लहानशी संघटना म्हणता येईल, कारण कच्च्या मालाचे रूपांतर पक्क्या मालात करून त्याची बाजारात विक्री करण्याचे एक महत्त्वाचे कार्य या संस्थेद्वारे केले जाते. कोणत्याही वस्तू-सेवेचे उत्पादन करताना त्यांना बाजारात मिळणाऱ्या अपेक्षित किमतीचा विचार करावा लागतो. विक्रीप्रमाण किती ठेवावे- याविषयी काही व्यावसायिक अंदाज बांधावे लागतात. वस्तू-सेवांच्या मागणीच्या स्पष्टीकरणासाठी पूर्वानुमान करावे लागते. या पूर्वानुमानाचा फायदा व्यावसायिकांना बाजारात विक्रीवाढीसाठी होतो तसेच अपेक्षित नफ्याचे प्रमाण प्राप्त करण्यासाठी होतो. मागणी व पूर्वानुमानाचा विस्तार जेवढा असेल तेवढ्या मोठ्या प्रमाणावर व्यावसायिक अर्थशास्त्राच्या कार्याची व्याप्ती वाढते.

३. किंमत ठरविण्याविषयीचा निर्णय : उत्पादित वस्तू व सेवांच्या किमती किती असाव्यात हा निर्णय व्यावसायिक अर्थशास्त्राद्वारे घेतला जातो. किंमतविषयक निर्णयाचा परिणाम व्यवसायसंस्थांच्या नफ्यावर होतो. किंमत हा अत्यंत महत्त्वाचा भाग व्यवसायसंस्थांच्या दृष्टीने महत्त्वाचा असतो. इतर कोणत्याही निर्णयापेक्षा हा निर्णय एकूणच व्यवसायसंस्थेच्या अस्तित्वाचा भाग ठरतो. किंमतविषयक निर्णयामुळे व्यवसायसंस्थांचा नफा व आकारमान बदलते. या निर्णयाचा विचार केला तर यामध्ये प्रामुख्याने बाजारपेठांची स्थिती, रचना, बाजारातील किंमत ठरण्याची प्रक्रिया, किंमत ठरविण्याच्या वेगवेगळ्या पद्धती, किमतीविषयीचे पूर्वानुभव व पूर्वानुमान या सर्व घटकांचा यामध्ये समावेश होऊ शकतो. किंमतनिर्णय हा तर व्यवसायसंस्थेच्या व्याप्तीचा अविभाज्य घटक ठरतो.

४. भांडवलाचे नियोजन : व्यवसायसंस्था ह्या भांडवलामुळे उभ्या राहतात. भांडवलाशिवाय कोणतीही व्यवसायसंस्था अस्तित्वात येणे शक्य नाही. भांडवलाचे व्यवस्थापन करणे व त्यातून व्यवसायसंस्थेचे अस्तित्व टिकविणे, त्यांचे व्यवस्थापन करणे हा व्यावसायिक अर्थशास्त्राचा भाग ठरतो.

५. नफ्याचे नियोजन : भविष्यातील अंदाज, कल्पकता,नवीन शोध यांविषयी व्यावसायिकाला अचूक माहिती व ज्ञान असेल तर व्यवसायसंस्थेला नफा मिळण्यात अडचणी येत नाहीत. अनिश्चितता, धोके, अपेक्षा, बदल यांचे नियोजन करणे, त्यांच्याविषयी अचूक अंदाज करणे हे व्यावसायिकाचे कौशल्य असते. त्यात नफ्याचे

मोजमाप करणे, त्याचे स्वरूप ठरविणे, धोरणे निश्चित करणे, नफ्याविषयी तंत्रे, युक्त्या इ. घटकांचा समावेश होतो. नफ्याचे व्यवस्थापन करताना त्यामध्ये भविष्यकाळात अंदाजांना व बदलांनाच जास्त महत्त्व असते. त्यामुळे नफ्याचे व्यवस्थापन हे काटेकोरपणे करणे अवघड असते, परंतु तरी कोणत्याही व्यवसायसंस्थेला नफ्याचा विचार करूनच भविष्यातील वाटचाल करावी लागते.

६. खर्च आणि उत्पादनविषयक स्पष्टीकरण : व्यवसायसंस्थांच्या आकडेवारीच्या अहवालाद्वारे खर्चासंबंधीची माहिती व आकडेवारी मिळते. या माहितीचा उपयोग व्यावसायिकांना पूर्वनियोजन व पूर्वअंदाज करण्यासाठी होतो. खर्चविषयक विश्लेषणाचा विचार केला तर हे उत्पादन विश्लेषणापेक्षा अधिक सविस्तरपणे मांडता येते. खर्चविषयक स्पष्टीकरण पैशाच्या रकमेच्या स्वरूपात पाहावयास मिळते.

खर्च या घटकाविषयी विश्लेषण पाहावयास गेल्यास यात प्रामुख्याने खर्चाच्या विविध संकल्पना, त्यांचे वर्गीकरण, खर्च व उत्पादनाचा संबंध व खर्चाचा उत्पादनावर होणारा परिणाम इ. घटकांचा विचार केला जातो.

उत्पादन या घटकाचा विचार केला तर यामध्ये प्रामुख्याने उत्पादन सहसंबंध, उत्पादनाच्या प्रमाणाच्या काटकसरी व तोटा, उत्पादनाचे परस्परसंबंध तसेच उत्पादनविषयक विविध घटकांचा एकमेकांशी सर्वतोपरी असणाऱ्या संबंधाची कल्पना येते.

७. स्थूल अर्थशास्त्र : व्यावसायिक दृष्टीने एकूण पातळीवर निर्णय घेतले जातात. किंमत आणि उत्पादन-रचनेचा समावेश यामध्ये केला जातो. वर्तमान आणि भविष्यकाळातील आर्थिक प्रणालीविषयी निर्णय घेतले जातात.

८. संशोधन : व्यावसायिक अर्थशास्त्राच्या प्रतिमानाद्वारे समस्या निर्माण करणारे प्रश्न सोडविले जातात. रेखीव कार्यक्रमाद्वारे संशोधन केले जाते. पर्यायी कारणासाठी संशोधनाचा उपयोग होतो.

९. संख्याशास्त्र : आकडेवारीचे विश्लेषण व्यावसायिक अर्थशास्त्रात केले जाते. व्यवसायसंस्थांची मागणी आणि खर्च याविषयी संख्याशास्त्रीय तत्त्वांचा निष्कर्ष वापरला जातो. मागणीच्या पूर्वअंदाजासाठी हे संख्याशास्त्रीय निष्कर्ष उपयोगी ठरतात.

१.१.४ व्यावसायिक अर्थशास्त्राचे महत्त्व (Significance of Business Economics)

अलीकडील दशकात सूक्ष्म अर्थशास्त्रीय साधनांचा उपयोग उद्योजक व्यावसायिक निर्णयप्रक्रियांमध्ये करू लागले आहेत. अर्थशास्त्राची व्यावसायिक अर्थशास्त्र ही शाखा वेगाने विकसित होत आहे. ह्या दृष्टीने विचार करता व्यावसायिक अर्थशास्त्राचे महत्त्व खालील मुद्द्यांच्या साहाय्याने अधिक स्पष्ट होऊ शकेल.

१. अर्थशास्त्राच्या शाखांना जोडणारा दुवा म्हणून व्यावसायिक अर्थशास्त्र कार्य करते.

२. आधुनिक काळात व्यावसायिकांना व्यवहारातील प्रत्यक्ष अनुभव असतो. त्यामध्ये उत्पादनविक्रीविषयी सल्ला व्यावसायिक अर्थशास्त्राद्वारे प्राप्त होतो.

३. बाजारविषयक व्यावसायिक निर्णय घेण्यासाठी तसेच मागणी-पुरवठ्याचा पूर्व अंदाज करण्यासाठी व्यावसायिक अर्थशास्त्र उपयुक्त ठरते.

४. व्यावसायिक अर्थशास्त्राचा संबंध तांत्रिक प्रगतीशी असतो. तांत्रिक प्रगतीची चौकट आर्थिक निर्णयावर अवलंबून असते. नवीन तंत्रे, नावीन्याचा उत्पादनावर परिणाम होतो. अशा स्थितीत व्यवसायसंस्थेला मार्गदर्शन करण्याचे कार्य व्यावसायिक अर्थशास्त्र करते.

५. व्यावसायिक व व्यवस्थापक यांना वित्तीय घटकांबाबत मार्गदर्शन करताना वित्तीय आवश्यकता, पर्यायांची

उपलब्धता, त्याचबरोबर वित्तीय प्रक्रिया, रोजगार व भांडवल याबाबत ह्या अर्थशास्त्राचा सतत उपयोग होतो.

६. व्यावसायिक निर्णय घेण्यासाठी या शास्त्राचा उपयोग होतो.

७. गुंतवणूकखर्च, लाभविश्लेषण इ. बाबतीत अचूक निर्णय घेण्यासाठी व्यावसायिक अर्थशास्त्र मार्गदर्शक ठरते.

८. व्यावसायिक आर्थिक निर्णय घेताना सरकारला ह्या अर्थशास्त्राचा सूक्ष्म पातळीवर विचार करताना उपयोग होतो. उदा. लहान प्रमाणावर बचत करणारे, कर भरणारे घटक तसेच विक्रीकर आकारताना उपयोग होतो.

१.१.५ सूक्ष्म अर्थशास्त्राचा अर्थ आणि स्वरूप (Meaning & Definition of Micro Economics)

सूक्ष्म अर्थशास्त्रालाच अंशलक्ष्यी अर्थशास्त्र असेसुद्धा म्हणतात. Micro हा शब्द मूलतः ग्रीक शब्द Mikros पासून आलेला आहे. ग्रीक भाषेत Micros चा अर्थ लहान (सूक्ष्म) Small असा होतो. सूक्ष्म अर्थशास्त्रात अर्थव्यवस्थेतील सूक्ष्म घटकांचा म्हणजे एखादी उद्योगसंस्था, उपभोक्ता, विशिष्ट किंमत, बाजार,वेतन, व्यक्तिगत उत्पन्न, विशिष्ट वस्तू, नफा, विशिष्ट उद्योग इत्यादींचा अभ्यास केला जातो. हे अर्थशास्त्र अर्थव्यवस्थेतील सूक्ष्म घटकाचा किंवा अंशाचा अभ्यास करते.

'सूक्ष्म अर्थशास्त्र म्हणजे व्यक्तिगत घटक किंवा लहानातलहान गटांच्या आर्थिक वागणुकीचा अभ्यास होय.' अशी सूक्ष्म अर्थशास्त्राची व्याख्या केली जाते.

सूक्ष्म अर्थशास्त्रात अर्थव्यवस्थेतील एखादा घटक किंवा लहान गटाचा अभ्यास केला जातो. विशिष्ट घटक, विशिष्ट गट, विशिष्ट उद्योग यांचा अभ्यास करून निष्कर्ष काढले जातात. एखादा उपभोक्ता बाजारात वस्तूची खरेदी कशी करतो, एखादी उद्योगसंस्था कशी कार्य करते, किंवा विशिष्ट उद्योग, उत्पादन,किंमत, विक्री, नफा याबाबत कसे निर्णय घेतो; अशा व्यक्तिगत गटांचा किंवा घटकांचा अभ्यास सूक्ष्म अर्थशास्त्र करते. उदा. महाराष्ट्रातील सहकारी साखरकारखान्यांपैकी घोडगंगा सहकारी साखर कारखाना किती साखरेचे उत्पादन करतो, त्याचा उत्पादनखर्च किती, त्या साखरकारखान्यांचा साखर उतारा किती, या कारखान्यातील वेतन, नफा किती आहे याचा अभ्यास म्हणजे सूक्ष्म अर्थशास्त्र होय. महाराष्ट्रातील अनेक सहकारी साखरकारखान्यांपैकी तो एक कारखाना आहे. प्रा. बोल्डिंग यांच्या मते, सूक्ष्म अर्थशास्त्रात संपूर्ण अर्थव्यवस्थेचा अभ्यास नसून अर्थव्यवस्थेच्या एखाद्या घटकाचा अभ्यास असतो.

निरनिराळ्या अर्थशास्त्रज्ञांनी सूक्ष्म अर्थशास्त्राच्या व्याख्या केल्या आहेत. त्या पुढीलप्रमाणे आहेत.

१) **प्रा. के. ई. बोल्डिंग यांच्या मते,** 'सूक्ष्म अर्थशास्त्र म्हणजे विशिष्ट उद्योगसंस्था, विशिष्ट कुटुंब, विशिष्ट वस्तू, वैयक्तिक किंमत, वेतन, वैयक्तिक उत्पन्न यांचा अभ्यास होय.'

२) **मॉरिस डाबच्या मते,** ' सूक्ष्म अर्थशास्त्र म्हणजे अर्थव्यवस्था सूक्ष्मदर्शकयंत्राच्या साहाय्याने पाहणे, ज्यायोगे एका वस्तूच्या बाजारपेठेतील कार्याचा अभ्यास करणे; एका ग्राहकाचा आणि एका उत्पादकाचा अभ्यास करणे होय.''

३) **लेफ्ट विच यांच्या मते,** 'सूक्ष्म अर्थशास्त्राचा सबंध उपभोक्ते, उत्पादक घटकांचे मालक आणि व्यवसायसंस्था म्हणून काम करणाऱ्या आर्थिक एककांच्या आर्थिक व्यवहारांशी असतो.''

४) **प्रा. लर्नर यांच्या मते,** 'अर्थव्यवस्थेच्या जैविकतेत व्यक्ती किंवा कुटुंब म्हणून उद्योगसंस्था उत्पादकाची भूमिका बजावतात. अर्थव्यवस्थेतील या भूमिकांचे सूक्ष्मदर्शकाखाली निरीक्षण करण्याचे प्रयत्न सूक्ष्म अर्थशास्त्र करते.'

वरील सूक्ष्म अर्थशास्त्राच्या व्याख्यांवरून असे स्पष्ट होते की, सूक्ष्म अर्थशास्त्रात अनेक घटकांपैकी एका घटकाचा अभ्यास केला जातो. व्यक्तिगत गटांचा किंवा घटकांचा अभ्यास सूक्ष्म अर्थशास्त्रात केला जातो. एखादा घटक किंवा लहान गटाचा अभ्यास केला जातो. सूक्ष्म अर्थशास्त्राचा कल बारकाव्रे टिपण्याकडे असतो. उपभोगाचे सर्वात लहान एकक म्हणजे कुटुंब आणि उत्पादनाचे सर्वात लहान एकक म्हणजे उद्योगसंस्था यांच्या वर्तनाचे स्पष्टीकरण करण्याचा प्रयत्न केला जातो.

सूक्ष्म अर्थशास्त्राचे स्वरूप (Nature and Scope of Micro Economics)

सूक्ष्म अर्थशास्त्रात एका घटकाचा सर्वांगीण अभ्यास केला जातो. व्यक्ती किंवा कुटुंब तसेच उद्योगसंस्था या सर्वात लहान एककांच्या वर्तनाचा अभ्यास सूक्ष्म अर्थशास्त्रात केला जातो. उत्पादक आणि उपभोक्ते यांनी घेतलेले उत्पादन आणि उपभोगाचे निर्णय एकत्रित केल्यानंतर बाजाराचा पुरवठा आणि बाजाराची मागणी समजते. तेव्हा विशिष्ट वस्तूच्या बाजाराच्या कार्यपद्धतीचा अभ्यास सूक्ष्म अर्थशास्त्र करते.उपभोक्त्याच्या महत्तम समाधानाचा अभ्यास सूक्ष्म अर्थशास्त्रात केला जातो, तर उद्योगसंस्था किंवा उत्पादक महत्तम नफा मिळविण्याचा प्रयत्न करतो. मागणी - पुरवठ्याच्या आंतरक्रियेतून किमती निश्चित होतात. परिणामी आंतरक्रियेतून उत्पादन कशाचे करायचे व किती करायचे याचे निर्णय घेतले जातात. उत्पादक कमी खर्चात उत्पादन करण्याचा प्रयत्न करतो. त्यातूनच उत्पादन कसे करावे हे समजते. ही संपूर्ण प्रक्रिया सूक्ष्म अर्थशास्त्रात येते. वस्तूंच्या बाजाराबरोबर घटकांच्या बाजाराचा अभ्यास सूक्ष्म अर्थशास्त्रात केला जातो. खंड, वेतन, व्याज, नफा यांचा अभ्यास केला जातो.

१.२ सूक्ष्म आणि समग्रलक्ष्यी अर्थशास्त्रांतील फरक (Difference between Micro and Macro Economics)

सूक्ष्म अर्थशास्त्र आणि समग्रलक्ष्यी अर्थशास्त्रांतील फरक पुढीलप्रमाणे स्पष्ट करता येईल -

१) दृष्टिकोनात फरक : सूक्ष्म अर्थशास्त्र हे एक व्यक्ती, एक ग्राहक, एक उद्योगसंस्था, एक उद्योग अशा वैयक्तिक किंवा विशिष्ट घटकांचा अभ्यास करते तर समग्रलक्ष्यी अर्थशास्त्र हे समूहाच्या आर्थिक वर्तनाचा अभ्यास करते. राष्ट्रीय उत्पन्न, एकूण बचत, एकूण गुंतवणूक, सर्वसाधारण किंमतपातळीचा अभ्यास समग्रलक्ष्यी अर्थशास्त्र करते.

२) अभ्यासपद्धत : सूक्ष्म अर्थशास्त्राची अभ्यासपद्धत मुख्यत: व्यक्तिगत आहे, तर समग्रलक्ष्यी अर्थशास्त्राची अभ्यासपद्धत समग्र किंवा साकलिक आहे.

३) विवेचन तपशिलात फरक : सूक्ष्म अर्थशास्त्रात मागणी व पुरवठा यांच्या संतुलनासाठी वस्तूची किंमतनिश्चिती कशी होते या संदर्भाने विवेचन केले जाते, तर समग्रलक्ष्यी अर्थशास्त्रात एकूण मागणी व एकूण पुरवठा यांचा अभ्यास केला जातो.

४) उपयुक्तता : सूक्ष्म अर्थशास्त्रात विशिष्ट व्यक्ती, संस्था, उद्योग इत्यादी घटकांचा अभ्यास करून जे निष्कर्ष मिळतात ते संपूर्ण समाज किंवा अर्थव्यवस्थेसाठी उपयुक्त ठरत नाहीत, तर समग्रलक्ष्यी अर्थशास्त्रात एकूण मागणी, एकूण पुरवठा, एकूण उत्पादन इत्यादीचा म्हणजे समुच्चयाचा अभ्यास केला जातो व त्यावरून जे निष्कर्ष मिळतात ते संपूर्ण समाज किंवा अर्थव्यवस्थेला उपयुक्त ठरतात.

५) स्थितितील - गतिशील विश्लेषण : सूक्ष्मलक्ष्यी अर्थशास्त्रातील सिद्धान्त व विश्लेषण हे गृहीतांवर आधारित आहे, त्यामुळे ते स्थितिशील विश्लेषण मानले जाते तर समग्रलक्ष्यी अर्थशास्त्रातील विश्लेषण किंवा सिद्धान्त हे गृहीतांवर आधारित नाहीत त्यामुळे ते गतिशील विश्लेषण मानले जाते.

६) गृहीते : सूक्ष्मलक्ष्यी अर्थशास्त्राचे विश्लेषण, सिद्धान्त हे अनेक गृहीतांवर आधारित असतात; परंतु ही गृहीते अवास्तविक असतात तर समग्रलक्ष्यी अर्थशास्त्रातील विश्लेषण, सिद्धान्त हे कोणत्याही गृहीतांवर आधारित नसतात.

७) महत्त्व व वापर : सूक्ष्म विश्लेषण पद्धतीचा वापर पूर्वीपासून होत असला तरी आता या पद्धतीचे महत्त्व व वापर कमी झाला आहे, तर समग्रलक्ष्यी अर्थशास्त्राचा वापर व महत्त्व लॉर्ड केन्स यांनी वाढविले आहे.

८) संबंध : सूक्ष्म अर्थशास्त्राचा संबंध आंशिक समतोलाशी असतो, तर समग्र अर्थशास्त्राचा संबंध सामान्य समतोलाशी असतो.

९) अर्थव्यवस्थेचे आकलन : सूक्ष्म विश्लेषण पद्धतीने संपूर्ण अर्थव्यवस्थेचे आकलन होत नाही, तर समग्रलक्ष्यी विश्लेषण पद्धतीद्वारे संपूर्ण अर्थव्यवस्थेची कल्पना येते.

१०) आर्थिक धोरण : देशाची आर्थिक धोरणे ठरविण्यासाठी सूक्ष्म अर्थशास्त्र उपयुक्त ठरत नाही, तर देशाची आर्थिक धोरणे ठरविण्यासाठी समग्रलक्ष्यी अर्थशास्त्र उपयुक्त ठरते.

१.३ अर्थशास्त्रीय विश्लेषणाची साधने (Tools of Economic Analysis)

वेगवेगळ्या घटकांतील संबंध अर्थशास्त्रीय सिद्धान्ताच्या आधारे स्पष्ट होतात. हे घटक एकमेकांशी संबंधित असतात, त्यांच्यात आंतरसंबंध असतो.

अर्थशास्त्रात नियम, निरीक्षणे, प्रवृत्ती, सिद्धान्तांचा समावेश होतो. सिद्धान्त, संकल्पना यातून सूचित होणारे अर्थ शोधून काढण्याचा सैद्धान्तिक विश्लेषणाचा प्रयत्न असतो. कोणताही सिद्धान्त शब्दांनी वर्णन करून विधानाच्या स्वरूपात सांगता येतो किंवा गणिती चिन्हांच्या साहाय्याने सूत्रस्वरूपात मांडता येतो किंवा आलेखाच्या साहाय्याने व्यक्त करता येतो. सूत्र, आलेख यांच्या मदतीने एखादा सिद्धान्त थोडक्यात स्पष्ट करता येतो. अंशलक्ष्यी अर्थशास्त्राच्या अभ्यासात ही विश्लेषणाची साधने महत्त्वाची मानली जातात. डॉ. मार्शल, प्रो. पिगू जेव्हान्स, माल्थस इ. अर्थशास्त्रज्ञांनी सर्वप्रथम अर्थशास्त्रीय विश्लेषण करण्यासाठी गणिती व भूमिती पद्धतीचा वापर केला.

१.३.१ फलन संबंध (Functional Relationship) - जेव्हा एखाद्या विशिष्ट चलाचे मूल्य इतर एक किंवा अनेक चलांच्या मूल्यांवर अवलंबून असते तेव्हा अशा संबंधाला 'फलन' असे म्हणतात. उदा. उपभोग हे उत्पन्नाचे फलन आहे. म्हणजेच उत्पन्न जसे बदलेल, तसा उपभोग बदलतो. संबंधांचा अभ्यास करताना एक गोष्ट दुसरीवर अवलंबून असते असे म्हणावे लागते. कोणते घटक कशावर अवलंबून आहेत हे या फलन समीकरणावरून समजते.

फलन संबंध व्यक्त करण्यासाठी -

i) प्रत्येक घटकाला एक चिन्ह (अक्षर) दिले जाते.

ii) एक घटक दुसऱ्या घटकावर अवलंबून आहे हे व्यक्त करण्यासाठी दुसरे चिन्ह दिले जाते.

उदा. १. उत्पादन हे भूमी, श्रम, भांडवल, संयोजक यांचे एकत्रित कार्य आहे. हे फलनात्मक संबंधाच्या सूत्राने पुढीलप्रमाणे दाखविता येते.

वस्तूचे उत्पादन = फलन (भूमी, श्रम, भांडवल, संयोजक)

किंवा $O = f(A, L, C, E)$ या सूत्रात $\qquad$ O = उत्पादन

$\qquad$ F = फलन

फलन आहे किंवा $\qquad$ A = भूमी

हे समीकरण O हे A, L, C, E चे फलन आहे $\qquad$ L = श्रम

किंवा O हे A, L, C, E वर अवलंबून आहे. C = भांडवल
E = संयोजक

असे वाचावे. या समीकरणात O, A, L, C, E हे चल आहेत. त्यांना कमी-जास्त अशी किंमत असू शकते.

उदा. २. किंमत-मागणी संबंध पुढीलप्रमाणे दाखविता येतो.

$q^d = f(P)$ q^d = Quantity demanded मागणीचे परिमाण
P = Price किंमत
F = Function फलन संबंधाचे प्रतीक
$q^d = f(P)$

या समीकरणाचा अर्थ 'कोणत्याही वस्तूचे मागणीपरिमाण हे त्या वस्तूच्या किमतीचे फलन असते. म्हणजेच वरील समीकरण हे मागणी नियमाचे प्रतिनिधित्व करते.

उदा. ३. कुटुंबाचा उपभोगखर्च त्या कुटुंबाच्या उत्पन्नावर अवलंबून असतो.

कुटुंबाचा उपभोग खर्च = f (कुटुंबाचे उत्पन्न)

$C = f(y)$

C = उपभोग खर्च

Y = उत्पन्न

अर्थशास्त्रात किंमत आणि पुरवठा, किंमत आणि मागणी, उपभोग आणि उत्पन्न, पैशाचा पुरवठा इत्यादी चलांतील संबंध अभ्यासावे लागतात. फलनसंबंध दोन चलांमधील संबंध दर्शविणारी गणिती अभिव्यक्ती असल्याने अर्थशास्त्रीय सिद्धान्तात तिचा आपल्याला खूप उपयोग होतो.

१.३.२ अनुसूची (Schedules)

सर्वेक्षणातून मिळालेल्या आकडेवारीच्या आधारे किंवा एखाद्या उद्योगसंस्थेकडे उपलब्ध असलेल्या आकडेवारीवरून अनुसूची तयार करता येते. वेब्स्टर यांच्या मते, 'अनुसूची म्हणजे प्रश्नांची औपचारिक अथवा विशिष्ट विषयाची अनुक्रमानुसार बनविलेली यादी किंवा सूची होय.'

मागणीच्या नियमाच्या संदर्भात तसेच पुरवठ्याच्या नियमाच्या संदर्भात दिलेले 'मागणी पत्रक' तसेच 'पुरवठा-पत्रक' यांनाच मागणी अनुसूची व पुरवठा अनुसूची असे म्हणतात.

इतर परिस्थिती कायम असताना, साखरेची किंमत वाढत असताना साखरेची मागणी किती असते हे अनुसूचीच्या साहाय्याने दाखविता येते. अशा पत्रकास 'मागणी अनुसूची' असे म्हणतात. साखरेच्या निरनिराळ्या किमतींच्या संदर्भात एका उपभोक्त्याची दरमहा किती किलो साखरेला मागणी राहील हे तक्ता १.१ मध्ये दर्शविले आहे.

तक्ता क्र. १.१

वैयक्तिक मागणी अनुसूची

साखरेची किंमत (रुपये) प्रति किलो	साखरेची मागणी (किलो)
४०	२
३०	३
२०	४
१०	५
०५	६

किमतीत बदल झाला असता पुरवठ्यात कसे बदल होतात हे पुढील काल्पनिक पत्रकावरून (Supply schedule) समजते.

तक्ता क्र. १.२

साखर पुरवठापत्रक

साखरेची किंमत प्रति किलो रुपये	साखरेचा पुरवठा (किलोमध्ये)
२०	३
२३	४
२५	५
२८	७
३२	१०

अशा प्रकारे आपणास मागणी अनुसूची व पुरवठा अनुसूची तयार करता येते.

किमतीत बदल होत गेल्यास मागणीत कसे व किती बदल होतात, तसेच किमतीत बदल होत गेल्यास पुरवठ्यात कसे व किती बदल होतात. हे सांगणारे पत्रक म्हणजेच मागणी अनुसूची व पुरवठा अनुसूची होय.

१.३.३ आलेख (Graphs) :

पुराव्यासाठी घेतलेली आकडेवारी उपयोगात आणून आलेख काढता येतो. तथ्यांना स्पष्ट रूपात समजण्याची आलेख किंवा बिंदूरेखीय चित्रे ही एक महत्त्वपूर्ण सांख्यिकीय पद्धती आहे.

दोन चलांतील फरक स्पष्ट करण्यासाठी एकाच आलेखावर दोन्ही गोष्टींचे प्रदर्शन करता येते. दोन्हींच्या स्तरांना एकाच भुजेवर प्रदर्शित करून आलेख तयार केला जातो. केवळ वेगवेगळ्या प्रदर्शनांकरिता एकाच आलेखावर वेगवेगळ्या रेषांचा उपयोग केला जातो.

दोन सरळ रेषा जेव्हा परस्परांना काटकोनात छेदतात तेव्हा त्या रेषांना अक्ष म्हणतात. हे अक्ष परस्परांना ज्या बिंदूत छेदतात त्या बिंदूला मूळ किंवा प्रारंभ बिंदू किंवा (०) शून्य बिंदू असे म्हणतात. सर्वसाधारणपणे क्षितिज-समान्तर रेषेला X अक्ष तर लंबाकृती अक्षाला Y अक्ष म्हणतात.

सर्वसाधारणपणे दिलेल्या माहितीतील X अक्षावर स्वतंत्र चल Independent Variable तर Y अक्षावर विसंबित चल Dependent Variable लक्षात घेतले जाते. प्रत्येक अक्षासाठी मोजमापाचे स्वतंत्र एकक उपयोगात

आणले जाते. मापनाचे एकक व त्याचे प्रमाण निश्चित केल्यानंतर X आणि Y च्या आलेखावर नोंद केली जाते व मिळालेले बिंदू एखाद्या रेषेने जोडले जातात. अशा भिन्न बिंदूंना जोडणाऱ्या रेषेस 'वक्र' म्हणतात.

तक्ता क्र. १.१ वैयक्तिक मागणी अनुसूचीवरून आपणास पुढीलप्रमाणे आलेख काढता येतो.

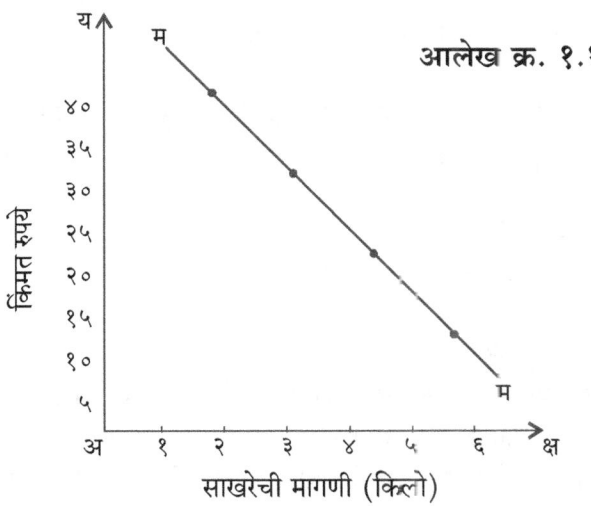

आलेख क्र. १.१
१

या आलेखावरून किंवा वक्रावरून साखरेची किंमत आणि तिची मागणी यांचा व्यस्त संबंध आहे हे स्पष्ट होते. किंमत आणि मागणी यांचा ऋणात्मक संबंध डावीकडून उजवीकडे खाली येणाऱ्या मागणीवक्रातूनच (आलेखातून) सूचित होतो.

१.३.४ समीकरण (Equations) :

दोन किंवा अधिक चलांमधील संबंध समीकरणाने दाखविता येतो. एखाद्या आर्थिक घटनेचे अधिक चांगले विश्लेषण करण्यासाठी त्या घटनेशी संबंधित घटकांतील परस्परसंबंध अभ्यासण्यासाठी समीकरणे मांडली जातात. गणिती समीकरणाला डावी आणि उजवी अशा दोन बाजू असतात आणि या दोन्ही बाजू समान असतात.

फलन समीकरणाचे रूपांतर गणिती समीकरणात करता येते.

समजा,

उदा.१. $Y = f(X)$

$Y = 50 + 2X$

यावरून असे स्पष्ट होते की Y हे X चे फलन आहे म्हणजे Y हे X वर अवलंबून आहे व त्यांच्यामधला नेमका गणिती संबंध दुसऱ्या समीकरणात दाखवला आहे.

येथे X हा स्वतंत्र चल असल्याने त्याला आपण धन, शून्य, उणे अशी कोणतीही किंमत देऊ शकतो.

Y ची किंमत मात्र दरवेळेस समीकरणानुसार मोजावी लागेल.

उदा. X ची किंमत शून्य असेल तर $Y = 50$ असेल.

जर $X = 5$ असेल तर $Y = 60$ असेल

X आणि त्यानुसार Y च्या विविध किमती मोजून ते बिंदू आलेखावर प्रस्थापित करता येतील व त्याचा एक वक्र मिळेल. निरनिराळ्या समीकरणांनुसार निरनिराळे वक्र मिळतात.

उदा. २. एका कुटुंबाचा मासिक उपभोगखर्च, उत्पन्न शून्य (०) असताना रु. ५०० आहे, उत्पन्नातील प्रत्येक १ रु. वाढीमागे उपभोगखर्च रु. ०.८० ने वाढतो. हा परस्परसंबंध समीकरण्याच्या स्वरूपात पुढीलप्रमाणे मांडता येतो.

एकूण उपभोगखर्च = उत्पन्न शून्य असताना स्वायत्त उपभोग खर्च +

उत्पन्नावर अवलंबून असणाऱ्या उपभोगखर्चाचे उत्पन्नाशी प्रमाण x उत्पन्न

$C = 500 + 0.80\ y$

उदा. ३. लोकांचा एकूण खर्च हा त्यांच्या उपभोगखर्च व गुंतवणूकखर्च यांच्या बेरजेएवढा असतो. हे समीकरण स्वरूपात पुढीलप्रमाणे दाखविता येते.

$E = C + I$ E = एकूण खर्च

C = उपभोगखर्च

I = गुंतवणूकखर्च

१.४ उत्पादनसंस्थेची उद्दिष्टे (Goals of firms)

कोणतीही उत्पादनसंस्था उत्पादनाशी संबंधित असणारे अनेक निर्णय घेत असते. उदा. कोणत्या वस्तूचे उत्पादन करायचे, ते कोठे करायचे, उत्पादनाचे प्रमाण किती असावे, उत्पादनपद्धती कोणती वापरावी, उत्पादनाची विक्री कोणत्या बाजारपेठेत आणि किती किमतीला करायची इत्यादी. यापैकी कोणताही निर्णय घेण्यापूर्वी उत्पादन-संस्थेला प्रथम आपली उद्दिष्टे निश्चित करावी लागतात. उत्पादनसंस्थेची अनेक उद्दिष्टे असू शकतात. काही अल्पकालाच्या दृष्टीने महत्त्वाची असतात, तर काही दीर्घकालाच्या दृष्टीने विचारात घेतली जातात. आधुनिक उत्पादनसंस्थांची उद्दिष्टे दोन प्रकारची आहेत.

अ) आर्थिक उद्दिष्टे

ब) आर्थिकेतर उद्दिष्टे

उत्पादनसंस्थेची उद्दिष्टे

अ) आर्थिक उद्दिष्टे	**ब) आर्थिकेतर उद्दिष्टे**
१) नफ्याचे महत्तमीकरण	१) राजकीय सत्ता
२) भागधारकांच्या संपत्तीचे महत्तमीकरण	२) प्रतिष्ठा वाढविणे
३) व्यवस्थापकीय मोबदल्याचे महत्तमीकरण	३) सामाजिक उत्तरदायित्व आणि कल्याण
४) उत्पादनसंस्थेची वृद्धी	४) कामगारांची सदिच्छा
५) विक्रीचे महत्तमीकरण	
६) दीर्घकालीन अस्तित्व	

१.४.१ आर्थिक उद्दिष्टे (Economic Goals)

१) नफ्याचे महत्तमीकरण (Profit Maximization) :

उत्पादनसंस्थेच्या सर्व उद्दिष्टांमध्ये नफ्याचे महत्तमीकरण हे उद्दिष्ट सर्वात महत्त्वाचे मानले जाते. उत्पादनसंस्थेच्या सैद्धान्तिक विवेचनातही याच उद्देशाला महत्त्व दिले जाते. प्रत्यक्ष व्यवहारातही उत्पादनसंस्थांचा तसाच प्रयत्न

असतो. माफक प्रमाणात नफा मिळत असेल तर नफ्याचे प्रमाण वाढवून प्रगतीच्या दिशेने वाटचाल करावयाचा उत्पादनसंस्थांचा प्रयत्न असतो.

नफ्याचे महत्तमीकरण हे प्रत्येक उत्पादनसंस्थेचे प्रधान उद्दिष्ट असते. किंबहुना एखाद्या उत्पादनसंस्थेचे यशापयश हे तिला मिळणाऱ्या नफ्यावरून ठरविले जाते. अधिक नफा मिळणारी उद्योगसंस्था कार्यक्षम म्हणून ओळखली जाते. नफा हा उत्पादनसंस्थेची कार्यक्षमतेची कसोटी मानली जाते.

एखाद्या उत्पादनसंस्थेला भरपूर नफा मिळत असेल तर त्याद्वारे तिला अनेक आनुषंगिक लाभही मिळतात. उदा. एकूण नफ्यापैकी काही नफ्याची व्यवसायात पुन्हा गुंतवणूक करता येते त्यामुळे उत्पादनसंस्थेला भांडवल-उभारणीत आंशिक स्वावलंबन मिळते. नफ्यामुळे उत्पादनसंस्थेला उत्पादनात वाढ किंवा सुधारणा करता येते किंवा एखादा स्वतंत्र व्यवसाय नव्याने स्थापन करता येतो. थोडक्यात, उत्पादनसंस्थेची आर्थिक उन्नती तिला मिळणाऱ्या नफ्यावर अवलंबून असते, म्हणूनच जास्तीत-जास्त नफा मिळविण्याचा उत्पादनसंस्थेचा प्रयत्न असतो.

उत्पादनसंस्थेच्या दृष्टीने नफा खूप महत्त्वाचा असल्यामुळेच सनातनवादी आणि नव-सनातनवादी अर्थशास्त्रज्ञांनी महत्तम नफा या उद्दिष्टाला सर्वात अधिक महत्त्व दिले आहे.

मिल्टन फ्रिडमन यांच्या मते, ‘महत्तम नफ्याचे उद्दिष्ट जास्त सोयीचे, योग्य आणि आर्थिकदृष्ट्या समर्पक आहे.’

नफ्याच्या महत्तमीकरणाच्या उद्दिष्टावर करण्यात येणारी टीका :

आधुनिक अर्थशास्त्रज्ञ बोल्डिंग, बॉमो हिजीन्स, टिबर सिटोव्हस्की, मेल्विन रीडर, पीटर ड्रकर, प्रो. जोल डीन इ.च्या मते उद्योगसंस्थेचे महत्तम नफा मिळविणे एवढेच उद्दिष्ट नसते, तर त्याचबरोबर महत्तम विक्रीवाढ, महत्तम नफा मिळविणे, कमाल विकासदर राखणे, पुरेशी रोखता ठेवणे, बाजारात टिकून राहणे, नावलौकिक प्रस्थापित करणे इ. उद्दिष्टेसुद्धा उद्योगसंस्थेची असतात. उद्योगसंस्था म्हणजे एक किंवा अनेक व्यक्ती असतात. जे तिच्यासंबंधी उत्पादन, विक्री, नफा, इ. बाबत निर्णय घेतात. त्यामध्ये जास्तीतजास्त नफा मिळविण्यासंबंधी निर्णय घेतला जातो. नफा मिळविणे हे उद्योगसंस्थेचे प्रमुख उद्दिष्ट असते. नफा दोन प्रकारचा असतो. (१) सर्वसाधारण नफा (२) अतिरिक्त नफा. सर्वसाधारण नफा उद्योगसंस्थेच्या उत्पादनखर्चात समाविष्ट असतो. तो उत्पादन घटकांचा मोबदला असतो तर अतिरिक्त नफा महत्तम नफ्याच्या तत्त्वाशी निगडित असतो. महत्तम नफा म्हणजे अतिरिक्त नफा होय. सरासरी उत्पादनखर्चापेक्षा जास्त असणारी शिल्लक म्हणजेच उद्योगसंस्थेच्या सरासरी उत्पादनखर्चापेक्षा जास्त मिळणारे उत्पन्न म्हणजेच अतिरिक्त नफा होय. उत्पादनघटकांचे मोबदले व व्यवस्थापकाचे वेतन दिल्यानंतर शिल्लक राहणाऱ्या उत्पन्नाला अतिरिक्त नफा असे म्हटले जाते. म्हणजेच उद्योगसंस्थेच्या सर्वसाधारण नफ्यापेक्षा जास्त असणारे उत्पन्न म्हणजे महत्तम नफा होय. त्यालाच जास्तीतजास्त नफा किंवा कमाल नफा असेही म्हणतात. महत्तम नफा म्हणजे उत्पादकाला अल्पकाळ व दीर्घकाळात मिळणारी जास्तीतजास्त मोठी रक्कम होय. अल्पकाळ म्हणजे कमी कालावधी असल्यामुळे उत्पादकाला वस्तूच्या पुरवठ्यात ताबडतोब बदल करता येत नाही. किमती वाढल्यास मागणीच्या प्रमाणात उत्पादन वाढविता येत नाही, परंतु दीर्घकाळात मात्र मागणीच्या प्रमाणात पुरवठा वाढविता येतो व वाढीव किमतीचा लाभ घेता येतो, कारण दीर्घकाळ हा मोठा कालावधी असल्यामुळे उद्योगसंस्था भांडवल व उत्पादन साधनसामग्री गोळा करून आपला विस्तार करते, उत्पादन वाढविते व बाजारातील आपल्या वस्तूचा पुरवठा वाढविते.

नफा हा उत्पादन व किंमत या दोन घटकांवर अवलंबून असतो. पूर्ण स्पर्धेत बाजारात अनेक उद्योगसंस्था असतात. या बाजारात वस्तूची किंमत वस्तूच्या मागणी व पुरवठ्यावरून ठरते. वैयक्तिक उद्योगसंस्था किंमत

ठरविणारी नसते तर 'किंमत घेणारी' असते. त्यामुळे पूर्ण स्पर्धेच्या बाजारात व्यक्तिगत उद्योगसंस्था बाजारात अस्तित्वात असणाऱ्या किमतीला जास्तीतजास्त नफा मिळविण्याचा प्रयत्न करते. बाजारात अपूर्ण स्पर्धा असेल तर उद्योगसंस्थांची संख्या कमी असते. त्यामुळे प्रत्येक उद्योगसंस्थेचा किमतीवर काही प्रमाणात प्रभाव असतो. या बाजारात उद्योगसंस्था 'किंमत शोधणारी' असते. कोणत्या किमतीला आपल्याला जास्तीतजास्त नफा होईल याचा ती शोध घेत असते. या प्रकारची परिस्थिती मक्तेदारी, मक्तेदारीयुक्त स्पर्धा, अल्पाधिकार इत्यादी बाजारांत आढळून येते.

अ) नफ्यात मुद्दाम करण्यात येणारा फेरफार : श्रमिकांनी अधिक वेतनवाढीची मागणी करू नये तसेच नवीन उत्पादन-संस्थांनी ह्या व्यवसायात प्रवेश करू नये म्हणून काही उत्पादन-संस्था अल्पकाळात होणारा नफा मुद्दाम कमी दर्शवितात. सरकारी हस्तक्षेप होऊ नये म्हणूनसुद्धा काही उत्पादन-संस्था जाणीवपूर्वक नफा कमी दर्शवितात.

ब) बाजाराच्या अपूर्णतेमुळे नफा : नफा ही उत्पादन-संस्थेच्या कार्यक्षमतेची कसोटी आहे, परंतु बऱ्याचवेळा उत्पादन-संस्थांना मिळणारा नफा हा त्यांच्या कार्यक्षमतेपेक्षा बाजारपेठांतील अपूर्णतेमुळे निर्माण होणाऱ्या एकाधिकारी शोषणामुळे निर्माण होत असतो.

क) महत्तम नफा ह्या उद्दिष्टात येणाऱ्या अडचणी : आधुनिक काळात उत्पादनसंस्थांच्या उत्पादनातील अनिश्चितता वाढली आहे, त्यामुळे अल्पकाळात महत्तम नफा मिळवण्यापेक्षा दीर्घकाळपर्यंत उत्पादनसंस्थेचे अस्तित्व टिकविण्यावर भर दिला जातो.

ड) नफा विरुद्ध विकास : नफा हे उत्पादनसंस्थेचा विकास करण्याचे एक साधन आहे, त्यामुळे महत्तम नफ्यापेक्षा उत्पादनसंस्थेच्या विकासाला अधिक महत्त्व दिले जाते.

इ) उत्पादनसंस्थेच्या विस्ताराला प्रतिबंध करणे : महत्तम नफ्यामुळे उत्पादनसंस्थेच्या विस्ताराला चालना मिळते, परंतु त्यामुळे धोका आणि अनिश्चिततेला सामोरे जावे लागण्याची भीती असते, म्हणून उत्पादनसंस्था विस्तार करण्यास फारशा तयार नसतात. उत्पादनसंस्थेच्या विस्तारामुळे मिळणाऱ्या नफ्यापेक्षा वर्तमान काळात मिळणाऱ्या नफ्यावर समाधान मानण्याची प्रवृत्ती दिसते.

२) भागधारकांच्या संपत्तीचे महत्तमीकरण (Shareholder's Wealth Maximization) : जसजसा उत्पादनसंस्थेची वृद्धी आणि विकास होत जातो तसतशी उत्पादनसंस्थेची भांडवलाची गरज वाढत असते. मोठ्या व्यवसायसंस्था, संयुक्त भांडवली संस्था समभागांच्या विक्रीमधून मोठ्या प्रमाणात भांडवलाची उभारणी करू शकतात. दरवर्षी उत्पादनसंस्थेला होणाऱ्या नफ्यातून अशा भागधारकांना लाभांश दिला जातो. दरवर्षी उत्पादनसंस्थेने अधिक लाभांश दिल्यास भागधारकांचा उत्पादन-संस्थेवरील विश्वास वाढतो. 'उत्पादनसंस्था भागधारकांचे हित जपते' अशी भावना भागधारकांमध्ये निर्माण होते. गुंतवणूकदारांच्या मनात सुरक्षिततेची भावना निर्माण होते. अधिक लाभांश देणाऱ्या उत्पादनसंस्थेची बाजारातील पत व त्यांनी मिळविलेला नावलौकिक भांडवलाचा प्रश्न सोडविण्यास त्यांना लाभदायक ठरू शकतो.

गुंतवणूकदार किंवा भागधारकांच्या कल्याणाचा विचार हा शेवटी उत्पादनसंस्थांच्या फायद्याचाच असतो.

उत्पादनसंस्थांमधील स्पर्धा, वस्तू उत्पादनातील बदल, तांत्रिक प्रगती, ग्राहकांना आकर्षित करणे इत्यादींमुळे गुंतवणूकदारांना आपल्या समभागांकडे आकर्षित करणे उत्पादनसंस्थेच्या दृष्टीने आवश्यक झाले आहे. शेअर्समध्ये गुंतवणूक केलेल्या भागधारकांना त्यांच्या गुंतवणुकीवर नियमित व स्थिर दराने लाभांश मिळत राहणे हे उत्पादनसंस्थेच्या दृष्टीने महत्त्वाचे असते.

लाभांश आणि बोनस शेअर्स रूपाने भागधारकांच्या संपत्तीत वाढ घडवून आणण्याचा प्रयत्न

उत्पादनसंस्था करते.

मॉरिस यांच्या मते भागधारकांच्या संपत्तीच्या महत्तमीकरणासाठी उत्पादनसंस्थेने उत्पादनाची मागणी वाढविणे आणि पुरेसे भांडवल उपलब्ध होत राहण्यासाठी पुढील उद्दिष्टे गाठली पाहिजेत. i) उत्पादनाचे चिन्हांकन ii) खर्चात घट iii) गाभा व्यवसाय सुदृढ करणे iv) मूल्यवर्धक भागीदारी v) सामर्थ्यात वाढ इ.

३) व्यवस्थापकीय मोबदल्याचे महत्तमीकरण (Management Reward Maximization) :

ओ.ई. विल्यमसन यांनी व्यवस्थापकांच्या मोबदल्याचे महत्तमीकरण हे आधुनिक उत्पादनसंस्थेचे उद्दिष्ट सुचविले आहे. भागधारकांना योग्य लाभांश देण्याइतपत नफा मिळवला की व्यवस्थापक आपला मोबदला महत्तमीकरणाला महत्त्व देतात.

मोठ्या आकाराच्या व्यवसायसंस्थेला, उत्पादनसंस्थेला व्यवस्थापनाचे काही फायदे मिळतात. व्यवस्थापकीय कामामध्ये प्रामुख्याने कामगारांची निवड, कामाची विभागणी व देखरेख, साधनसामग्रीचा विनियोग, खरेदी-विक्री, भांडवल उभारणी, हिशेबव्यवस्था इत्यांदीचा समावेश होतो. उत्पादनसंस्थेच्या मोठ्या आकारामुळे व्यवस्थापकीय कार्यातील श्रमविभागणी शक्य होते. काही व्यवस्थापकीय कार्याचे यांत्रिकीकरण करता येते. उत्पादनसंस्थांना उत्पादनविक्री, हिशेब इत्यादींसाठी स्वतंत्र व्यवस्थापक नेमणे परवडते. या व्यवस्थापकांना आर्थिक उलाढाली मोठ्या प्रमाणात करता येतात आणि व्यवस्थापकीय कार्यक्षमता वाढते. त्याचा फायदा व्यवसायसंस्थेला मिळतो. व्यवसायसंस्थेची पत वाढते व नावलौकिक निर्माण होतो. व्यवस्थापकीय मोबदल्याचे महत्तमीकरणाचे अनेक चल आहेत. उदा. पगार, वार्षिक पगारवाढ, महागाईभत्ता, प्रवासभत्ता, शहरभत्ता, निवासव्यवस्था, वैद्यकीय भत्ता, पर्यटनभत्ता इ. पैशातील स्वरूपात लाभ कार्यक्षम व्यवस्थापकांना मिळतातच, परंतु त्याचबरोबर सामाजिक प्रतिष्ठा, नावलौकिक, सेवाशाश्वती इत्यादी लाभ मिळत असतात.

४) उत्पादनसंस्थेची वृद्धी (Growth of the firm) : उत्पादनसंस्थेची वृद्धी म्हणजेच उत्पादनसंस्थेच्या उत्पादनात वाढ, विक्रीतील वाढ, मालमत्तेतील वाढ, कामगारांच्या संख्येतील वाढ होय.

आधुनिक काळात एकूण औद्योगिक उत्पादनात असंख्य उत्पादनसंस्थांचा वाटा असला तरी मोठ्या आकाराच्या मोजक्या उत्पादनसंस्थांचा वाटा अधिक आहे. आधुनिक काळात तांत्रिक व वैज्ञानिक प्रगती झपाट्याने होत असल्याने उद्योगसंस्थेचा आकार वाढत जाण्याची प्रवृत्ती आहे. अनेक उत्पादनसंस्था औद्योगिक उत्पादनात आपले वर्चस्व निर्माण करण्यासाठी आपल्या आकारात वाढ घडवून आणतात. सर्व प्रगत देशांत उत्पादनसंस्थेचा आकार वाढत जाण्याची प्रवृत्ती आहे. अनेक उत्पादनसंस्था विविधीकरण करतात. अशा उत्पादनव्यवस्थेतून काही लाभ व्यवसाय-संस्थांना मिळतात. त्यांना पेनरोझ यांनी 'वृद्धी'ची अनुकूलता असे संबोधले आहे. उच्च दर्जाची व्यवस्थापनकौशल्ये, आधुनिक तंत्रज्ञान, औद्योगिक संशोधन, कार्यक्षम वितरणव्यवस्था यांमधून मिळणारे फायदे ही अशा अनुकूलतेची उदाहरणे आहेत.

उत्पादनसंस्थेच्या आकारातील वाढीमुळे उत्पादनाची पातळी वाढविणे शक्य होते. परिणामी उत्पादनसाधनांचा कार्यक्षम वापर होऊन उत्पादनाचा सरासरी खर्च कमी होतो. महत्तम नफा मिळविण्याचा उत्पादनसंस्थेचा उद्देश गाठणे सुलभ होते. एका विशिष्ट टप्प्यापर्यंत आकारमानातील वाढ उत्पादनसंस्थेला हितावह ठरते.

५) विक्रीचे महत्तमीकरण (Sales Maximization) :- महत्तम विक्री हे उत्पादनसंस्थेचे एक महत्त्वाचे उद्दिष्ट असते. उत्पादनसंस्थेला जर महत्तम नफा मिळवावयाचा असेल तर तिच्या वस्तूच्या विक्रीचे प्रमाणही जास्त असावे लागते. या दृष्टीने उत्पादनाची जास्तीत-जास्त प्रमाणात विक्री करणे हेदेखील उत्पादनसंस्थेचे उद्दिष्ट बनते.

आधुनिक काळात मोठ्या प्रमाणावर उत्पादन केले जाते. अशा उत्पादनाचे व्यवस्थापन पगारी नोकर वर्गाकडून केले जाते. व्यवस्थापक आपली कार्यक्षमता सिद्ध करण्यासाठी एकूण नफा व एकूण विक्री वाढविण्याचा प्रयत्न करतात.

स्पर्धात्मक अर्थव्यवस्थेत एकूण नफा वाढविणे अवघड असते, परंतु त्यापेक्षा विक्री वाढविणे तुलनेने सोपे असते, त्यामुळे नफा वाढविण्याऐवजी विक्री वाढविणे हे उत्पादनसंस्थांचे उद्दिष्ट बनून जाते.

एखाद्या उत्पादनसंस्थेचे उत्पादन बाजारपेठेच्या अनेक विभागांमध्ये मोठ्या प्रमाणात विकले जात असेल तर साहजिकच तिची प्रतिष्ठा वाढते.

व्यवस्थापक हे भागधारकांच्या समाधानार्थ किमान नफा देण्याची व्यवस्था करीत असले तरी त्यांचे ध्येय हे जास्तीतजास्त विक्री करणे हेच असते. आर्थिक मंदीच्या काळात किंवा प्रतिकूल परिस्थितीत जादा नफा मिळविणे शक्य नसते, म्हणून व्यवस्थापन हे महत्तम नफ्याच्या उद्दिष्टाऐवजी योग्य अशा किमान नफ्याची पातळी व महत्तम विक्री हे उद्दिष्ट ठेवणे पसंत करतात.

महत्तम नफा आणि महत्तम विक्री ही दोन्ही उद्दिष्टे परस्परपूरक आहेत, कारण उत्पादनसंस्थेकडून केली जाणारी एकूण विक्री मोठी असेल तर तिला मिळणारा नफाही मोठा असतो.

६) दीर्घकालीन अस्तित्व (Long run Survival) :

प्रत्येक उद्योगसंस्था कालांतराने मोठी उद्योगसंस्था बनते. बाजारात पाठविलेल्या वस्तूचा दर्जा, वस्तूची किंमत, वस्तूला असलेले पर्याय, स्पर्धक आणि वस्तूला असलेली मागणी या बाबींमुळे उद्योगसंस्थेचे अस्तित्व ठरविले जाते. पूर्ण स्पर्धेत गळेकापू स्पर्धा आढळून येते. जागतिक महामंदीत अनेक उद्योगसंस्था बंद पडतात तर भाववाढ झाल्यावर अनेक संस्था नव्याने कार्यरत होतात. त्या उद्योगसंस्थांच्या अस्तित्वासाठी अनुकूल औद्योगिक धोरण शासनाने राबविण्याची आवश्यकता असते.

उत्पादनसंस्था हे एक दीर्घ काळ अस्तित्व असणारे परिमाण आहे. त्यामुळे तिला दीर्घकाळाशी सुसंगत ठरू शकतील अशीही उद्दिष्टे ठरवावी लागतात.

बहुधा एकाच वस्तूचे उत्पादन करणाऱ्या अनेक उत्पादनसंस्था अस्तित्वात असतात. या उत्पादनसंस्थांमध्ये कमी-अधिक प्रमाणात स्पर्धा असते. वस्तूची किंमत, दर्जा, ग्राहकसेवा, जाहिराती, गुणवत्ता अशा अनेक बाबतीत त्यांच्यात स्पर्धा चुरस असते. अशा स्पर्धेत दीर्घ काळात टिकून राहणे, हे महत्त्वाचे असते. अशा वेळी अल्पकाळात मिळणारा महत्तम नफा आत्मघातकी ठरण्याचा धोका असतो. अल्प काळात भरपूर नफा मिळवून, दीर्घकाळात मात्र उत्पादनसंस्था संपुष्टात येण्याची शक्यता असते. त्यामुळे उत्पादन-संस्थेला अल्पकालीन महत्तम नफा आणि दीर्घकालीन अस्तित्व, यांतून निवड करावी लागते.

अनेक उत्पादनसंस्था उत्पादन करताना अल्प काळ आणि दीर्घ काळाचा विचार करतात. अल्प काळात तोटा झाला तरी चालेल, परंतु दीर्घ काळात नफा झाला पाहिजे. बाजारातील स्पर्धा जशी अधिकाधिक तीव्र होत जाते, तसतसे अल्पकालीन अस्तित्व व नफ्यापेक्षा दीर्घकालीन अस्तित्व व नफा अधिक महत्त्वाचा ठरतो.

१.४.२ आर्थिकेतर उद्दिष्टे (Non-Economic Goals) :

१) राजकीय सत्ता (Political Power)

लोकशाही राज्यव्यवस्थेत पक्षीय राजकारण व निवडणुका अपरिहार्य असतात. काही उद्योजक राजकीय पक्षांना पाठिंबा देऊन आपले राजकीय महत्त्व वाढवतात, टिकवतात किंवा प्राप्त करून घेत असतात. काही उत्पादनसंस्थांचे मालक-व्यवस्थापक हे आपले राजकीय वर्चस्व वाढविण्यासाठी आपल्या हाती असलेल्या अनेक प्रकारच्या साधनांप्रमाणे उत्पादनसंस्था हेसुद्धा एक साधन म्हणून वापरतात. उत्पादनसंस्थेच्या आधारे देशात किंवा

राज्यात राजकीय महत्त्व प्राप्त करणे, उद्योगविषयक सरकारी भूमिका ठरविण्यात पुढाकार घेणे, उद्योगविषयक विविध सवलती मिळवणे, पायाभूत सेवासुविधा प्राप्त करून घेणे, करात सवलत मिळविणे, उद्योगासाठी सरकारकडून अनुदान मिळविणे इत्यादी हेतूंनी उत्पादनसंस्थांचे व्यवस्थापक किंवा मालक उत्पादनसंस्थेच्या आधारे आपले राजकीय वर्चस्व निर्माण करतात.

२) प्रतिष्ठा वाढविणे (Prestige)

एकाच व्यक्तीच्या मालकीची उत्पादनसंस्था असेल तर आपली वैयक्तिक प्रतिष्ठा वाढविणे हेसुद्धा उत्पादनसंस्थेचे उद्दिष्ट असू शकते. ही प्रतिष्ठा अनेक प्रकारची असते. उदा. मालक-मजूर यांच्यातील संबंध सलोख्याचे ठेवणे, मालक कामगारकल्याण करतो अशी कीर्ती मिळवणे, दानशूर देणगीदार म्हणून नावलौकिक मिळवणे इ.

'व्यक्ती तितक्या प्रवृत्ती' या न्यायाने प्रत्येक व्यक्तीची प्रतिष्ठेची मोठेपणाविषयीची कल्पना वेगवेगळी असते. ही प्रतिष्ठा उत्पादनसंस्थेच्या माध्यमातून मिळविण्याचा त्यांचा प्रयत्न असतो. अशावेळी अर्थातच महत्तम नफ्याचे उद्दिष्ट दुर्लक्षिले जाते.

३) सामाजिक उत्तरदायित्व आणि कल्याण (Social Responsibility & Welfare) : औद्योगिक क्रांतीत सुरुवातीस ॲडम स्मिथने सांगितलेली खुली अर्थव्यवस्था अस्तित्वात आली. त्यात प्रत्येकाला आपले हित समजते, व्यक्तिगत हित साधण्याच्या प्रयत्नातून सामाजिक हित साधले जाते. कालांतराने केवळ संपत्ती गोळा करण्याच्या भांडवलदाराच्या उद्योगप्रेरणेत बदल झाला. समाजासाठी काहीतरी केले पाहिजे ही जाणीव निर्माण झाली. त्यातूनच मोठमोठ्या उद्योजकांनी अनेक सामाजिक उपक्रम राबविले.

आधुनिक उत्पादनसंस्था काही सामाजिक, सांस्कृतिक स्वरूपाचीही उद्दिष्टे स्वत:समोर ठेवतात. सामाजिक उद्दिष्टांमागे प्रामुख्याने शिक्षण, आरोग्य, खेळ, कला इत्यादी बाबींच्या विकासाचा समावेश असतो. ज्या परिसरात उत्पादनसंस्था उत्पादनाचे कार्य करतात; त्या परिसराशी निगडित सामाजिक विकासाचे काही अंशी दायित्व आपले आहे अशी धारणा मोठ्या उत्पादनसंस्थांची असते.

आधुनिक काळात कोणतीही उत्पादनसंस्था ही केवळ आर्थिक उद्दिष्टांच्या पूर्ततेसाठी चालविली जात नाही. सामाजिक उद्दिष्टांचे भान त्यांना ठेवावे लागते. ज्या लोकांचा उत्पादनसंस्थांच्या व्यवस्थापनाशी जवळचा संबंध आहे, असे लोक महत्तम नफ्यासारख्या आर्थिक बाबींइतक्याच सामाजिक बाबीदेखील आपल्या कार्यक्षेत्राचा भाग आहेत, असे मानू लागले आहेत. समाजाकडून मिळालेल्या उत्पन्नातील काही भाग समाजकल्याणाकरिता उत्पादनसंस्थांनी खर्च करावा ही आधुनिक युगाची विचारसरणी आहे. उत्पादनसंस्था किंवा व्यवसायसंस्थांनी ही सामाजिक जबाबदारी पुढील कारणांसाठी पार पाडणे आवश्यक आहे.

i) समाजाच्या सक्रिय पाठिंब्यावरच उत्पादनसंस्था आपले उत्पादन व व्यापार व्यवहार करू शकतात, म्हणून त्यांनी समाजाचा विश्वास संपादन करणे आवश्यक असते.

ii) समाजाचे स्थैर्य व स्वास्थ्य बिघडवून उत्पादनसंस्था आपले कार्य पार पाडू शकत नाहीत, त्यासाठी उत्पादनसंस्थांनी दवाखान्यांची व्यवस्था करून किंवा दवाखान्यांना आवश्यक ती सर्व प्रकारची मदत करणे आवश्यक आहे.

iii) उत्पादनसंस्थांनी सामाजिक कल्याणाची जबाबदारी स्वीकारल्यास त्यांना स्वायतत्ता व आर्थिक स्वातंत्र्य उपभोगावयास मिळू शकते. उत्पादनसंस्थांनी कामगारकल्याणाच्या विविध योजना कार्यान्वित केल्या पाहिजेत, त्यामुळे कामगारांच्या उत्पादकतेतून व कार्यक्षमतेतून चालना मिळते; तर ग्राहकांना वाजवी किमतीत दर्जेदार वस्तूंचा पुरवठा करणे, सामाजिक उपभोगाची उदा. शाळा-महाविद्यालये सुरू करणे यांसारखी कामे हाती

घेणे आवश्यक ठरते.

४) कामगारांची सदिच्छा (Goodwill of Employees)

औद्योगिक क्षेत्रात भांडवलदार आणि कामगार हे दोन महत्त्वाचे घटक आहेत. सुरुवातीस भांडवलदाराने कामगारांची पिळवणूक केली, त्यास यंत्रवत् राबविले. कालांतराने कामगार संघटित झाला. त्याने औद्योगिक क्षेत्रात आपले स्वतंत्र स्थान निर्माण केले आहे.

कामगार हा उत्पादनसंस्थेचा महत्त्वाचा घटक आहे, त्यामुळे अनेक उत्पादनसंस्था कामगारकल्याणाच्या विविध योजना राबवतात. उत्पादनसंस्था कामगारांना काम करण्यासाठी स्वच्छ, हवेशीर व आरोग्यदायी वातावरण उपलब्ध करून देतात. श्रमिकांच्या शिक्षणासाठी व प्रशिक्षणाकरिता नफ्यातील काही भाग राखून ठेवतात. कामगारांना सवलतीच्या दरात जेवणाची सोय, दवाखान्याची सोय, करमणुकीकरता काही मनोरंजक कार्यक्रम, कामगारांच्या मुलांसाठी शाळा इत्यादी कामगारकल्याणाच्या योजना कार्यान्वित केल्या जातात, त्यामुळे कामगारांच्या उत्पादकता व कार्यक्षमतावाढीस चालना मिळते; त्यामुळे कामगारांमध्ये समाधानाची, आत्मीयतेची, ध्येयसिद्धीची भावना निर्माण करणे शक्य होते.

कामगार-कल्याणाच्या विविध योजनांमुळे कामगारांमध्ये उत्साह, उपक्रमशीलतेला वाव देऊन उत्पादनसंस्था बळकट करता येते.

प्रश्न

प्र. १ खालील प्रश्नांची २० शब्दांत उत्तरे लिहा.

१. व्यावसायिक अर्थशास्त्राची व्याख्या लिहा.

२. सूक्ष्म अर्थशास्त्र म्हणजे काय ?

३. अनुसूची म्हणजे काय?

४. उद्योगसंस्थेची आर्थिक उद्दिष्टे सांगा.

५. उद्योगसंस्थेची आर्थिकेतर उद्दिष्टे सांगा.

प्र. २ खालील प्रश्नांची ५० शब्दांत उत्तरे लिहा.

१. व्यावसायिक अर्थशास्त्राचा अर्थ आणि स्वरूप सांगा.

२. व्यावसायिक अर्थशास्त्राची व्याप्ती स्पष्ट करा.

३. फलन संबंध स्पष्ट करा.

४. उद्योगसंस्थेचे नफ्याचे महत्तमीकरण हे उद्दिष्ट सांगा.

५. उद्योगसंस्थेचे महत्तम विक्री हे उद्दिष्ट सांगा.

प्र. ३ खालील प्रश्नांची १५० शब्दांत उत्तरे लिहा.

१. व्यावसायिक अर्थशास्त्राचे स्वरूप व व्याप्ती स्पष्ट करा.

२. सूक्ष्म आणि समग्रलक्ष्यी अर्थशास्त्रातील फरक स्पष्ट करा.

३. उद्योगसंस्थेची आर्थिकेतर उद्दिष्टे स्पष्ट करा.

प्र. ४ खालील प्रश्नांची ३५० ते ५०० शब्दांत उत्तरे लिहा.

१. व्यावसायिक अर्थशास्त्राचा अर्थ सांगून त्याचे स्वरूप व व्याप्ती स्पष्ट करा.

२. व्यावसायिक अर्थशास्त्रातील विश्लेषणाच्या साधनांचे स्पष्टीकरण करा.

३. उद्योगसंस्थेची आर्थिक उद्दिष्टे स्पष्ट करा.

४. उद्योगसंस्थेची आर्थिकेतर उद्दिष्टे स्पष्ट करा.

२

मागणी विश्लेषण
(Demand Analysis)

२.१ प्रास्ताविक (Introduction) :

मनुष्याच्या अनेक गरजा असतात. त्या पूर्ण करण्यासाठी त्याला वेगवेगळ्या वस्तूंची गरज असते. त्यामुळे तो अनेक वस्तू खरेदी करतो. व्यक्तीची खरेदी करण्याची इच्छा म्हणजे मागणी नव्हे तर वस्तू खरेदी करण्याची आर्थिक कुवत त्या व्यक्तीकडे असणे आवश्यक आहे; म्हणजेच वस्तू खरेदी करण्यासाठी इच्छेला पैशाचे पाठबळ असावे लागते. व्यक्ती जेव्हा पैसा घेऊन बाजारात वस्तूची खरेदी करते तेव्हा तिच्या वस्तू खरेदी करण्याच्या इच्छेचे रूपांतर वस्तूच्या मागणीमध्ये होते, त्यामुळे वस्तूची मागणी म्हणजे वस्तू खरेदी करण्याच्या इच्छेला लाभलेले

पैशाचे पाठबळ होय. सदर प्रकरणात मागणीचे विविध दृष्टिकोनांतून विश्लेषण केलेले आहे. मागणीचा अर्थ, उपभोक्त्याची मागणी, बाजारातील मागणी, मागणीची लवचीकता, उपभोक्त्याचे वर्तन, उपयोगिता, समवृत्तीवक्र विश्लेषण, मागणीचा पूर्वअंदाज इ. घटकांचा समावेश करण्यात आला आहे.

बेनहॅम यांच्या मते, वस्तूची मागणी म्हणजे विशिष्ट वेळी विशिष्ट किमतीला खरेदी केली जाणारी वस्तूची नगसंख्या होय.

स्टोनियर व हेग यांच्या मते, 'अर्थशास्त्रात मागणी म्हणजे जिला पुरेसे पाठबळ लाभलेले असते. अशा वस्तूंची केलेली मागणी होय.'

मागणी दोन प्रकारची असते. वैयक्तिक मागणी व बाजारातील मागणी.

२.१.१ उपभोक्त्याचे मागणीपत्रक आणि मागणी वक्र (Consumer Demand Schedule and Demand Curve) : 'जेव्हा एखादी व्यक्ती किंवा उपभोक्ता विशिष्ट किमतींना वस्तूच्या वेगवेगळ्या नगांची मागणी करीत असतो तेव्हा तिला वैयक्तिक मागणी असे म्हणतात.'

उपभोक्त्याचे मागणीमध्ये उपभोक्ता वस्तूच्या किमती वाढल्यास मागणी कमी करतो. याउलट वस्तूच्या किमती कमी झाल्यास तो वस्तूच्या मागणीत वाढ करतो.

उपभोक्त्याचे मागणीपत्रक म्हणजे वस्तूच्या किमतीत बदल झाल्यास एखादी व्यक्ती किंवा एखाद्या उपभोक्त्याच्या वस्तूच्या मागणीत होणारे बदल दर्शविणारे कोष्टक होय. इतर परिस्थिती कायम असताना वस्तूच्या किमतीत बदल झाला असता उपभोक्त्याच्या वस्तूला असलेल्या मागणीत होणारे बदल उपभोक्त्याचे मागणीपत्रक दर्शविते.

उपभोक्त्याच्या मागणीपत्रकाची कल्पना पुढील उदाहरणावरून स्पष्ट होते.

तक्ता २.१ उपभोक्त्याचे मागणीपत्रक

किंमत रु.	मोसंबीची मागणी (नग)
५	५
४	१०
३	१५
२	२०
१	२५

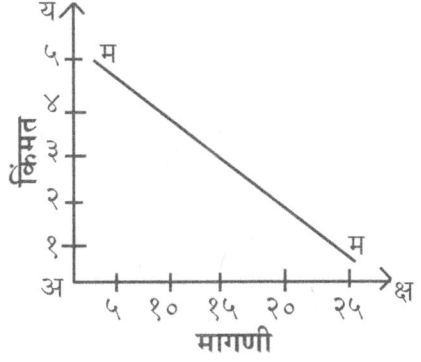

आकृती २.१ : मागणी वक्र

समजा, उपभोक्त्याला मोसंबी खरेदी करावयाची आहेत. बाजारात एका नगाची किंमत पाच रुपये आहे. तर तो पाच नग खरेदी करतो. मोसंबीची किंमत ५रु. वरून ४, ३, २ व १रु. अशी कमी होत गेल्यास उपभोक्ता मोसंबीची मागणी ५ नगांवरून १०, १५, २०, २५ अशी नगसंख्या वाढवीत जातो. याचा अर्थ किंमत कमी झाल्यास व्यक्तिची वस्तूला असलेली मागणी वाढते तर किंमत वाढल्यास ती कमी होते.

व्यक्तिगत मागणीपत्रकावरून मागणीवक्र तयार करता येतो. क्ष अक्षावर मागणी आणि य अक्षावर किंमत घेऊन उपभोक्त्याचे मागणीपत्रक आलेखावर दाखविल्यास त्याचा आलेख हा डावीकडून

उजवीकडे खाली सरकत जाणारा 'मम' हा मागणी वक्र येतो. हा वक्र उपभोक्त्याची वस्तूला असलेली मागणी व किंमत या दोहोत व्यस्त प्रमाण दर्शवितो.

२.१.२ बाजारातील मागणी (Market Demand) : 'बाजारातील अनेक ग्राहकांच्या मागणीचे एकत्रीकरण म्हणजे बाजारातील मागणी/एकूण मागणी होय.'

बाजारातील मागणी म्हणजे बाजारातील अनेक ग्राहकांची मागणी होय. बाजारात अनेक ग्राहक असतात, ते एकाच किमतीला वस्तूचे वेगवेगळे नग खरेदी करीत असतात, कारण वेगवेगळ्या लोकांसाठी एकाच वस्तूची उपयोगिता वेगवेगळी असते. त्यामुळे ते वस्तूची खरेदी कमी-जास्त करतात. ज्या व्यक्तीला वस्तूची उपयोगिता अधिक वाटते ती व्यक्ती त्या वस्तूचे अधिक नग खरेदी करते. तर ज्या व्यक्तीला त्या वस्तूची कमी उपयोगिता वाटते ती व्यक्ती त्या वस्तूचे कमी नग खरेदी करते. म्हणजेच बाजारात एकाच किमतीला वेगवेगळे ग्राहक वस्तूची कमी-अधिक खरेदी करीत असतात.

यानुसार बाजारातील मागणीपत्रक तयार करता येते. वस्तूच्या वेगवेगळ्या किमती असताना बाजारातील वेगवेगळ्या ग्राहकांचे त्या वस्तूला असलेल्या मागणीचे कोष्टक म्हणजेच मागणी पत्रक होय.

उदा. 'अ' ही व्यक्ती ५ रुपयाला ७ मोसंबीचे नग खरेदी करते तर 'ब' ५ मोसंबीचे नग खरेदी करते. त्यामुळे ५रु. किमतीला अ व ब दोघांची मिळून (७ +५ = १२ मोसंबी) १२ मोसंब्यांच्या नगाला मागणी आहे, असे म्हटले जाते.

यालाच बाजारातील मागणीपत्रक असेही म्हटले जाते. त्यामुळे बाजाराचे मागणीपत्रक म्हणजे विशिष्ट किमतींना वस्तूची बाजारातील एकूण मागणी दर्शविणारे कोष्टक होय.

पुढील उदाहरणांवरून बाजाराची मागणी/बाजाराच्या मागणीपत्रकाची कल्पना येते.

तक्ता क्र. २.२   बाजारातील मागणीचे पत्रक

किंमत(रु.)	'अ'ची मागणी	'ब'ची मागणी	बाजाराची मागणी
५	१०	५	१५
४	१५	१०	२५
३	२०	१५	३५

वरील तक्ता २.२ मध्ये **अ** आणि **ब** या दोन व्यक्तींची मोसंबीच्या नगाला असलेली वैयक्तिक मागणी व बाजाराची एकूण मागणी दाखविली आहे. ५रु. किमतीला '**अ**' मोसंबीचे १० नग खरेदी करतो तर '**ब**' ५ नगांची खरेदी करतो. किंमत ४ रु., ३ रु. अशी कमी झाली असता '**अ**' अनुक्रमे १५ व २० मोसंबी नग खरेदी करतो. तर '**ब**' हा अनुक्रमे १० व १५ नगांची खरेदी करतो. **अ** व **ब** हे दोनच ग्राहक बाजारात आहेत असे गृहीत धरून संपूर्ण बाजाराची मागणी ५ रु., ४ रु. व ३ रु. किमतीला १५, २५ व ३५ मोसंबींचे नग अशी खरेदी राहील. ती **अ** आणि **ब** या दोघांच्या वैयक्तिक मागणीची बेरीज आहे.

आकृतीत अ व ब च्या व्यक्तिगत मागणीपत्रकाचे

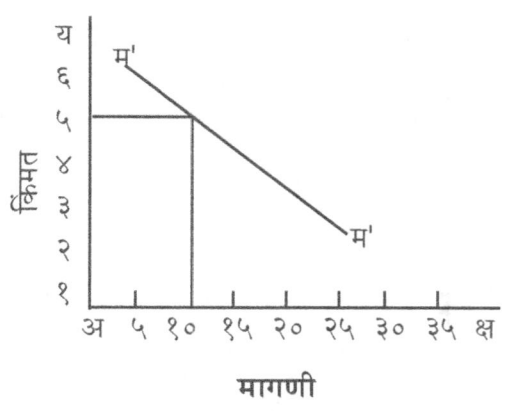

मागणी

आकृती २.२ : अ चा मागणीवक्र

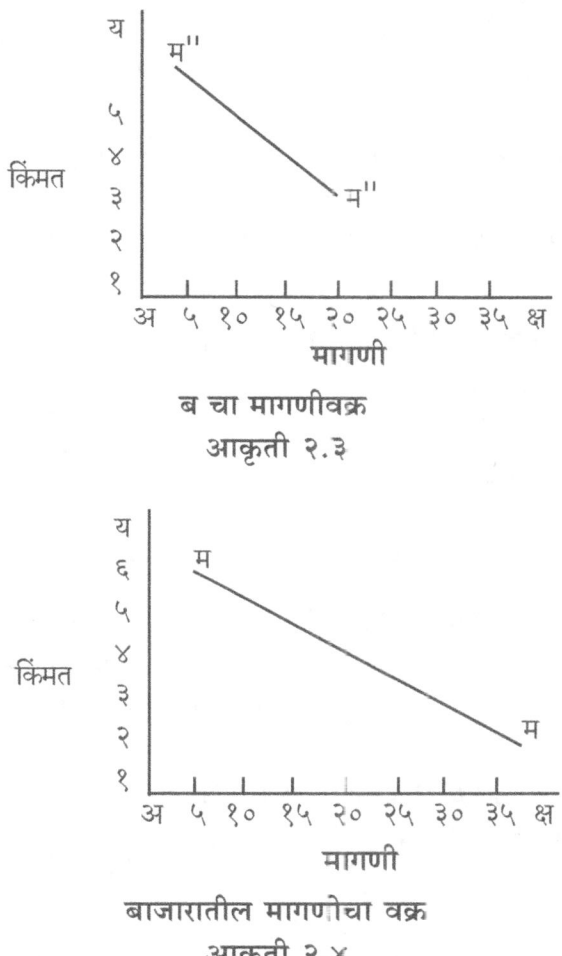

ब चा मागणीवक्र

आकृती २.३

बाजारातील मागणीचा वक्र

आकृती २.४

आलेख **म' म' म'' म''** काढले आहेत. हे डावीकडून खाली घसरत जाणारे आहेत. **म' म' म'' म''** या वक्रांची आडवी बेरीज करून **'मम'** हा बाजाराचा एकूण मागणी वक्र वाढला आहे. तो त्या दोन वक्रांची आडवी बेरीज आहे. बाजाराचा मागणीवक्र **'मम'** हा सुद्धा डावीकडून खाली येणारा असतो.

मागणीपत्रक उत्पादकाला मागणीचा अंदाज घेण्यास उपयुक्त ठरते.

२.२ मागणीची लवचीकता (Elasticity of Demand)

कुर्नो (Conrnot); मिल (Mill) इ.नी मागणीच्या लवचीकतेची कल्पना मांडली, परंतु अलीकडे मार्शल यांनी मागणीच्या लवचीकतेचे अधिक विश्लेषण केले. मागणीच्या सिद्धान्तावरून किंमत घट किंवा वाढ झाल्यास वस्तूच्या मागणीत सुद्धा वाढ अथवा घट होते हे समजते, मात्र किमतीत विशिष्ट प्रमाणात बदल झाल्यास मागणीत किती प्रमाणात बदल होतो हे समजत नाही. वस्तूची किंमत व मागणीत परस्पर संबंध कसा असतो हे समजत नाही, म्हणून वस्तूची किंमत व मागणी या दोहोतील परस्पर संबंधाची कल्पना येण्यासाठी मागणीची लवचीकता ही कल्पना उपयुक्त ठरते.

मागणीच्या लवचीकतेची व्याख्या

१) 'किमतीत बदल झाल्यामुळे मागणीत जे बदल घडून येतात त्या बदलांच्या प्रमाणाला मागणीची लवचीकता असे म्हणतात.'

२) 'वस्तूची किंमत, वस्तूंच्या उपभोक्त्याचे उत्पन्न किंवा इतर वस्तूंच्या किमतीत झालेल्या बदलांमुळे वस्तूच्या मागणीत होणाऱ्या बदलांचे संख्यात्मक माप म्हणजे मागणीची लवचीकता होय.'

३) मागणीतील बदलाचे प्रमाण आणि किमतीतील बदलांचे प्रमाण यांच्यातील गुणोत्तर प्रमाणास लवचीकता असे म्हणतात.

२.२.१ मागणीच्या लवचीकतेचे प्रकार (Types of Elasticity of Demand) : वस्तूच्या मागणीच्या लवचीकतेचे साधारणपणे चार प्रकार पडतात. मागणीमध्ये कोणत्या कारणांनी बदल झाला आहे, त्या कारणांवर आधारित (Cause Oriented) हे प्रकार आहेत.

(अ) मागणीची किंमत लवचीकता Price Elasticity of Demand

(ब) मागणीची उत्पन्न लवचीकता Income Elasticity of Demand

(क) मागणीची तिरकस/छेदक लवचीकता Cross Elasticity of Demand

२.२.२ मागणीची किंमत लवचीकता (Price Elasticity of Demand)

डॉ. आल्फ्रेड मार्शल यांनी मागणीच्या किंमत लवचीकतेची संकल्पना मांडली.

डॉ. मार्शल यांच्या मते ' किमतीतील घटीमुळे मागणीत होणारी कमी किंवा जास्त वाढ आणि किमतीतील वाढीमुळे मागणीत होणारी कमी किंवा जास्त घट म्हणजे मागणीची किंमत लवचीकता होय.'

'किमतीत होणाऱ्या प्रमाणशीर बदलामुळे वस्तूच्या मागणीत जे प्रमाणशीर बदल होत असतात, त्यांचे गुणोत्तर म्हणजे मागणीची किंमत लवचीकता होय.'

प्रा. लिप्से यांच्या मते 'मागणीतील शेकडा बदलाचे किमतीतील शेकडा बदलाशी असणारे प्रमाण म्हणजे मागणीची किंमत लवचीकता होय.'

मागणीतील बदलाचे प्रमाण आणि किमतीतील बदलाचे प्रमाण यांच्यातील गुणोत्तर प्रमाणास मागणीची किंमत लवचीकता म्हणतात. सूत्र रूपात ही लवचीकता पुढीलप्रमाणे मांडता येते.

$$\textbf{मागणीची किंमत लवचीकता} = \frac{\textbf{मागणीतील शेकडा बदल}}{\textbf{किमतीतील शेकडा बदल}}$$

या गुणोत्तराचे उत्तर एक, एकपेक्षा जास्त किंवा एकपेक्षा कमी येते, त्यानुसार मागणीची लवचीकता समजते.

$$Ep = \frac{\Delta Q}{Q} = \frac{\Delta P}{p}$$

Ep = मागणीतील किंमत लवचीकता

Q = मूळ मागणी

ΔQ = मागणीत झालेला बदल

P = मूळ किंमत

ΔP = किमतीत झालेला बदल

उदा. किमतीत १०% नी घट झाल्यामुळे मागणीत २०% वाढ झाली असेल तर मागणीची लवचीकता २ आहे.

किंमत लवचीकतेचे प्रकार -

डॉ. मार्शल यांनी किंमत लवचीकतेचे पुढील पाच प्रकार सांगितलेले आहेत.

१) संपूर्ण लवचीक अथवा अनंत लवचीक मागणी (Perfectly Elastic Demand)

जेव्हा किमतीत कोणतेही बदल न होता (किंवा अल्प बदल होऊन) मागणीत मोठ्या प्रमाणावर बदल घडून येतात, तेव्हा पूर्ण लवचीक मागणी असते. अशा प्रकारची पूर्ण लवचीक मागणी अशी स्थिती प्रत्यक्ष व्यवहारात फारच क्वचित आढळते. हा प्रकार तत्त्वविश्लेषणाच्या दृष्टीनेच महत्त्वाचा आहे. पूर्ण लवचीक मागणी वक्र **'अक्ष'** अक्षाला समांतर असतो.

मागणीची किंमत लवचीकता = Ep

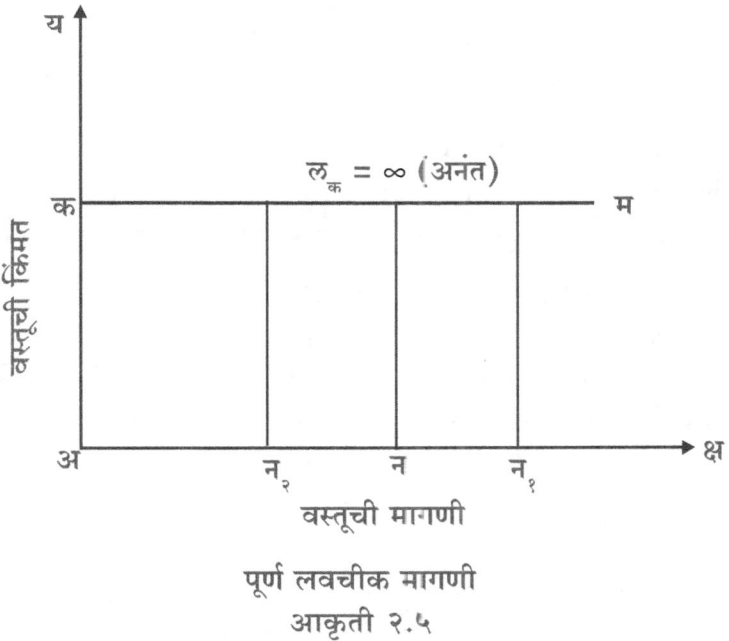

पूर्ण लवचीक मागणी
आकृती २.५

आकृतीमध्ये **'अक्ष'** अक्षावर मागणी आणि **'अय'** अक्षावर वस्तूची किंमत दर्शविली आहे. किंमत **'अक'** असताना मूळची मागणी **'अन'** एवढी आहे. किंमत **'अक'** असताना नवीन मागणी **$अन_{१}$** आणि **$अन_{२}$** एवढी आहे. यावरून मागणीत वाढ आणि घट झालेली आहे.

२) पूर्ण अलवचीक मागणी (Perfect Inelastic Demand)

किमतीत कितीही बदल झाला तरी मागणीत बदल होत नसेल तर त्या मागणीला पूर्ण अलवचीक मागणी असे म्हणतात. अशा वेळी मागणीची लवचीकता शून्य असते. उदा. मिठाची किंमत कमी-जास्त झाली तरी मागणी मात्र स्थिर असते. अशा वस्तूंचा मागणी वक्र **'अय'** अक्षाला समांतर असतो.

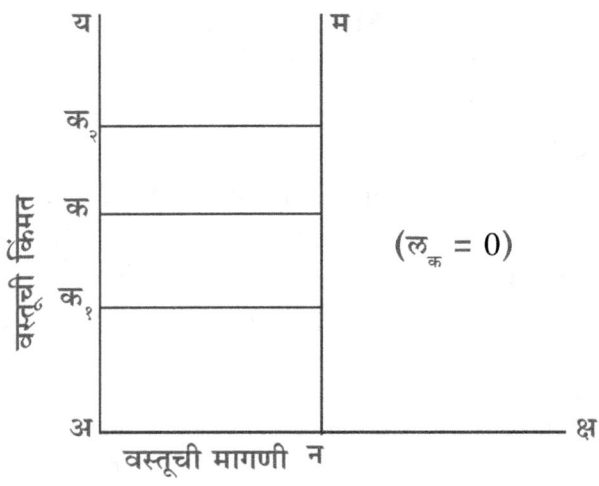

पूर्ण अलवचीक मागणी
आकृती २.६

आकृतीत **'मन'** हा मागणी वक्र आहे. वस्तूची किंमत **'अक'** असताना वस्तूची मागणी **'अन'** इतकी आहे. किंमत वाढून ती **अक₂** झाली तरी मागणी **'अन'** एवढीच राहते. किंमत कमी होऊन ती **अक₁** झाली तरी मागणी **'अन'** एवढीच राहते. याचा अर्थ या मागणीवक्राची लवचीकता शून्य आहे किंवा पूर्ण अलवचीक आहे.

३) एक किंवा एकक लवचीकता (Unit Elasticity of Demand) : जेव्हा किमतीतील बदलांचे आणि मागणीतील बदलांचे प्रमाण सारखेच असते तेव्हा एकक लवचीक मागणी असते. म्हणजेच किंमत जेवढ्या प्रमाणात घटते तेवढ्याच प्रमाणात मागणीत वाढ होते व किंमत जेवढ्या प्रमाणात वाढते तेवढ्याच प्रमाणात मागणीत घट होते. अशा वेळी मागणीची लवचीकता एक असते.

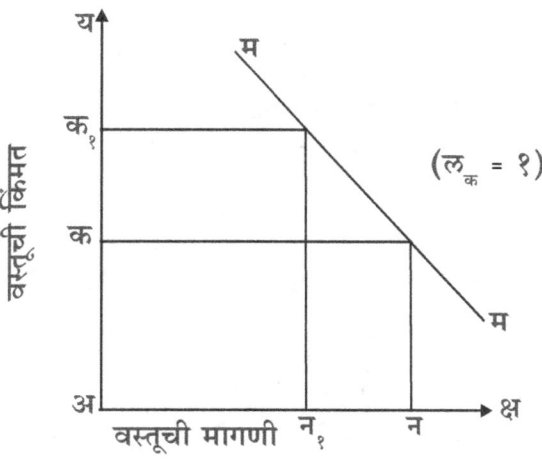

एकक लवचीक मागणी
आकृती २.७

आकृतीत किमतीत झालेला बदल **'क ते क$_{१}$'** आहे आणि मागणीत झालेला बदल **'न ते न$_{१}$'** आहे. म्हणजेच किंमतीत झालेल्या बदलाप्रमाणे मागणीतही बदल झाला आहे. उदा. किमतीत १०% ने वाढ होते व मागणीही १०% ने वाढते.

४) एकापेक्षा जास्त मागणीची किंमत लवचीकता (Price Elasticity of Demand is greater than one) :

जेव्हा किमतीत होणाऱ्या अल्पशा बदलामुळे, मागणीत त्यामानाने मोठ्या प्रमाणात बदल होत असेल तेव्हा तिला फार लवचीक मागणी म्हणतात. अशा वेळी किंमत थोड्या प्रमाणात कमी झाली तरी मागणी मोठ्या प्रमाणात वाढते व किंमत थोडीशी वाढली तरी मागणी मोठ्या प्रमाणात कमी होते. उदा. किमतीत ५% बदल होत असेल आणि मागणीत १५% बदल होत असेल तर त्या मागणीची किंमत लवचीकता एकापेक्षा जास्त येते.

मा.कि.ल. = $\frac{१५}{३}$ = ३   ३ > १

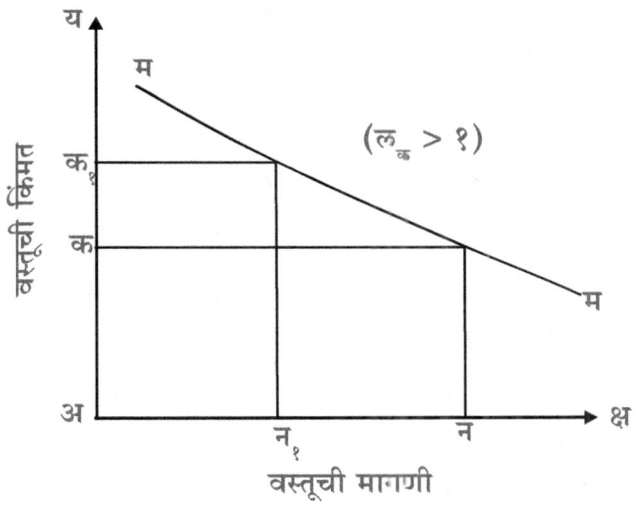

एकापेक्षा जास्त लवचीक मागणी
आकृती २.८

किमतीत **'क ते क$_{१}$'** हा थोडा बदल झाला. त्यामुळे मागणीत **'न ते न$_{१}$'** एवढा मोठा बदल झालेला दिसून येतो, म्हणून किंमत लवचीकता एकापेक्षा जास्त आहे.

५) एकापेक्षा कमी मागणीची किंमत लवचीकता (Price Elasticity of Demand is less than one) : जेव्हा किमतीत बराच मोठा बदल झाला तरी मागणीत फारच थोडा बदल होतो तेव्हा त्याला कमी लवचीक मागणी असे म्हणतात. यामध्ये मागणीतील बदल किमतीतील बदलापेक्षा लहान असतात. तेव्हा त्याला एकापेक्षा कमी मागणीची लवचीकता म्हणतात. उदा. २५% किंमत बदलली असता मागणी १०% बदलते.

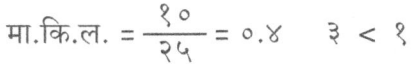

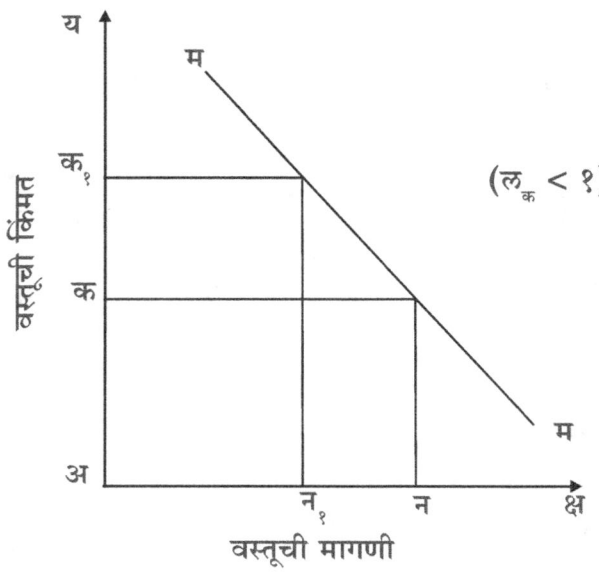

मा.कि.ल. = $\frac{१०}{२५}$ = ०.४ ३ < १

एकापेक्षा कमी लवचीक मागणी
आकृती २.९

आकृती २.७ मध्ये किमतीतील बदल **क** पासून **क१** पर्यंत झाला, परंतु त्यामुळे मागणीमध्ये मात्र **न न१** एवढी घट झाली.अशा परिस्थितीत मागणीची लवचीकता एकापेक्षा कमी आहे.

२.२.३ मागणीची उत्पन्न लवचीकता (Income Elasticity of Demand)

मागणीच्या किंमत लवचीकतेत किंमत आणि मागणी यांच्या संबंधांचा अभ्यास केला जातो, तर मागणीच्या उत्पन्न लवचीकतेमध्ये उत्पन्न आणि मागणी यांचा संबंध विचारात घेतला जातो. उत्पन्नात बदल झाल्यास मागणीत निश्चित किती बदल होईल, हे उत्पन्न लवचीकतेवरून समजते.

'उत्पन्नातील बदलाचे मागणीतील बदलाशी असणारे प्रमाण म्हणजे मागणीची उत्पन्न लवचीकता होय.' हा बदल शेकडा किंवा प्रमाण या परिमाणामध्ये व्यक्त करता येतो.

सूत्र १ मागणीची उत्पन्न लवचीकता = $\frac{\text{मागणीतील शेकडा बदल}}{\text{उत्पन्नातील शेकडा बदल}}$

सूत्र २ मागणीची उत्पन्न लवचीकता = $\frac{\text{मागणीतील प्रमाणशीर बदल}}{\text{उत्पन्नातील प्रमाणशीर बदल}}$

सूत्र दोन मध्ये उत्पन्न आणि मागणी यांच्यातील प्रमाणशीर बदल विचारात घेतला आहे. सूत्र -१ पेक्षा सूत्र - २ तार्किकदृष्ट्या श्रेयस्कर ठरते. उदा. उपभोक्त्याचे उत्पन्न दरमहा रुपये ४००० असताना तो दरमहा साखरेवर रुपये १६० खर्च करतो. त्याचे उत्पन्न रुपये ४८०० झाले असता तो साखरेवर द.म रुपये २२० खर्च करतो, तर उपभोक्त्याच्या मागणीची उत्पन्न लवचीकता पुढीलप्रमाणे येते.

सूत्र - २ प्रमाणे

$$\text{मागणीची उत्पन्न लवचीकता} = \frac{\text{मागणीतील प्रमाणशीर बदल}}{\text{उत्पन्नातील प्रमाणशीर बदल}} = \frac{\frac{२२० - १६०}{२२० + १६०}}{\frac{४८०० - ४०००}{४८०० + ४०००}}$$

$$Ey = \frac{\frac{\varphi_2 - \varphi_1}{\varphi_2 - \varphi_1}}{\frac{\gamma_2 - \gamma_1}{\gamma_2 - \gamma_1}}$$

$$= \frac{\frac{६०}{३८०}}{\frac{८००}{८८००}}$$

φ_2 = नवीन मागणी

φ_1 = मूळ मागणी

γ_2 = नवीन उत्पन्न

γ_1 = मूळ उत्पन्न

Ey = उत्पन्न लवचिकता

$$= \frac{६०}{३८०} \times \frac{८८००}{८००}$$

= १.७३ इतकी मागणीतील उत्पन्न लवचीकता येते.

उत्पन्न लवचीकतेचे प्रकार (Types of Income Elasticity)

उत्पन्न लवचीकतेचे पाच प्रकार आहेत, ते पुढीलप्रमाणे -

१) ऋण किंवा उणे मागणीची उत्पन्न लवचीकता (Negative Income Elasticity of Demand):- उत्पन्न वाढले असता जेव्हा मागणीत घट होते, तेव्हा मागणीची उत्पन्न लवचीकता उणे (Negative) येते. उत्पन्न वाढल्यावर निकृष्ट वस्तूंचा उपभोग कमी घेतला जातो. त्यामुळे निकृष्ट वस्तूची मागणी कमी होते. निकृष्ट वस्तूच्या बाबतीत उत्पन्न लवचीकता उणे असते. उदा. उत्पन्न वाढल्यावर बाजरीऐवजी चांगल्या दर्जाची ज्वारी किंवा गहू अधिक प्रमाणात वापरले जातात.

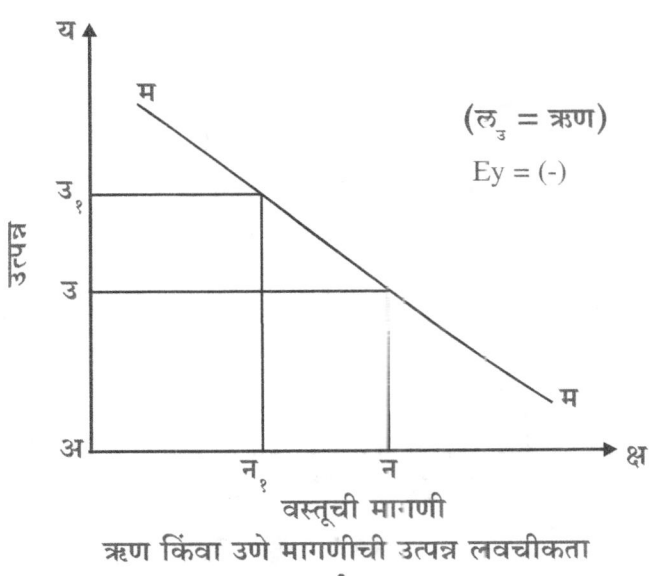

ऋण किंवा उणे मागणीची उत्पन्न लवचीकता

आकृती २.१०

वरील आकृतीत 'मम' हा मागणी वक्र आहे. उपभोक्त्याचे उत्पन्न 'अउ' असताना मागणी 'अन' असते. उत्पन्न अउ₁ पर्यंत वाढले असता मागणी अन₁ इतकी कमी होते, म्हणून उत्पन्न लवचीकता उणे आहे.

२) शून्य मागणीची उत्पन्न लवचीकता (Zero Income Elasticity of Demand) : उत्पन्नात वाढ होऊनही जेव्हा मागणीत वाढ होत नाही, तेव्हा मागणीची उत्पन्न लवचीकता शून्य येते. उदा. उत्पन्न वाढले तरी मिठाची मागणी वाढत नाही. मागणी वक्र 'अक्ष' अक्षाला समांतर असतो.

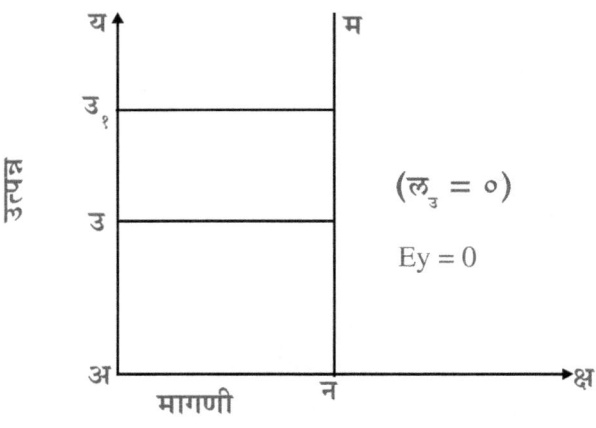

शून्य मागणीची उत्पन्न लवचीकता
आकृती २.११

सुरुवातीचे उत्पन्न 'अउ' असताना मागणी 'अन' आहे. उत्पन्न 'अउ₁' पर्यंत वाढले तरी मागणी 'अन' एवढीच आहे. उत्पन्न लवचीकता शून्य येते.

३) एकक मागणीची उत्पन्न लवचीकता (Unit Income Elasticity of Demand) : जेव्हा उत्पन्नातील वाढीचे प्रमाण आणि मागणीतील वाढीचे प्रमाण सारखेच असते, तेव्हा मागणीची उत्पन्न लवचीकता एक एवढी येते.

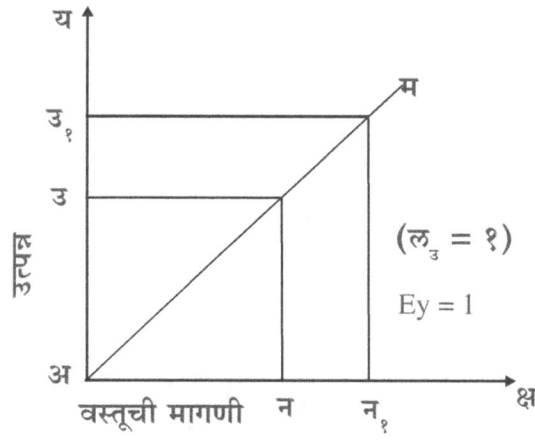

एकक उत्पन्न लवचीकता
आकृती २.१२

आकृती २.१२ मध्ये दर्शविल्याप्रमाणे उत्पन्न 'अउ' ऐवजी 'अउ₁' एवढे वाढले त्या वेळेस मागणीसुद्धा **अन** ऐवजी **अन₁** एवढी वाढली. उत्पन्नातील वाढ आणि मागणीतील वाढ समान असल्याने उत्पन्न लवचीकता एक आहे.

४) धन परंतु एकापेक्षा कमी मागणीची उत्पन्न लवचीकता (Income Elasticity of Demand is less than one) : मागणीची उत्पन्न लवचीकता शून्यापेक्षा जास्त आणि एकापेक्षा कमी असते तेव्हा उत्पन्नातील बदलापेक्षा मागणीत कमी प्रमाणावर बदल होतात. तेव्हा मागणीची उत्पन्नलवचीकता एकापेक्षा कमी येते. उदा. एका उपभोक्त्याच्या उत्पन्नात १०% वाढ झाली परंतु मागणीत २% बदल होतो.

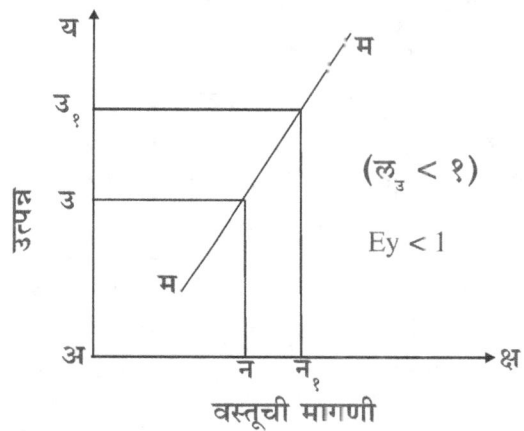

धन परंतु एकापेक्षा कमी मागणीची उत्पन्न लवचीकता
आकृती २.१३

आकृती २.१३ मध्ये उत्पन्नात उ पासून उ₁ एवढा बदल झाला परंतु मागणीत **न न₁** एवढाच बदल झाला. त्यामुळे उत्पन्न लवचीकता एक पेक्षा कमी येते.

५) एकापेक्षा जास्त मागणीची उत्पन्न लवचीकता (Income Elasticity of Demand is greater than one) : उत्पन्नातील वाढीपेक्षा (१५% ने वाढ) मागणीत अधिक वेगाने (२५% ने वाढ) वाढ होते, तेव्हा मागणीची उत्पन्न लवचीकता एकापेक्षा जास्त येते. उदा. चैनीच्या वस्तू, सुखसोयीच्या वस्तूंची मागणीची उत्पन्न लवचीकता एकापेक्षा जास्त असते.

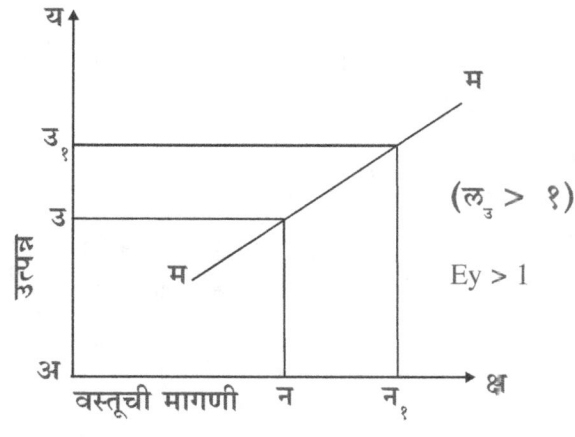

एकापेक्षा जास्त मागणीची उत्पन्न
लवचीकता
आकृती २.१४

आकृती २.१४ मध्ये उत्पन्नातील वाढ **उ** पासून **उ**$_{१}$ एवढीच झाली, मात्र मागणीतील वाढ **न** पासून **न**$_{१}$ पर्यंत वाढली. त्यामुळे उत्पन्न लवचीकता एकापेक्षा जास्त आहे.

२.२.४ मागणीची छेदक / अन्योन्य लवचीकता (Cross Elasticity of Demand)

बाजारात वस्तू परस्पर पूरक किंवा पर्यायी असतात. त्यामुळे एका वस्तूच्या किमतीत बदल झाल्यास त्याचा दुसऱ्या वस्तूच्या मागणीवर काय परिणाम होतो, हे छेदक लवचीकता स्पष्ट करते. दोन वस्तूंच्या मागणीतील परस्पर संबंध छेदक लवचीकतेवरून समजतो. एखाद्या वस्तूची मागणी वाढल्यास तिच्या पर्यायी वस्तूची मागणी घटते, मात्र पूरक वस्तूची मागणी वाढते, त्यामुळे त्याच्या किमती बदलतात. एका वस्तूच्या मागणीचा दुसऱ्या वस्तूच्या मागणीवर होणारा परिणाम छेदक लवचीकता स्पष्ट करते.

छेदक लवचीकतेची व्याख्या : - 'एका वस्तूच्या किमतीत प्रमाणशीर बदल झाल्यामुळे दुसऱ्या वस्तूच्या मागणीत होणाऱ्या प्रमाणशीर बदलांचे गुणोत्तर म्हणजे छेदक लवचीकता होय.'

मागणीची छेदक लवचीकता काढण्यासाठी पुढील सूत्राचा वापर केला जातो.

$$\text{मागणीची छेदक लवचीकता} = \frac{\text{‘क्ष’ वस्तूच्या मागणीतील शेकडा बदल}}{\text{‘य’ वस्तूच्या किमतीतील शेकडा बदल.}}$$

मागणीची छेदक लवचीकता **क्ष** आणि **य** वस्तूंच्या छेदक मागणीच्या स्वरूपावर अवलंबून असते. त्या वस्तू पर्यायी किंवा पूरक असतात. मागणीची छेदक लवचीकता धन, ऋण व शून्य असते.

किंवा

$$\text{मागणीची छेदक लवचीकता} = \frac{\text{‘क्ष’ वस्तूच्या मागणीतील प्रमाणशीर बदल}}{\text{‘य’ वस्तूच्या मागणीतील प्रमाणशीर बदल}}$$

$$E\,x\,y = \frac{\Delta Qx}{\Delta Py} \times \frac{Py}{Qx}$$

अथवा

$$\text{ल}_{\text{क्षय}} = \frac{\Delta \text{ख}_{\text{क्ष}}}{\Delta \text{क}_{\text{य}}} \times \frac{\text{क}_{\text{य}}}{\text{ख}_{\text{क्ष}}}$$

येथे

$\Delta Qx = \Delta \text{ख}_{\text{क्ष}}$ = '**क्ष**' वस्तूच्या मागणीतील बदल

$\Delta Py = \Delta \text{क}_{\text{य}}$ = '**य**' वस्तूच्या किमतीतील बदल

$Py = \text{क}_{\text{य}}$ = **य** वस्तूची मूळची किंमत

$Qx = \text{ख}_{\text{क्ष}}$ = **क्ष** वस्तूची मूळची मागणी

उदा. कॉफीच्या १०० ग्रॅमच्या पुडीची किंमत २० रुपयांवरून २४ रुपयांपर्यंत वाढल्याने एका विक्रेत्याचा चहाचा खप १४० किलोवरून २०० किलोपर्यंत (एक आठवड्यात) वाढला तर कॉफी ऐवजी चहाची छेदक किंवा अन्योन्य लवचीकता पुढीलप्रमाणे

$$\text{ल}_{क्षय} = \frac{\Delta \text{ख}_{क्ष}}{\Delta \text{क}_{य}} \times \frac{\text{क}_{य}}{\text{ख}_{क्ष}}$$

$$= \frac{६०}{४} \times \frac{२०}{१४०}$$

$$= \text{२.१४ ही छेदक लवचीकता येते.}$$

छेदक लवचीकतेचे प्रकार :

मागणीची छेदक लवचीकता दोन वस्तूंमधील संबंध शोधण्यासाठी महत्त्वाची ठरते. छेदक लवचीकतेचे पुढील प्रकार आहेत.

१) अनंत लवचीकता : जेव्हा अनंत लवचीकता असते तेव्हा त्या दोन वस्तू परस्परांचे पूर्ण पर्याय असतात. 'य' वस्तूच्या मागणीत एका पैशाने वाढ झाली तरी सर्व ग्राहक क्ष वस्तूची मागणी करतील आणि 'य' वस्तूचा खप शून्यावर येईल. मात्र 'य' वस्तूची किंमत एका पैशाने घटली तर 'क्ष' वस्तूची मागणी शून्यावर येते. असे असेल तर छेदक लवचीकता अनंत येईल. पूर्ण पर्यायासाठी दोन वस्तू रंग, रूप, आकार, वजन इत्यादी बाबतीत सारख्याच असाव्या लागतात. असे असते तेव्हा दोन वस्तू वेगवेगळ्या राहातच नाहीत.

२) शून्य लवचीक : एका वस्तूची किंमत कितीही कमी अथवा जास्त झाली तरी दुसऱ्या वस्तूच्या मागणीवर काहीच परिणाम होत नाही, तेव्हा मागणीची छेदक लवचीकता शून्य असते. याचा अर्थ या दोन वस्तूंत कोणताही संबंध नाही.

३) धन लवचीकता : जेव्हा य वस्तूच्या किंमतीत वाढ होते तेव्हा क्ष वस्तूच्या मागणीत वाढ होत असेल तर मागणीची छेदक लवचीकता धन असते. जेव्हा दोन वस्तू एकमेकांना पर्यायी असतात, तेव्हा त्या दोन वस्तूंमधील छेदक लवचीकता धन (+) असते.

४) ऋण लवचीकता : ऋण लवचीकता ही दोन वस्तूंमधील पूरकता दाखविते. 'य' ची किंमत वाढल्याने 'क्ष' ची मागणी कमी होते.उदा. मोटारची किंमत वाढल्याने पेट्रोलची मागणी कमी होते, कारण मोटारीची किंमत वाढल्याने मोटारीची मागणी कमी झालेली असते, त्यामुळे पेट्रोलची मागणी सुद्धा कमी होते.

खालील २.१५ (अ.ब.क.) आकृतीत छेदक किंवा अन्योन्य लवचीकतेचे प्रकार दाखविले आहेत.

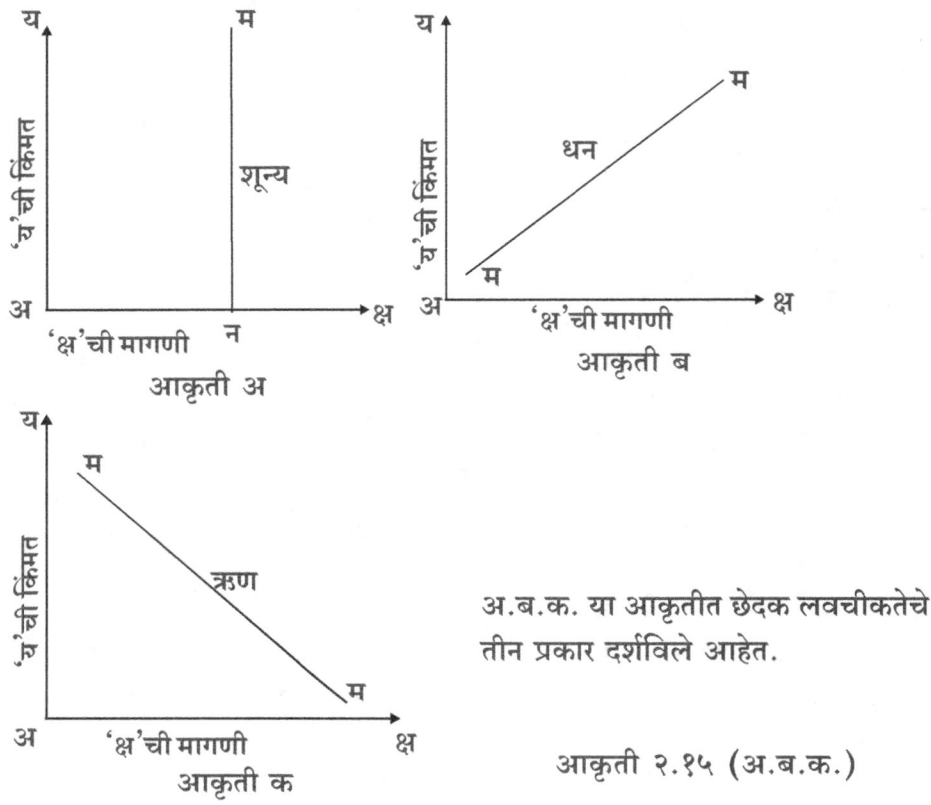

आकृती अ

आकृती ब

आकृती क

अ.ब.क. या आकृतीत छेदक लवचीकतेचे तीन प्रकार दर्शविले आहेत.

आकृती २.१५ (अ.ब.क.)

किंमत लवचीकता मोजण्याच्या पद्धती :

(Measurement of Price Elasticity)

किंमत लवचीकता मोजण्याच्या चार पद्धती आहेत.

१) एकूण खर्च किंवा एकूण प्राप्ती पद्धत

(Total Expenditure or Total Revenue Method)

२) बिंदू पद्धत (Point Method)

३) वक्रांश पद्धत (Arc Method)

४) गुणोत्तर पद्धत (Proportional Method)

१) एकूण खर्च किंवा एकूण प्राप्ती पद्धती :

या पद्धतीत किमतीत बदल होण्यापूर्वी व बदल झाल्यानंतर वस्तूवरील खर्चात जे बदल होतात, त्यावरून लवचीकता मोजता येते.

अ) एक लवचीकता : एखाद्या वस्तूच्या किमतीत वाढ अथवा घट होऊनही वस्तूवरील खर्च पूर्वीइतकाच राहिला तर त्या मागणीची लवचीकता एक असते. उदा.

वस्तूची किंमत रु.	वस्तूची मागणी(नग)	वस्तूवरील एकूण खर्च रु.	मागणीची लवचीकता
१० ५	५ १०	५० ५० }	मा.ल. = १

ब) एकापेक्षा कमी लवचीक : वस्तूच्या किमतीत वाढ झाल्यामुळे वस्तूवरील खर्चात वाढ झाली अथवा वस्तूच्या किमतीत घट झाल्यास वस्तूवरील खर्च सुद्धा कमी झाला तर वस्तूची मागणी कमी लवचीक किंवा मागणीची लवचीकता एकापेक्षा कमी आहे, असे म्हणतात उदा.

वस्तूची किंमत रु.	वस्तूची मागणी(नग)	वस्तूवरील एकूण खर्च रु.	मागणीची लवचीकता
१० ५	५ ७	५० ३५ }	मा.ल. = एकपेक्षा कमी

क) एकापेक्षा जास्त लवचीक : वस्तूची किंमत वाढल्यावर त्या वस्तूवरील खर्च पूर्वीपेक्षा कमी झाला किंवा किंमत कमी झाल्यावर त्या वस्तूवरील खर्चात पूर्वीपेक्षा वाढ झाली तर वस्तूची मागणी लवचीक आहे किंवा मागणीची लवचीकता एकपेक्षा जास्त आहे, असे म्हणतात. उदा.

वस्तूची किंमत रु.	वस्तूची मागणी(नग)	वस्तूवरील एकूण खर्च रु.	मागणीची लवचीकता
१० ५	५ २०	५० १०० }	मा.ल. = एकपेक्षा जास्त

२) बिंदू पद्धत (Point method) :

बिंदू लवचीकतेत मागणी वक्रावरील एखाद्या विशिष्ट बिंदूच्या ठिकाणी असणारी मागणीची लवचीकता मोजता येते.

सूत्र :

$$\text{मागणीची लवचिकता} = \frac{\text{मागणीवक्रावरील विशिष्ट बिंदूपासून खालचे अंतर}}{\text{मागणीवक्रावरील त्या बिंदूपासूनचे वरचे अंतर}}$$

अ) मागणीवक्र सरळ रेषेत असेल तर मागणीची लवचीकता मोजता येते.

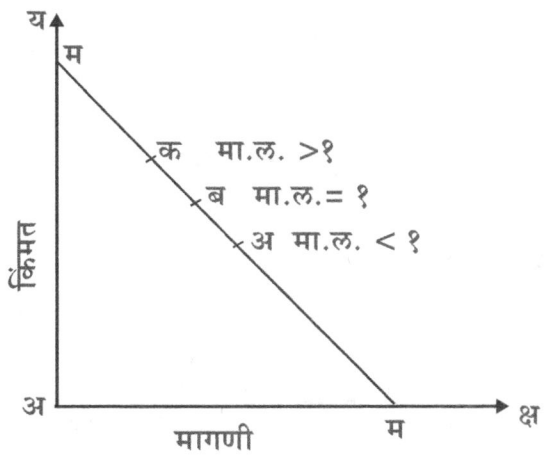

आकृती २.१६

आकृतीत **'मम'** हा वक्र आहे. या वक्रावरील **'अ'** बिंदू येथे असलेली मागणीची लवचीकता पुढील प्रमाणे -

उदा. **'मम'** ८ सें. मी. आहे. त्या वक्रावरील **'अम'** = ३ सें.मी. **'बम'** = ४ सें. मी. व **'कम'** = ६ सें. मी. अंतर आहे.

$$\text{'अ' बिंदूतील मागणी लवचीकता} = \frac{\text{अम}^१}{\text{अम}}$$

$$= \frac{३}{५} = ०.६$$

म्हणजेच 'अ' बिंदूत मागणीची लवचीकता ०.६० आहे.

म्हणजे ती १ पेक्षा कमी आहे. म्हणून 'अ' बिंदूत मागणी कमी लवचीक आहे.

$$\text{'ब' बिंदूतील मागणी लवचीकता} = \frac{\text{बम}^१}{\text{बम}}$$

$$= \frac{४}{४} = १$$

म्हणजे वस्तूची मागणी एकत्व लवचीक आहे.

$$\text{'क' बिंदूतील मागणी लवचीकता} = \frac{\text{कम}^१}{\text{कम}}$$

$$= \frac{६}{२} = ३$$

'क' बिंदूत मागणीची लवचीकता ३ आहे. ती एकपेक्षा जास्त असल्याने 'क' बिंदूत मागणी लवचीक आहे.

मागणीवक्र सरळ रेषा असेलच असे नाही, तो बहिर्गोल आकाराचा सुद्धा असू शकतो.

ब) बहिर्गोल वक्रावरील मागणीची लवचीकता :

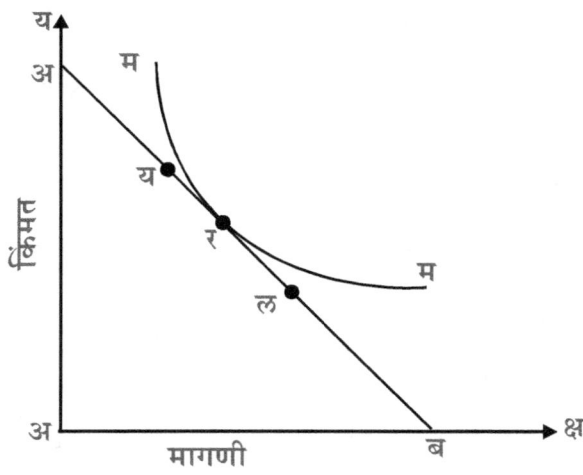

आकृती २.१७

'मम' हा बर्हिगोल मागणीवक्र आहे. या वक्रावरील ज्या बिंदूतील मागणीची लवचीकता मोजायची असते, त्या बिंदूला एक सरळ असणारी स्पर्श रेषा काढली जाते. व त्यावरून मागणीची लवचीकता मोजता येते. **'मम'** या मागणीवक्रावर **'र'** बिंदूत मागणीची लवचीकता मोजायची आहे. **'र'** बिंदूला स्पर्श करणारी **'अब'** ही स्पर्श रेषा काढली आहे.

$$\text{र बिंदूतील मागणीची लवचीकता} = \frac{\text{'र' बिंदूपासूनचे 'अब' रेषेचे खालचे अंतर}}{\text{'र' बिंदूपासूनचे 'अब' रेषेच्या वरचे अंतर}}$$

$$= \frac{\text{र ब}}{\text{र अ}}$$

$$= \frac{२}{२} = १$$

म्हणजे **'र'** बिंदूत मागणीची लवचीकता १ आहे.

त्यामुळे त्या बिंदूत मागणी एक लवचीक आहे.

३) वक्रांश किंवा कमान कंस पद्धत (Arc Method)

कमान किंवा वक्रांश हा मागणीवक्राचा तुकडा असतो. त्यामुळे दोन भिन्न किमती व भिन्न मागणी परिमाणे अस्तित्वात असतात.

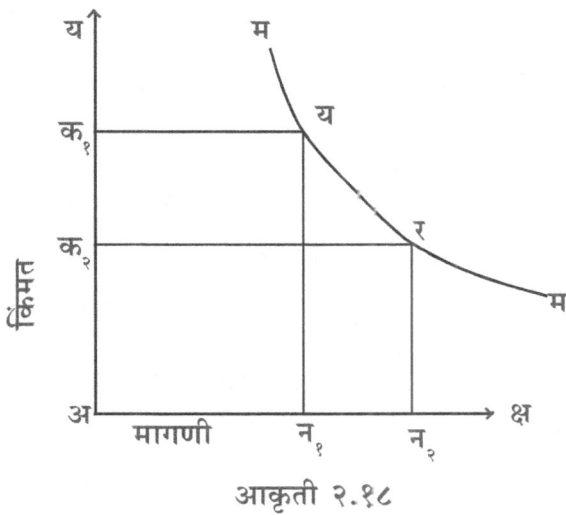

आकृती २.१८

आकृतीत मम या मागणी वक्रावर **'यर'** हा वक्रांश किंवा कमान आहे. **य** आणि **र** हे दोन भिन्न बिंदू असल्याने त्यांच्या किमती व मागणी परिमाणे वेगवेगळी आहेत. त्यामुळे **य** आणि **र** या दोन बिंदूंची लवचीकता वेगवेगळी आहे. त्यासाठी किंमत व परिमाणे यांची सरासरी काढली जाते आणि कमानीची लवचीकता मोजली जाते.

$$ल_{क} = \frac{न_१ - न_२}{न_१ + न_२} \times \frac{क_१ + क_२}{क_१ - क_२}$$

$क_१$ = मूळची किंमत $न_१$ = मूळची मागणी
$क_२$ = नवीन किंमत $न_२$ = नवीन मागणी

४. गुणोत्तर पद्धत किंवा शेकडा पद्धती : -

शेकडा पद्धतीचे सूत्र खालीलप्रमाणे

$$ल_{क} = \frac{\text{मागणीतील शेकडा बदल}}{\text{किमतीतील शेकडा बदल}}$$

$$\therefore \quad \frac{\text{मागणीत झालेला बदल}}{\text{मूळ मागणी}} \times \frac{\text{मूळ किंमत}}{\text{किमतीत झालेला बदल}}$$

सूत्राच्या साहाय्याने मागणीची किंमत लवचीकता काढता येते, मात्र यातील दोष टाळण्यासाठी पुढील सूत्राचा वापर केला जातो.

$$\text{मागणीची किंमत सापेक्ष लवचीकता} = \frac{\text{मागणीतील बदल}}{\text{सरासरी मागणी}} \times \frac{\text{सरासरी किंमत}}{\text{किमतीतील बदल}}$$

मागणीची लवचीकता ठरवणारे घटक (Determinants of Elasticity of Demand)

मागणीची किंमत लवचीकता ठरविणारे घटक पुढीलप्रमाणे सांगता येतील.

१. वस्तूचे स्वरूप : वस्तू विविध उपयोगी असतात. वस्तूंमध्ये गरजेची पूर्तता करण्याची क्षमता असते. वस्तू अत्यावश्यक आहे, सुखसोयीची आहे की चैनीची आहे, यावर त्या वस्तूच्या मागणीची लवचीकता अवलंबून असते. साधारणपणे चैनीच्या वस्तूच्या मागणीची लवचीकता जास्त तर अत्यावश्यक वस्तूंच्या मागणीची लवचीकता कमी असते. अन्नधान्यासारख्या जीवनावश्यक वस्तूची मागणी, अलवचीक असते. टिकाऊ वस्तूच्या मागणीची लवचीकता शीघ्र-नाशी वस्तूच्या मागणीच्या लवचीकतेपेक्षा जास्त असते.

२. उपलब्ध पर्याय : पर्यायांची उपलब्धता हा लवचीकता ठरवणारा महत्त्वाचा घटक आहे. एखाद्या वस्तूस अनेक पर्याय असतील तर मागणीची लवचीकता जास्त असते. अर्थात, कमी पर्यायाच्या वस्तूंच्या मागणीची लवचीकताही कमी असेल.

३. वस्तूचा उपयोग : जर वस्तू अनेकोपयोगी असेल तर मागणीची लवचीकता जास्त असते. तसेच कमी उपयोग असणाऱ्या वस्तूंची लवचीकताही कमी असते. उदा. साखरेच्या मागणीची लवचीकता जास्त तर चहाच्या मागणीची लवचीकता कमी असते.

४. पूरक वस्तू : अशा वस्तूंची खरेदी एकत्रच करावी लागते. अशा वस्तूच्या मागणीची लवचीकता कमी असते. उदा. पेन आणि शाई

५. उत्पन्न पातळी : उपभोक्त्याच्या उत्पन्नाची पातळी फारच वर अथवा फारच खाली असेल तर मागणीची लवचीकता कमी असते. किंमतवाढीचा परिणाम जसा श्रीमंतांवर होत नाही तसा अत्यंत गरिबांवरही होत नाही, कारण गरीब व्यक्ती किंमत कमी असतानाही ती वस्तू खरेदी करू शकत नसते. तर श्रीमंत व्यक्ती अल्प किंमत वाढीचा फारसा विचारही करीत नाही. मध्यम उत्पन्न पातळीवरील उपभोक्त्यांच्या मागणीची लवचीकता मात्र श्रीमंत व गरीब यांच्या तुलनेत जास्त असते.

६. गरजपूर्तीची तीव्रता : एखादी गरजपूर्ती लांबणीवर टाकणे शक्य असेल तर अशा गरजेच्या वस्तूची मागणी लवचीकता जास्त असते. (उदा. दागिने, फर्निचर इ.) उलट तात्काळ गरजपूर्ती करणे आवश्यक असेल तर

त्यासाठी लागणाऱ्या वस्तूच्या मागणीची लवचीकता कमी असते. उदा. औषधे, अन्नधान्य, शिक्षणाचा खर्च इ.

७. गरजांचा उद्भव : गरजांचा उद्भव सवयी, रीतीरिवाज, रूढी, परंपरा, फॅशन यापासून होत असतो. त्यानुसार त्या वस्तूची मागणी होत असते. अशा वस्तूंच्या मागणीची लवचीकता कमी असते.

८. खर्चाचे प्रमाण : उपभोक्त्यांच्या उत्पन्नातील कितवा हिस्सा त्या वस्तूवर खर्च होणार आहे, यावरून त्या वस्तूच्या मागणीची लवचीकता ठरते. एखाद्या वस्तूवर खर्च केला जाणारा उत्पन्नाचा हिस्सा मोठा असेल तर मागणीची लवचीकता जास्त असते. अर्थात आवश्यक वस्तूवरच उत्पन्नाचा मोठा हिस्सा खर्च होत असेल तर ही लवचीकता कमी असेल हे उघडच आहे, म्हणूनच लवचीकता ही सापेक्षतेने किंवा तुलनात्मकतेनेच ठरत असते.

९. भविष्यकालीन किमती : भविष्यकाळात किमती वाढतील अशी अपेक्षा असेल तर किंमतवाढ होऊनही मागणीत वाढ होते. याउलट भविष्यात किमती कमी होतील, अशी अपेक्षा असेल तर किमती कमी होऊनही मागणीत वाढ होणार नाही.

१०. सरकारी नियंत्रण : ज्या वस्तूंवर सरकारी नियंत्रण असते अशा वस्तूंची मागणी कमी लवचीक असते, कारण या वस्तूंची खरेदी उपभोक्ता आपल्या इच्छेनुसार करू शकत नाही. उदा. बंदूक, पिस्तुल इ. सारखी शस्त्रे.

११. राष्ट्रीय उत्पन्नाचे वाटप : प्रा. ट्रॉसिंग यांच्या मते, राष्ट्रीय उत्पन्नाचे विषम वाटप झालेले असेल तर मागणी कमी लवचीक असते आणि समान वाटप झालेले असेल तर मागणी जास्त लवचीक आढळते. समान वाटप असल्यास सर्व व्यक्तींकडून वस्तूंची मागणी केली जाईल.

मागणीच्या लवचीकतेचे महत्त्व (Importance of Elasticity of Demand)

मागणीच्या लवचीकतेची संकल्पना आर्थिक विश्लेषणाच्या आणि आर्थिक धोरण निश्चितीच्या दृष्टीने फारच महत्त्वाची आहे. केन्सच्या मते, 'मागणीच्या लवचीकतेचा सिद्धान्त म्हणजे डॉ. मार्शल यांनी दिलेली सर्वात मोठी देणगी होय. त्या संकल्पनेशिवाय किंमत आणि वितरण सिद्धान्ताचे विवेचन करता येणार नाही. मागणीच्या लवचीकतेचे महत्त्व पुढीलप्रमाणे आहे.

१. किंमतविषयक निर्णय घेताना किंमत आकारणे, किमतीत बदल झाल्यास मागणीत किती बदल होईल, पुरवठ्यात बदल झाल्यास त्याचा किमतीवर कसा परिणाम होईल, कर आकारणीचा परिणाम वस्तूच्या विक्रीवर कसा होईल, याविषयीचे विवेचन करताना मागणीची लवचीकता विचारात घेणे आवश्यक आहे.

२. या तात्त्विक संबंधामुळे उत्पादकांना, विशेषत: मक्तेदारांना उत्पादनाचे प्रमाण, वस्तूंच्या किमती या संबधी धोरण ठरविताना मागणीची लवचीकता विचारात घ्यावी लागते. उदा. लवचीकता जास्त असल्यास मक्तेदाराला आपल्या वस्तूची किंमत जास्त आकारता येत नाही.

३. सरकारला करविषय व इतर आर्थिक धोरणे ठरवताना मागणीच्या लवचीकतेचा विचार करावा लागतो. किंमत नियंत्रणासंबंधी निर्णय घेताना संबंधित वस्तूंकरिता असणाऱ्या मागणीच्या लवचीकतेचा विचार करावा लागतो. कर आकारताना मागणीची लवचीकता जास्त असल्यास कराचे प्रमाण कमी ठेवावे लागते. अन्यथा वस्तूची किंमत वाढून मागणी कमी होते व करापासून मिळणाऱ्या उत्पन्नात घट होते.

४. शेतमाल किमतीचे स्थिरीकरण, सार्वजनिक सेवेचे मूल्य निर्धारण, विदेशी विनिमय दर याबाबतची धोरणे ठरवतानाही सरकारला मागणीच्या लवचीकतेचा विचार करावा लागतो.

५. आंतरराष्ट्रीय व्यापाराच्या अटी ठरवताना, आयात-निर्यात ठरवितानाही मागणीच्या लवचीकतेचा उपयोग होत असतो.

६. संयुक्त वस्तू उत्पादनाच्या मूल्यनिश्चितीत मागणीची लवचीकता कमी असणाऱ्या वस्तूची किंमत जास्त ठरविली जाऊ शकते. उदा. धान्य आणि चारा, कापूस आणि सरकी, अशा उत्पादनामध्ये धान्य, कापूस यांची मागणी कमी लवचीक असते, म्हणून त्यांची किंमत चारा, सरकी यापेक्षा जास्त ठरवता येते.

७. व्यापारचक्राच्या नियंत्रणासाठी मागणीच्या लवचीकतेचा विचार करावा लागतो. चलनवाढ, चलनघट काळात वेगवेगळी धोरणे राबवावी लागतात.

८. शेतमालाच्या उत्पादनात वाढ होऊनही शेतकरी गरीब का असतो? या विपुलतेतील दारिद्र्याचे स्पष्टीकरण मागणीच्या लवचीकतेवरून करता येते. शेतकऱ्यांच्या उत्पादित मालाची मागणी अलवचीक असते. पुरवठा वाढला म्हणजे किमती कमी होतात. त्यामुळे त्याच्या एकूण प्राप्तीत घट होते.

अशा प्रकारे मागणीच्या लवचीकतेचे महत्त्व अनन्यसाधारण असे आहे.

२.३ उपभोक्त्याचे वर्तन (Consumer Behaviour)

उपभोक्त्याच्या मागणीचा प्रभाव किमतीवर होतो. किमतीत बदल झाल्यास बाजारात उपभोक्त्याची वर्तणूक कशी होते, याचा आपण अभ्यास करणार आहोत.

मनुष्याला गरजा असतात आणि ह्या गरजा पूर्ण करण्याचे काम व्यक्ती आयुष्यभर करीत असते. मानवी गरजांच्या पूर्ततेतून तिला आनंद, समाधान किंवा उपयोगिता मिळत असते. अशा प्रकारचे समाधान मिळविण्यासाठी तिला विविध वस्तूंचा किंवा सेवांचा उपयोग करावा लागतो, कारण प्रत्येक वस्तूमध्ये कोणत्या ना कोणत्या व्यक्तीची कोणती ना कोणती गरज भागविण्याची शक्ती असते. वस्तूमधील मानवी गरज भागवण्याच्या शक्तीलाच उपयोगिता (Utility) म्हणतात. म्हणजेच उपयोगितेचा उपयोग म्हणजेच उपभोग होय. व्यक्ती आपल्या गरजेच्या पूर्ततेसाठी वस्तूमधील उपयोगितेचा जो उपयोग करते त्याला मानवी गरजेची पूर्तता किंवा वस्तूचा उपभोग असे म्हणतात. अशा रीतीने प्रत्येक मनुष्य विविध वस्तूंच्या उपभोगातून आपल्या गरजा भागविण्याचा म्हणजेच जास्तीत जास्त समाधान मिळविण्याचा प्रयत्न करतो. उपभोक्ता आपल्या विविध गरजा पूर्ण करण्यासाठी बाजारात वेगवेगळ्या वस्तूंची खरेदी करीत असतो. बाजारात उपभोक्त्यांकडून वस्तूला मागणी येते. उपभोक्त्याच्या मागणीचा प्रभाव किमतीवर होतो. किमतीत बदल झाल्यास बाजारात उपभोक्ता वस्तूची खरेदी कशी करतो अथवा उपभोक्त्याची वर्तणूक कशी होते, याचा अभ्यास अर्थशास्त्रात केला जातो.

वस्तूची उपयोगिता विचारात घेऊन उपभोक्ता वस्तूची खरेदी करतो. वस्तूच्या अंगी मानवी गरज पूर्ण करण्याची जी शक्ती असते तिला उपयोगिता असे म्हणतात.

संख्यात्मक किंवा गणनात्मक उपयोगिता दृष्टिकोन (Cardinal - Utility Approach)

संख्यात्मक किंवा गणनात्मक विश्लेषण मार्शलच्या उपयोगिता दृष्टिकोनावर आधारित आहे. संख्यात्मक दृष्टिकोन ही गणिती संज्ञा आहे. संख्यात्मक मापनामध्ये एखाद्या गोष्टीचे मापन संख्येत किंवा अंकात केले जाते. उदा. १,२,३,४,५,६,७ याप्रमाणे 'अ' ला आंब्यापासून १०, संत्र्यापासून २० उपयोगिता मिळते. म्हणजे जेव्हा उपभोक्त्याला वस्तूपासून मिळणारी उपयोगिता संख्येत किंवा आकड्यात मोजली जाते, त्यास संख्यात्मक किंवा गणनात्मक मापन असे म्हणतात. उपयोगिता आकड्यांमध्ये मोजता येत असल्याने कोणत्या वस्तूपासून किती जास्त व कोणत्या वस्तूपासून किती कमी उपयोगिता मिळते, हे आकड्यात सांगता येते. त्यावरून उपभोक्ता कोणत्या वस्तूची खरेदी करावयाची व कोणती वस्तू खरेदी करायची नाही ते ठरवितो. आंब्यापासून १० व संत्र्यापासून २० उपयोगिता मिळत असेल तर उपभोक्त्याला संत्र्यापासून आंब्यापेक्षा दुप्पट उपयोगिता मिळते, असा निष्कर्ष

काढता येतो. संख्यात्मक उपयोगितेमुळे दोन वस्तूंपासून मिळणारी उपयोगिता मोजता येते व तिची तुलना करता येते. मार्शलने उपयोगितेचे मापन संख्येत करता येते असे गृहीत धरले. उदा. संत्र्याच्या पहिल्या नगापासून २०, दुसऱ्यापासून १५, तिसऱ्यापासून ११ अशी उपयोगिता मोजता येते. उपयोगितेचे मापन काल्पनिक अशा युटिल्स (Utils) या एककामध्ये करता येते, असे गृहीत धरून मार्शलने उपयोगिता विश्लेषण मांडले.

उपयोगिता (Utility) : उपयोगिता ही संज्ञा 'इच्छा' या संज्ञेची सहसंबंधी संज्ञा या अर्थाने वापरली जाते. ज्या वेळी एखाद्या व्यक्तीला एखाद्या वस्तूच्या उपभोगाची इच्छा असते; त्यावेळी त्या विशिष्ट व्यक्तीच्या दृष्टीने त्या विशिष्ट वस्तूमध्ये उपयोगिता आहे असे म्हटले जाते. तहान लागल्यानंतर पाणी हवे असते, कारण पाणी प्यायल्यानंतर तहान भागविली जाते. त्या कारणामुळे ज्या एखाद्या वस्तूची इच्छा धरली जाते, त्या कारणामुळे विशिष्ट वस्तूमध्ये उपयोगिता असते. म्हणून **विशिष्ट गरज पूर्ण करण्याचा जो गुणधर्म एखाद्या वस्तूच्या बाबतीत आढळतो त्याला 'उपयोगिता' म्हणतात.** वस्तूमध्ये उपयोगिता आहे की नाही, हे ठरविताना त्या वस्तूमुळे व्यक्तीची गरज पूर्ण होणे शक्य आहे की नाही? एवढाच विचार केला जातो. थोडक्यात, **मानवी गरज पूर्ण करण्याची वस्तू किंवा सेवा यांच्या अंगी जी शक्ती असते तिला उपयोगिता असे म्हणतात.**

उपयोगिता ही संज्ञा व्यक्तिनिष्ठ आहे. एखाद्या व्यक्तीला एखाद्या विशिष्ट वस्तूविषयी तीव्र इच्छा असेल पण दुसऱ्या एखाद्या व्यक्तीला त्या विशिष्ट वस्तूबाबत इच्छा नसेल असेही असू शकेल. थोडक्यात, विशिष्ट वस्तूबाबत भिन्न प्रतिक्रिया असू शकतात. त्या अर्थानेच उपयोगिता व्यक्तिनिष्ठ असते. उपयोगिता ही पैशात मोजता येते, असे डॉ. मार्शल, पियाजे यांचे मत आहे. वस्तूची उपयोगिता युटिल्स (Utils) या परिमाणामध्ये मोजतात. युटिल्स हे दृश्य मोजमाप नाही हे एक मनोनिष्ठ (काल्पनिक) स्वरूपाचे मोजमाप आहे. उपयोगितेला नैतिक व कायदेशीर अधिष्ठान नसते.

२.३.१ सीमान्त उपयोगिता दृष्टिकोन - मर्यादा (Marginal Utility Approach - Limitations) :

एकूण उपयोगिता आणि सीमान्त उपयोगिता (Total Utility and Marginal Utility) : उपभोक्त्याने सेवन केलेल्या सर्व नगांपासून मिळणाऱ्या या उपयोगितांची बेरीज म्हणजे एकूण उपयोगिता होय. याचा अर्थ **उपभोक्त्याने सेवन केलेल्या सर्व नगांपासून मिळणाऱ्या उपयोगितेस एकूण उपयोगिता असे म्हणतात.** उदा. एका उपभोक्त्याने दोन पेरू खाल्ले असता त्याला पहिल्या पेरूपासून १० उपयोगिता मिळाली व दुसऱ्या पेरूपासून त्याला ८ उपयोगिता मिळाली तर त्याला दोन्ही पेरूंपासून १० + ८ = १८ एवढी एकूण उपयोगिता मिळाली. उपभोक्त्याची सुरुवातीची गरज तीव्र असल्याने त्याला सुरुवातीस जास्त उपयोगिता मिळाली, नंतर थोडी गरज पूर्ण झाल्याने दुसऱ्या पेरूपासून तुलनात्मकदृष्ट्या कमी उपयोगिता मिळाली.

सीमान्त उपयोगिता म्हणजे एका जादा नगाची उपयोगिता होय. किंवा शेवटच्या नगाच्या उपभोगापासून मिळणारी उपयोगिता होय. शेवटचा नग म्हणजे सीमान्त नग होय.

वस्तूच्या सेवन केल्या जाणाऱ्या एकूण नग संख्येतून एक नग कमी केल्यामुळे वस्तूपासून मिळणाऱ्या एकूण समाधानात जी घट होते, त्यास सीमान्त उपयोगिता असे म्हणतात. एका पाठोपाठ वस्तूचे सेवन केल्यास उपयोगितेत फरक पडतो. समजा एखाद्या व्यक्तीने आंबे खाण्याचे ठरविले तर प्रत्येक आंब्यापासून तिला वेगवेगळे समाधान मिळेल. त्यामुळे त्या व्यक्तीसाठी प्रत्येक आंब्याची उपयोगिता वेगवेगळी असेल. आंब्याच्या १० नगांपासून एकूण उपयोगिता १०० इतकी मिळत असेल, त्यामधून १ नग कमी केल्यामुळे राहिलेल्या ९ नगापासून ९५ इतकी एकूण उपयोगिता मिळाली तर (१०० - ९५ = ५) ५ ही शेवटच्या नगाची उपयोगिता आहे.

सीमान्त उपयोगिता विश्लेषणाची गृहीते

१) उपयोगिता अंकामध्ये मोजता येते : डॉ. मार्शल यांच्या मते, उपयोगितेचे मोजमाप पैशाच्या साहाय्याने करता येते. त्यांनी उपयोगितेचे मापन अंकामध्ये करता येते, असे गृहीत धरले आहे. त्यासाठी युटिल्स हे काल्पनिक स्वरूपाचे माप आहे. उदा. आंब्याच्या पहिल्या नगापासून १०, दुसऱ्या नगापासून ८, तिसऱ्या नगापासून ७ उपयोगिता मिळते. अशा रीतीने उपयोगिता संख्यांमध्ये व्यक्त करता येते, असे मार्शल यांचे मत आहे.

२) उपयोगिता स्वतंत्र असतात : मार्शल यांच्या मते वेगवेगळ्या वस्तूंची उपयोगिता स्वतंत्र असते असे गृहीत धरले आहे. याचा अर्थ एका वस्तूपासून मिळणारी उपयोगिता दुसऱ्या वस्तूपासून मिळणाऱ्या उपयोगितेवर कोणताही परिणाम करीत नाही. उदा. उपभोक्त्याला पहिल्या आंब्यापासून १० उपयोगिता मिळते आणि उपभोक्त्याने सफरचंदाचा उपभोग सुरू केला व सफरचंदाच्या पहिल्या नगापासून त्याला ७ उपयोगिता मिळते; म्हणून उपभोक्त्याने आंब्याचा उपभोग पुन्हा सुरू केल्यास आंब्याच्या पहिल्या नगापासून त्याला पूर्वीइतकीच म्हणजे १० उपयोगिता मिळते.

सफरचंदाच्या पहिल्या नगाची उपयोगिता कमी म्हणून आंब्याच्या पहिल्या नगाची उपयोगिता कमी होत नाही. दोन्ही वस्तूंच्या उपयोगिता स्वतंत्र असतात. त्यांचा एकमेकावर परिणाम होत नाही.

३) पैशाची सीमान्त उपयोगिता स्थिर असते : उपभोक्त्याच्या उत्पन्नात वाढ किंवा घट झाली तरी पैशाची सीमान्त उपयोगिता बदलत नाही तर ती स्थिर असते, असे गृहीत धरले आहे.

४) आत्मपरीक्षण पद्धती : मार्शलने आत्मपरीक्षण पद्धती गृहीत धरली. स्वतःच्या अनुभवावरून दुसऱ्याच्या मनात काय चालले आहे, याबाबत अनुमान काढले जाते. उदा. एखाद्या वस्तूचा उपयोग वाढविल्यास त्यापासून मिळणारे समाधान घटत जाते, हा अनुभव स्वतःच्या निरीक्षणावरून **'अ'** ला आल्यास **'ब'** ला सुद्धा तोच अनुभव येतो, असे गृहीत धरून **'अ'** सीमान्त उपयोगितेबाबत निष्कर्ष मांडतो.

घटत्या सीमान्त उपयोगितेचा सिद्धान्त (Law of Diminishing Marginal Utility)

घटत्या सीमान्त उपयोगितेचा सिद्धान्त म्हणजे उपभोक्त्याच्या वर्तणुकीचे नियंत्रण करणारा नियम होय.

एखाद्या वस्तूच्या वेगवेगळ्या नगसंख्येपासून मिळणारी उपयोगिता वेगवेगळी असते. **वस्तूच्या नगसंख्येत केले जाणारे बदल आणि त्यामुळे सीमान्त उपयोगितेत घडून येणारे बदल, या दोहोंमधील संबंध स्पष्ट करणाऱ्या नियमाला 'घटत्या उपयोगितेचा सिद्धान्त' असे म्हणतात.**

ज्या वस्तूपासून उपभोक्त्याला उपयोगिता मिळते अशाच वस्तूची खरेदी त्याच्याकडून केली जाते.समजा एखाद्या व्यक्तीला पेन खरेदी करावे किंवा नाही हे ठरवावयाचे आहे. अशा परिस्थितीत पेनपासून मिळणारी उपयोगिता व त्याची किंमत यांची तुलना केली जाईल. उपयोगिता किंमतीपेक्षा जास्त असेल तर पेनची खरेदी केली जाईल.जर उपयोगिता किमतीपेक्षा कमी असेल तर पेनची खरेदी केली जाणार नाही. तसेच किंमत आणि उपयोगिता जर समान असतील तर पेनची खरेदी कदाचित केली जाईल किंवा कदाचित केली जाणार नाही. यावरून आपणास असे म्हणता येते की, उपभोक्त्याने पेन खरेदी केले असल्यास त्याची उपयोगिता व किंमत समान असतील तोपर्यंतच तो वस्तूचा उपभोग घेत राहील.

घटत्या सीमान्त उपयोगितेची अशीही व्याख्या केली जाते की, 'एखाद्या व्यक्तीकडून एखाद्या वस्तूची जसजशी खरेदी केली जाते तसतशी त्या वस्तूपासून मिळणारी सीमान्त उपयोगिता घटत जाते.' मार्शलने हा सिद्धान्त मांडताना पुढील गुणधर्म सांगितला आहे -

'व्यक्तिजवळ असलेल्या एखाद्या वस्तूच्या साठ्यात जसजशी वाढ होत जाते तसतसे त्या वस्तूच्या

साठ्यातील वाढीपासून त्याला जे जादा समाधान मिळते, ते त्या वस्तूच्या वाढीबरोबर घटत जाते.'

यावरून असे स्पष्ट होते की, एखाद्या व्यक्तीकडील एखाद्या वस्तूच्या साठ्यात वाढ होत गेल्यास त्या वस्तूपासून उपभोक्त्याला मिळणारी उपयोगिता कमी-कमी होत जाते. म्हणजे ती घटत जाते, कारण उपभोक्ता जसाजसा वस्तूचा साठा वाढवत जातो तसतशी त्या वस्तूच्या गरजेची तीव्रता कमी होत जाते, त्यामुळे उपभोक्त्याला त्या वस्तूपासून मिळणारी उपयोगिता घटत जाते. म्हणजेच वस्तूची सीमान्त उपयोगिता वस्तूच्या संख्येवर अवलंबून असते.

घटत्या सीमान्त उपयोगितेचा सिद्धान्त पुढील उदाहरणावरून स्पष्ट करता येतो.

समजा, उपभोक्त्याला खूप भूक लागली आहे. ती भागविण्यासाठी तो चिक्कू खरेदी करतो व आपली भूक भागवितो. उपभोक्त्याची चिक्कूची खरेदी व त्यापासून त्याला मिळणारी सीमान्त उपयोगिता पुढील तक्ता दर्शवितो.

तक्ता २.३

अ.न.	चिक्कूची नगसंख्या	सीमान्त उपयोगिता	एकूण उपयोगिता
१	१	१०	१०
२	२	८	१८
३	३	५	२३
४	४	३	२६
५	५	०	२६
६	६	- २	२४
७	७	- ५	१९

वरील तक्ता २.३ मध्ये आपणांस चिक्कूचा उपभोग जसजसा वाढला आहे, तसतशी सीमान्त उपयोगिता घटत गेल्याचे दिसते. उपभोक्त्याला पहिल्या चिक्कूच्या नगापासून १० उपयोगिता मिळते, पहिल्या नगाच्या सेवनापासून त्याची भूक काही प्रमाणात कमी होते. त्यानंतर तो दुसऱ्या, तिसऱ्या, चौथ्या, पाचव्या, सहाव्या, सातव्या नगाचे सेवन करत जातो. तो जसेजसे चिक्कूच्या जादा नगांचे सेवन करत जातो तसतशी त्याची भूक कमी कमी होत जाते. म्हणून त्याला चिक्कूच्या जादा नगांची पूर्वीइतकी आवश्यकता वाटत नाही, त्यामुळे चिक्कूच्या जादा नगापासून जसजशी त्याची भूक भागविली जाते, तसतशी चिक्कूच्या जादा नगापासून त्याला मिळणारी उपयोगिता घटत जाते. त्याची भूक भागल्यानंतरही चिक्कूचे सेवन चालू राहिल्यास त्याला चिक्कूच्या नगापासून शून्य उपयोगिता मिळते व पुढे ती उणे होते, हे वरील तक्त्यावरून दिसून येते.

वरील तक्त्याचा वापर करून घटत्या सीमान्त उपयोगितेचा वक्र काढता येतो.

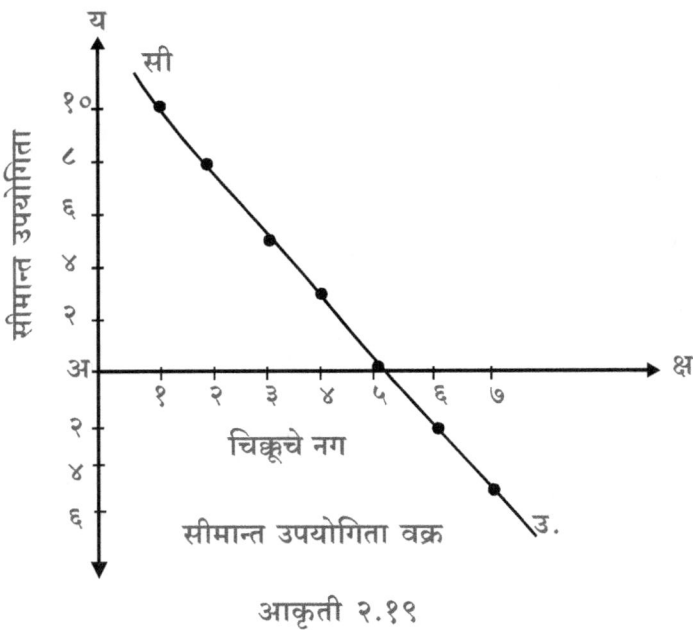

आकृती २.१९

आकृती २.१९ मध्ये **'अक्ष'** अक्षावर चिक्कूची नगसंख्या मोजली आहे. तर **'अय'** अक्षावर उपयोगिता मोजलेली आहे. (उपयोगिता पैशात/युटिल्समध्ये मोजता येते हे पूर्वीच गृहीत मानलेले आहे.). भुकेल्या व्यक्तीने जेव्हा पहिला चिक्कू खाल्ला तेव्हा त्याला सीमान्त उपयोगिता १० एवढी मिळाली. दुसरा चिक्कू खाल्ला असता सीमान्त उपयोगिता ८ एवढी मिळाली. तिसऱ्यापासून ५, चौथ्यापासून ३,पाचव्यापासून ०, सहाव्यापासून -२, सातव्या पासून - ५ उपयोगिता मिळते. म्हणजेच उपभोक्ता चिक्कूच्या नगांचे जसजसे सेवन करीत असतो तसतशी त्यापासून मिळणारी सीमान्त उपयोगिता घटत जाते. उपभोक्ता चिक्कूच्या ५ नगांचे सेवन करील. पाचव्या नगाच्या सेवनामुळे त्याला शून्य उपयोगिता मिळते म्हणजे त्याला पाच नगांच्या सेवनापासून जास्तीतजास्त एकूण उपयोगिता मिळते. पाचव्या नगानंतर चिक्कूचे सेवन किंवा खाणे चालू ठेवले असता सहाव्या नगापासून -२ व सातव्या नगापासून -५ उपयोगिता मिळते. म्हणून पाचव्या नगाच्या पुढे उपभोक्ता चिक्कूचा उपभोग थांबवितो.

उपभोक्ता चिक्कूच्या नगांचे जसेजसे सेवन करतो (खातो), तसतशी त्यापासून मिळणारी एकूण उपयोगिता अनुक्रमे १०, १८, २३, २६, २६, अशी वाढत जाते व त्या नंतर ती २४, १९ अशी घटत जाते. म्हणजे एकूण उपयोगिता वाढत जाते, परंतु तिच्या वाढीचा दर घटत्या स्वरूपाचा आहे. यावरून सुद्धा घटत्या उपयोगितेचा सिद्धान्त प्रत्ययाला येतो.

गृहीते (Assumptions)

या सिद्धान्ताची गृहीते पुढीलप्रमाणे -

१) उपभोक्ता ज्या वस्तूचा उपभोग घेणार असतो त्या वस्तूच्या प्रत्येक नगाचा आकार, दर्जा, वजन, चव, रंग इ. समान असणे आवश्यक आहे. म्हणजेच उपभोगाचे सर्व नग एकजिनसी असावेत.

२) वस्तूचा उपभोग एकापाठोपाठ एक असाच हवा. दोन वस्तूंच्या उपभोगामध्ये बराच वेळ गेल्यास सीमान्त उपयोगिता कमी होईलच असे नाही. उदा. पहिला चिक्कू सकाळी व दुसरा दुपारी खाल्यास सीमान्त उपयोगिता कमी

होणार नाही.

३) वस्तूची उपयोगिता मोजताना वस्तूची किंमत स्थिर असणे आवश्यक आहे.

४) उपभोक्त्याची मानसिक व आर्थिक स्थिती सर्वसाधारण असणे आवश्यक आहे.

५) उपभोक्त्याची आवड - निवड कायम असणे आवश्यक आहे.

मर्यादा (Limitations)

घटत्या सीमान्त उपयोगितेच्या सिद्धान्ताला पुढील गोष्टी अपवाद आहेत.

१) **पैसा** : पैशाच्या बाबतीत घटत्या सीमान्त उपयोगितेचा नियम लागू होत नाही. जेवढा अधिक पैसा मिळतो तेवढी पैसे मिळवण्याची इच्छा वाढतच जाते. अर्थात सर्वच गरजा पूर्ण झाल्यानंतर किंवा अमर्याद पैसा मिळवल्यानंतर पैशाच्या साठ्याच्या वाढीबरोबर समाधान वाढेलच असे नाही.

२) मद्यार्क सेवन : एकापाठोपाठ एक मद्याचे (दारूचे) ग्लास घेतले तर उपयोगिता कमी न होता वाढत जाते, असे म्हटले जाते. परंतु मद्यपीची मर्यादाच जास्त असेल तर हा अपवाद असतो, परंतु एका विशिष्ट मर्यादेनंतर त्याच्या बाबतीतही उपयोगिता कमी होऊ शकते.

३) दुर्मीळ वस्तूंचा साठा : दुर्मीळ नाणी, तिकिटे, दुर्मीळ चित्रे, मूर्ती इत्यादी गोष्टी घटत्या सीमान्त उपयोगितेला अपवाद आहेत. अनेक व्यक्तींना या वस्तू गोळा करण्याचा छंद असतो. वस्तूचा साठा जसजसा वाढत जातो तसतशी त्या वस्तूंपासून व्यक्तीला मिळणारी सीमान्त उपयोगिता वाढत जाते.

परंतु, हा अपवादही वरवरचा आहे, कारण संग्रहातील वस्तू एकजिनसी नसतात. एकाच प्रकारची नाणी, तिकिटे साठवली जात नाहीत. त्यात विविधता असते.

वरील अपवाद असले तरी त्यांच्या बाबतही हा नियम काही कालावधीनंतर लागू होतो असे दिसते. म्हणजे या अपवादांमध्ये काहीच तथ्य नाही असे आढळून येते.

घटत्या सीमान्त उपयोगिता सिद्धान्ताचे महत्त्व

घटत्या सीमान्त उपयोगितेचा सिद्धान्त पुढील दृष्टिकोनातून महत्त्वाचा आहे.

१) विविध सिद्धान्तांची निर्मिती : उपभोगाच्या अनेक सिद्धातांचा हा पायाभूत सिद्धान्त आहे. घटत्या उपभोग सिद्धान्तावर मागणीचा सिद्धान्त, समसीमान्त उपयोगितेचा सिद्धान्त आधारलेला आहे.

२) कर आणि खर्चविषयक आखणीसाठी : मार्शल यांनी सार्वजनिक आयव्ययामध्ये उपयुक्ततेसाठी कर आणि खर्चविषयक धोरणे सुचविली. उत्पन्नानुसार पैशाची सीमान्त उपयोगिता वेगवेगळी असते.उत्पन्न वाढल्यास पैशाची सीमान्त उपयोगिता कमी होते. श्रीमंतांवर जर कर लादले तर ते तीव्र गरजांचा त्याग करतात, त्यामुळे त्यांचे मोठे नुकसान होत नाही. श्रीमंतांवर कर बसवून तो पैसा गरिबांवर खर्च केल्यास गरिबांना पैशाची सीमान्त उपयोगिता जास्त असल्याने ते जास्त तीव्र असणाऱ्या गरजांवर खर्च करतात.

३) मूल्यभेद दाखवण्यासाठी : विनिमय मूल्य आणि उपयोगिता मूल्य दर्शविण्यासाठी या सिद्धान्ताचा उपयोग होतो. उदा. हिरा व पाणी. पाण्याचे उपयोगिता मूल्य जास्त असते परंतु विनिमय मूल्य कमी असते, या उलट हिऱ्याची उपयोगिता कमी परंतु सीमान्त उपयोगिता जास्त. त्यामुळे उपयोगिता मूल्य कमी परंतु विनिमय मूल्य जास्त असते.

२.३.२ समवृत्ती वक्र विश्लेषण (Indifference Curve Analysis)

क्रमदर्शी किंवा क्रमवाचक उपयोगिता दृष्टिकोन (Ordinal Utility Approach)

क्रमवाचक दृष्टिकोनानुसार उपयोगिता मोजता येत नाही, परंतु तिची तुलना करता येते. क्रमवाचक मापकानुसार आंबा संत्र्यापेक्षा जास्त आवडतो असे म्हणू शकतो, पण किती आवडतो हे सांगता येत नाही. या क्रमवाचक दृष्टिकोनावर आधारित प्रो. हिक्स व ॲलन यांनी समवृत्तीवक्र विश्लेषण केले आहे.

घटत्या उपयोगितेच्या संकल्पनेचा आधार घेऊन डॉ. मार्शल यांनी मागणीचे विश्लेषण केले. मार्शलच्या उपयोगिता विश्लेषणात अनेक दोष दाखवून आर. जी. डी. ॲलन आणि जे. आर. हिक्स यांनी समवृत्ती तंत्राचे सविस्तर विवेचन केले. हे विश्लेषण प्रथम १८१८ मध्ये प्रा. एजवर्थ यांनी केले. त्यानंतर पॅरेटो यांनी त्यात भर घातली. १९१५ मध्ये रशियन अर्थशास्त्रज्ञ स्टलस्की यांनी त्याची पुनर्रचना केली. ॲलन आणि हिक्स या इंग्लिश अर्थशास्त्रज्ञांनी १९३४ मध्ये समवृत्तीवक्राचा विकास केला. हिक्स यांनी त्यांच्या 'Value and Capital' या ग्रंथात या सिद्धान्ताची मांडणी केली.

२.३.२.१ समवृत्ती वक्र-अर्थ आणि व्याख्या

उपभोक्ता त्याच्या क्रयशक्तीद्वारे दोन वस्तूंचा एक समूह आपल्या पसंती श्रेणीनुसार निवडतो. या दोन वस्तूंचे अनेक वेगवेगळे समूह असतात. या प्रत्येक समूहापासून त्याला सारखेच समाधान मिळत असते. त्यामुळे कोणताही संच किंवा गट तो निवडू शकतो. म्हणजेच उपभोक्ता प्रत्येक संचाबाबत तटस्थ अणि समवृत्तीचा असतो. दोन वस्तूंच्या निरनिराळ्या संचांच्या आधारे हे वक्र काढले जातात. म्हणून त्यांना समवृत्ती वक्र अथवा तटस्थता वक्र असे म्हणतात.

समवृत्तीवक्र ही वक्रावर दोन वस्तूंचे भिन्न संच किंवा गट दाखविणारी अशी रेषा असते की, ज्या संचाबाबत किंवा गटाबाबत उपभोक्ता तटस्थ असतो. वक्रावरील सर्व बिंदूंनी दाखविलेले संच / समूह / गट त्याला समान समाधान देतात; म्हणून अशा वक्रांना समवृत्तीवक्र असे म्हणतात.

व्याख्या

१. हॅडर्सन आणि क्वाण्टा यांच्या मते, 'वस्तूंच्या ज्या भिन्न गटापासून, उपभोक्त्याला समान पातळीचे समाधान प्राप्त होते त्या बिंदूच्या मार्गाला समवृत्तीवक्र असे म्हणतात.'

२. इस्थाम यांच्या मते, 'समवृत्ती वक्र म्हणजे, बिंदूचा असा मार्ग की जो वस्तूच्या विशिष्ट परिमाणाच्या जोड्या दाखवितो व अशा जोड्यांबाबत उपभोक्ता तटस्थ असतो.'

थोडक्यात असे म्हणता येते, की 'समवृत्तीवक्र म्हणजे समान समाधान मिळवून देणारे दोन वस्तूंचे विभिन्न गट किंवा संच दर्शविणारा वक्र होय.'

समवृत्ती पत्रक आणि समवृत्तीवक्र : समवृत्तीवक्र ही संकल्पना उदाहरणाच्या साहाय्याने समजावून घेऊ. समजा उपभोक्त्याने आपले उत्पन्न आंबे आणि संत्री या दोन वस्तूंवर खर्च करण्याचे ठरविले, तर आंबे व संत्री यांचे असे निरनिराळे गट दाखविता येतील की ज्या प्रत्येक गटापासून मिळणारे समाधान सारखेच असेल. असे गट दर्शविणाऱ्या पत्रकाला समवृत्तीपत्रक असे म्हणतात.

तक्ता क्र. २.४

समवृत्ती पत्रक

अ.न.	गट किंवा संच	आंबे	संत्री
१	पहिला	१८	१
२	दुसरा	१३	२
३	तिसरा	९	३
४	चौथा	६	४
५	पाचवा	४	५
६	सहावा	३	६

वरील समवृत्तीपत्रकाच्या आधारे समवृत्तीवक्र काढता येतो.

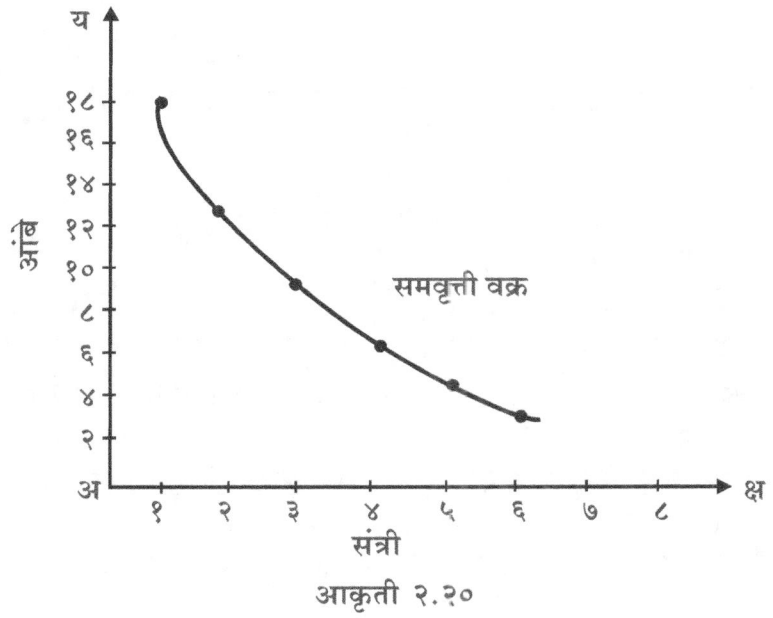

आकृती २.२०

आकृती २.२० वरून असे दिसून येते की, संत्र्यांच्या संख्यावाढीबरोबर आंब्याचे नग कमी होत आहेत. उपभोक्त्याला मर्यादित उत्पन्नाच्या समाधानाच्या एकाच पातळीत राहावयाचे असल्याने हे स्वाभाविक आहे. वरील तक्त्याच्या आधारे समवृत्तीवक्र काढता येतो. आकृतीमध्ये समवृत्तीवक्र दाखविला आहे. 'अक्ष' अक्षावर संत्र्यांचे नग तर 'अय' अक्षावर आंब्याचे नग दाखविले आहेत. आंब्याचे नग कमी करून उपभोक्त्याला संत्र्याचे नग वाढविता येतात. त्यामुळे समवृत्तीवक्रही मागणीवक्राप्रमाणेच डावीकडून उजवीकडे खाली उतरणारा असतो.

वरील वक्राप्रमाणेच निरनिराळ्या समाधानाच्या पातळ्या दर्शविणारे वेगवेगळे समवृत्तीवक्र काढता येतील. अर्थात समाधानपातळीमधील बदल उत्पन्नबदलामुळे होतो. म्हणजेच जर उपभोक्ता या दोन वस्तूंवर आणखी जास्त खर्च करण्यास तयार असेल तर समाधानाची पातळी व वस्तूंचे गटही बदलतील.

वरील आकृती २.५ मध्ये वेगवेगळ्या उत्पन्नांनुसार वेगवेगळे गट दर्शविणारे व वाढत्या उत्पन्नाबरोबर उंचावणारी

समाधानाची पातळी दर्शविणारे वक्र दाखविले आहेत. त्यापैकी कोणत्याही एका वक्रावरील निरनिराळे बिंदू समान समाधान दर्शवितात. हे वक्र काढण्यासाठी क्ष आणि य या दोन वस्तूंचा आधार घेतला आहे.

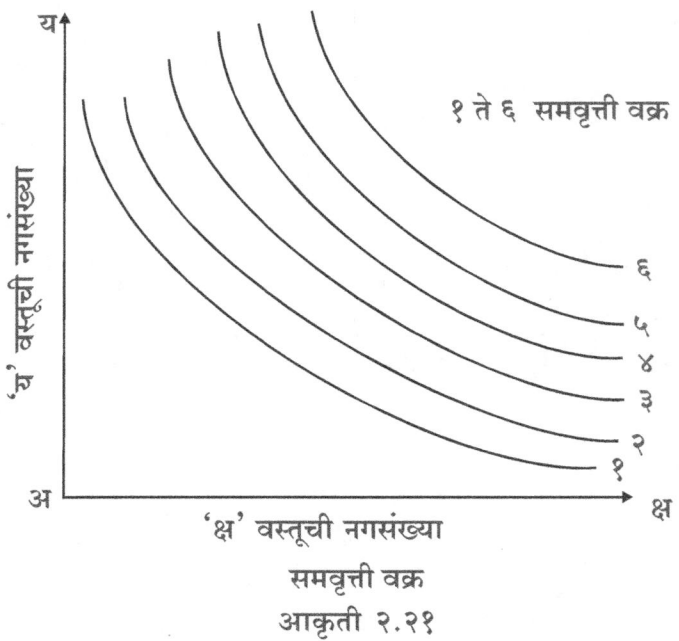

य
'य' वस्तूची नगसंख्या
क्ष
'क्ष' वस्तूची नगसंख्या

समवृत्ती वक्र
आकृती २.२१

समवृत्ती वक्राची गृहीतके

समवृत्तीवक्राच्या विवेचनात काही गृहीते मानावी लागतात ती पुढीलप्रमाणे -

१. उपभोक्ता विवेकशील असतो : उपभोक्ता आपल्या मर्यादित उत्पन्नात जास्तीतजास्त समाधान कसे मिळेल याचा विचार करून आपली पसंती ठरवतो.

२. सुसंगत निवड : उपभोक्त्याची निवड ही सुसंगत असते. म्हणजेच विचार करून निवड केलेली असल्यामुळे त्यामध्ये वारंवार बदल होण्याची शक्यता फारच कमी असते.

३. स्थिर उत्पन्न : विशिष्ट काळात उपभोक्त्याचे उत्पन्न स्थिर असणे आवश्यक असते. तरच त्याच्याकडून खरेदी केल्या जाणाऱ्या वस्तूंची नगसंख्या कायम राहते.

४. स्थिर आवड-निवड : उत्पन्नाबरोबरच विशिष्ट काळात उपभोक्त्याच्या आवडी - निवडीही स्थिर असणे आवश्यक ठरते.

५. उपयोगिता एकमेकांवर अवलंबून : डॉ. मार्शल यांच्या उपयोगिता विश्लेषणात प्रत्येक उपयोगितेचा दुसऱ्या वस्तूच्या उपयोगितेवर परिणाम होत नाही. परंतु समवृत्तीवक्र विश्लेषणात इतर वस्तूंच्या उपयोगितेचा परिणाम मूळ वस्तूवर होत असतो, असे मानले आहे, त्यामुळे या विश्लेषणात वस्तूची निवड करीत असताना ती सामूहिक स्वरूपाची असते.

६. दोन वस्तूंचे संच किंवा गट : उपभोक्ता जरी अनेक वस्तूंची खरेदी करत असला तरी फक्त दोनच वस्तूंच्या गटांचे व त्यानुरूप त्यांच्या मागणीचे विश्लेषण समवृत्तीवक्राच्या साहाय्याने करता येते. त्या दोनपेक्षा अधिक वस्तू असतील तर विश्लेषण गणिती पद्धतीने करावे लागेल.

७. वस्तूच्या किमतीविषयी ज्ञान : उपभोक्त्याला उपभोगासाठी ज्या वस्तू खरेदी करावयाच्या आहेत अशा वस्तूंच्या किमतीबाबत पूर्ण ज्ञान असावे, त्यामुळे तो आपल्या क्रयशक्तीद्वारे वस्तूंची निवड आणि वस्तूंचे प्रमाण ठरवू शकेल.

८. उपयोगितेचे क्रमवाचक मोजमाप : एखाद्या वस्तूकरिता पसंती दर्शविली गेली तरी दुसऱ्या वस्तूपेक्षा (किंवा वस्तूसमूहापेक्षा) त्या वस्तूपासून मिळणारे समाधान किती अधिक आहे, हे समवृत्तीवक्र विश्लेषणात सांगितले जात नाही. याचा अर्थ हे विश्लेषण क्रमदर्शक आहे, अंकदर्शक नाही.

वरील गृहीतांचा आधार घेऊनच समवृत्ती वक्र विश्लेषण केले आहे.

२.३.२.२ समवृत्ती वक्राची वैशिष्ट्ये (Characteristics of Indifference Curve)

समवृत्तीवक्राची वैशिष्ट्ये पुढीलप्रमाणे सांगता येतील.

१. समवृत्ती वक्र डावीकडून उजवीकडे उतरते असतात. म्हणजेच त्यांचा उतार ऋणात्मक असतो: समवृत्तीवक्र डावीकडून उजवीकडे उतरत असतात, कारण उपभोक्ता वस्तूंचे वेगवेगळे गट तयार करताना एका वस्तूची नग संख्या वाढवीत असताना दुसऱ्या वस्तूची नगसंख्या कमी करत जातो, व आपल्या मर्यादित उत्पन्नाच्या साहाय्याने खरेदी करता येऊ शकणारे समान समाधान देणारे गट तयार करतो. त्यामुळे समवृत्ती वक्र डावीकडून उजवीकडे खाली घसरत येतो.

आकृतीच्या साहाय्याने हा गुणधर्म किंवा वैशिष्ट्ये स्पष्ट करता येतात.

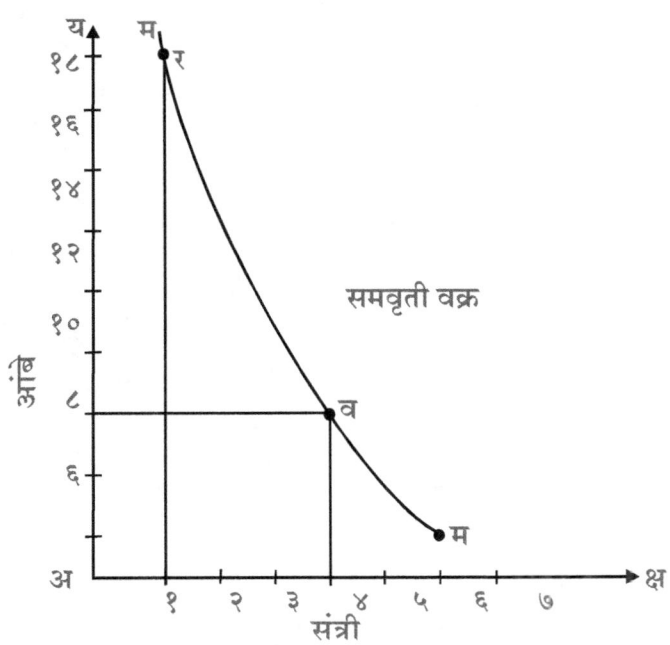

आकृती २.२२

आकृती २.२२ मध्ये **'मम'** हा समवृत्ती वक्र काढला आहे. उपभोक्त्याने जर एका वस्तूचे जादा नग खरेदी केले तर समाधान समान ठेवण्यासाठी त्याला दुसऱ्या वस्तूचे नग कमी करावे लागतात, त्यामुळे समवृत्तीवक्र डावीकडून उजवीकडे वरून खाली येणारा असतो. वरील आकृतीत समवृत्तीवक्र ऋणात्मक उताराचा दाखविला आहे. जेव्हा उपभोक्ता आंब्याचे नग कमी करतो तेव्हा तो 'य' अक्षावर खाली येतो. तेव्हा त्याचे होणारे समाधान भरून काढण्यासाठी तो संत्र्यांचे जादा नग खरेदी करतो. म्हणजेच तो 'क्ष' अक्षावर पुढे सरकतो.

समवृत्तीवक्र आकृती २.२३ मधील **आकृती क्र. १** प्रमाणे **अक्ष** अक्षाला समांतर असू शकत नाही. जर तो क्ष अक्षाला समांतर असेल तर **मम** या वक्रावरील **क, ख, ग,** या बिंदूत संत्र्यांची नगसंख्या वाढते तर आंब्याची नगसंख्या कायम राहते. त्यामध्ये बदल होत नाही.त्यामुळे **क** बिंदू ख पेक्षा व **ख** बिंदू **ग** पेक्षा कमी समाधान दर्शवितात. त्यामुळे एकाच समवृत्तीवक्रावर वेगवेगळे समाधान देणारे बिंदू नसतात, तर सारखेच समाधान देणारे बिंदू असतात. त्यामुळे समवृत्ती वक्र 'क्ष' अक्षाला समांतर नसतो.

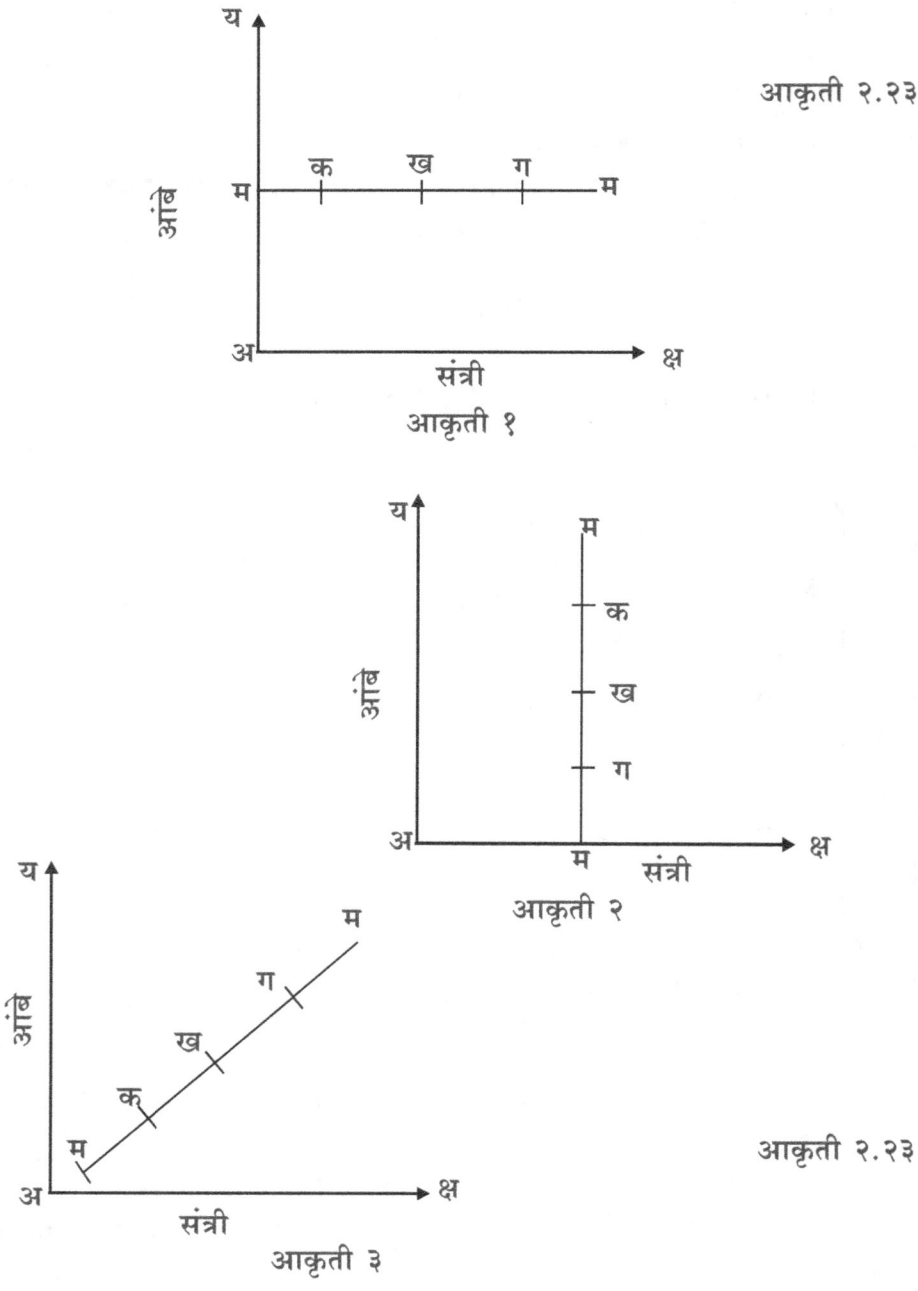

आकृती २.२३

आकृती १

आकृती २

आकृती २.२३

आकृती ३

आकृती २ मध्ये दर्शविल्याप्रमाणे समवृत्तीवक्र **'य'** अक्षाला समांतर असेल तर **क्ष** अक्षावरील संत्र्यांची नग संख्या स्थिर राहून आंब्यांची नगसंख्या मात्र वाढते हे त्या वक्रावरील **क,ख,ग,** हे बिंदू दाखवितात. त्यामुळे **क** पेक्षा **ख** व **ख** पेक्षा **ग** बिंदू जास्त समाधान दर्शवितो. असे भिन्न समाधान दर्शविणारे बिंदू एकाच समवृत्ती वक्रावर नसतात, त्यामुळे समवृत्तीवक्र **य** अक्षाला समांतर नसतो.

आकृती ३ मध्ये दाखविल्याप्रमाणे समवृत्तीवक्र डावीकडून उजवीकडे वर जाणारा असेल तर त्या वक्रावरील **क,ख,ग** हे बिंदू संत्री व आंब्यांची नगसंख्या वाढत जाते असे दर्शवितात. त्यामुळे **'क'** पेक्षा **'ख'** व **'ख'** पेक्षा **'ग'** बिंदू जास्त समाधान दर्शवितात, त्यामुळे समवृत्तीवक्रावरील वेगवेगळे बिंदू वेगवेगळे समाधान दर्शविणारे नसतात. त्यामुळे समवृत्तीवक्र डावीकडून उजवीकडे वर जाणारा नसतो.

अशा प्रकारे समवृत्तीवक्र **'क्ष'** व **'य'** अक्षाला समांतर नसतो, तो डावीकडून उजवीकडे वर जाणारा नसतो, तर समवृत्ती वक्र डावीकडून उजवीकडे खाली उतरणारा असतो.

२) समवृत्ती वक्र आरंभ स्थानाशी बहिर्वक्र असतात : समवृत्ती वक्र घटत्या सीमान्त पर्यायिता दरावर आधारलेला आहे. एखादी व्यक्ती एखाद्या वस्तूच्या नगाची, लागोपाठ दुसऱ्या वस्तूच्या नगाशी ज्या दराने देवघेव करते त्या दराला 'सीमान्त पर्यायिता दर' असे म्हणतात. हा दर $\frac{\Delta य}{\Delta क्ष}$ असा मोजला जातो.

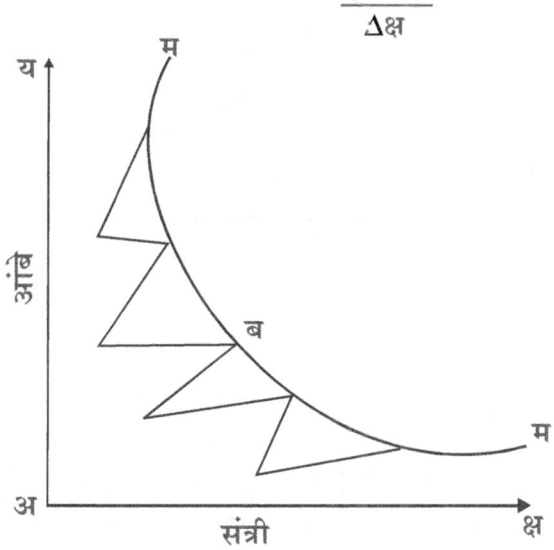

समवृत्ती वक्र आरंभस्थानाशी बहिर्वक्र असतात.
आकृती २.२४

मम हा समवृत्ती वक्र **'ब'** बिंदूत बहिर्वक्र आहे. उपभोक्ता संत्र्यांची नगसंख्या जसजशी वाढवत जातो तसतशी आंब्यांची नगसंख्या कमी करीत जातो, कारण त्याचे उत्पन्न मर्यादित असल्याने त्या उत्पन्नात त्याला संत्री आणि आंबे खरेदी करावे लागतात. आंब्यांची नगसंख्या जसजशी कमी होत जाते तसतशी त्याला आंब्यांची उपयोगिता जास्त वाटू लागते. संत्र्यांच्या एका जादा नगासाठी आंब्याचे पूर्वीइतके नग सोडून देण्यास तो तयार नसतो, त्यामुळे संत्री व आंबा या दोन वस्तूंमधील सीमान्त पर्यायिता दर घटत जातो. हे आकृतीतील **'मम'** या समवृत्ती वक्रालगत असणाऱ्या त्रिकोणावरून दिसून येते. उपभोक्ता जसजशी संत्र्यांची जास्त नगसंख्या खरेदी करतो, तसतशी समवृत्ती वक्रालगतची त्रिकोणांची उंची कमी कमी होत जाते. संत्र्याच्या एका जादा नगासाठी

उपभोक्ता संत्र्याचे कमी कमी नग देण्यास तयार होतो. हे वक्रालगतच्या त्रिकोणाच्या कमी-कमी होणाऱ्या उंचीवरून दिसून येते, त्यामुळे समवृत्ती वक्र डावीकडून उजवीकडे खाली येत असताना बहिर्वक्र होत जातो. अशा रीतीने संत्री आणि आंब्यांच्या दोन वस्तूंमधील सीमान्त पर्यायता दर घटत असल्यामुळे समवृत्ती वक्र आरंभ स्थानी बहिर्वक्र आहे.

३. समवृत्ती वक्र एकमेकांना कधीही छेदत नाहीत : दोन समवृत्ती वक्र एकमेकांना कधीच छेदत नाहीत. हा गुणधर्म आकृतीच्या आधारे स्पष्ट करता येईल.

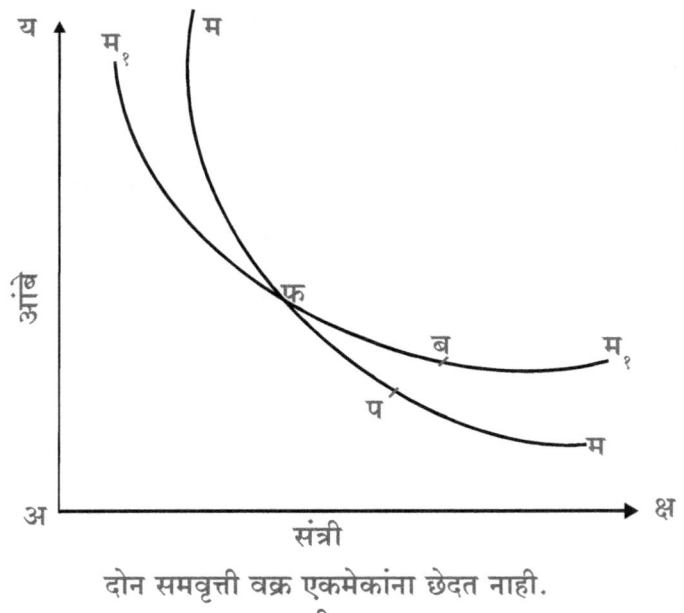

दोन समवृत्ती वक्र एकमेकांना छेदत नाही.
आकृती २.२५

आकृती २.२५ मध्ये **मम$_{१}$** या समवृत्ती वक्रावरील **ब** हा बिंदू **'मम'** या समवृत्ती वक्रावरील **'प'** या बिंदूने सूचित होणाऱ्या समाधान पातळीपेक्षा अधिक उच्च समाधानाची पातळी दर्शवितो, कारण **मम$_{१}$** हा वक्र मम या वक्राच्या दृष्टीने उजव्या बाजूला आहे. परंतु **फ** हा बिंदू **मम** आणि **मम$_{१}$** या दोन्ही वक्रांवर आहे. म्हणजे **'प'** आणि **'ब'** हे दोन बिंदू भिन्न समाधान पातळी दर्शवितात. असे वर सिद्ध केल्यानंतर पुन्हा दोन्ही बिंदू फ बिंदूने सूचित होणारी, एकच समाधान पातळी दर्शवितात, असे म्हणावे लागते, परंतु दोन परस्पर-विरोधी विधाने एकाचवेळी सत्य ठरू शकत नाहीत. थोडक्यात, दोन समवृत्ती वक्र एकमेकांना कधीच छेदत नाहीत.

४. उजव्या बाजूचा समवृत्तीवक्र डाव्या बाजूच्या समवृत्ती वक्रापेक्षा उच्च समाधानाची पातळी दर्शवितो. : उपभोक्ता जसजसा उजवीकडे वर जाऊ लागतो तसतसा तो दोन्ही वस्तूंचे जादा नग खरेदी करीत असतो, त्यामुळे एकूण समाधानात वाढ होते.

आकृती २.२६ मध्ये **'मम'** वक्र खालच्या बाजूला तर **मम$_{१}$** हा वक्र वरच्या बाजूला आहे. **मम** या समवृत्तीवक्रावरील **'प'** बिंदू ५ संत्री + २० आंबे हा गट दर्शवितो तर **मम$_{१}$** वक्रावरील **ब** बिंदू १० संत्री + २० आंबे हा गट दर्शवितो. तर **ब** बिंदू दर्शवीत असलेल्या १० संत्री +२० आंबे या गटापासून मिळणारे समाधान **'प'** बिंदू दर्शवीत असलेल्या ५ संत्री व २० आंबे या गटापेक्षा ५ संत्री जास्त आहे. त्यामुळे १० संत्री + २० आंबे हा गट जास्त समाधान दर्शविणारा आहे. तो गट **'ब'** बिंदूने दर्शविणारा आहे. तर ५ संत्री + २० आंबे हा गट कमी समाधान

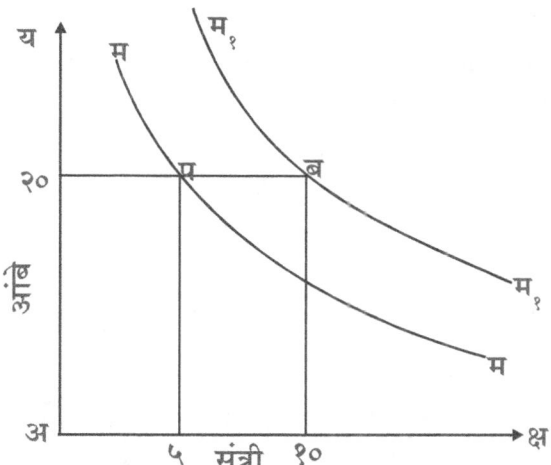

उजव्या बाजूचा समवृत्ती वक्र उच्च समाधानाची पातळी दर्शवितो.

आकृती २.२६

दर्शवितो. तो 'प' बिंदूने दर्शविला आहे. 'ब' बिंदू मम१ या वरच्या समवृत्ती वक्रावर आहे. तर प बिंदू मम या खालच्या समवृत्ती वक्रावर आहे. 'ब' बिंदू जास्त समाधान दर्शविणारा आहे , तर 'प' बिंदू कमी समाधान दर्शविणारा आहे, म्हणून वरचे उजव्या बाजूचे समवृत्तीवक्र जास्त तर खालचे, डावीकडील समवृत्ती वक्र कमी समाधान दर्शविणारे असतात.

५. समवृत्तीवक्र एकमेकांना समांतर असतातच असे नाही.

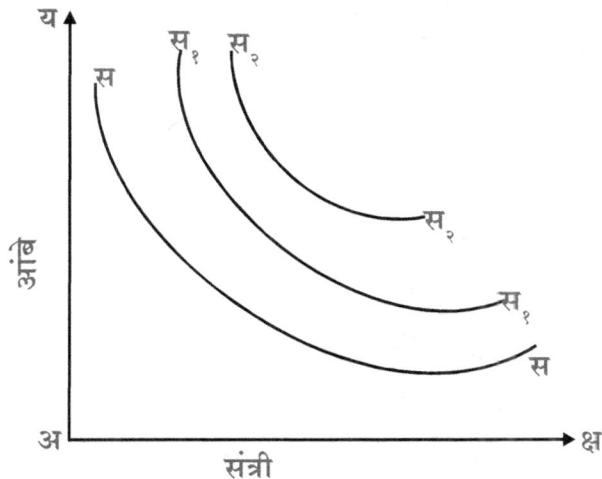

आकृती २.२७

समवृत्ती वक्र अगदी काटेकोरपणे एकमेकांना समांतर असतातच असे नाही. हे आकृती २.२७ मध्ये दाखविल्याप्रमाणे कमी-जास्त अंतराचे असू शकतात. समवृत्ती वक्र उपयोगितेच्या संख्यात्मक आधारावर काढलेले नसतात. त्यामुळे उपयोगिता प्रत्यक्ष मोजली जात नाही, फक्त तुलना केली जाते. ही तुलना काटेकोर नसल्याने तटस्थतावक्रांचे आकार समांतर असणे शक्य नसते. तसेच उपभोक्त्याच्या पसंतीश्रेणीद्वारे समवृत्ती वक्राचा आकार ठरत असतो. पसंतीश्रेणीनुसार दोन समवृत्ती वक्रांवरील वस्तूंच्या संयोगात समान अंतर नसल्याने समवृत्तीवक्रांचे

आकार समान व समांतर नसतात. मुख्य म्हणजे, सर्व समवृत्ती तक्त्यांमध्ये आढळून येणारा सीमान्त पर्यायिता दर वेगवेगळा असतो. त्यामुळेच समवृत्ती वक्र नेहमी समांतर असतातच असे नाही.

६. समवृत्ती वक्र अक्षांना स्पर्श करीत नाहीत : तटस्थता वक्र दोन वस्तूंचा संच/गट दर्शवितो. त्यामध्ये एखाद्या वस्तूचे परिमाण कमी असू शकते, मात्र ते शून्य असू शकत नाही.

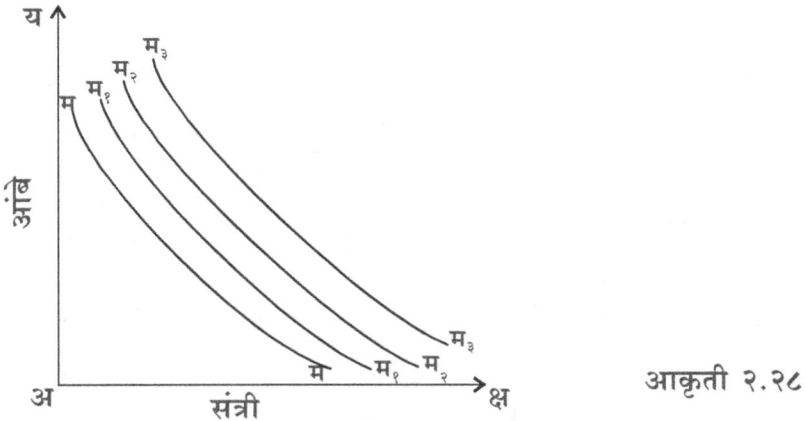

आकृती २.२८

आकृती २.२८ मध्ये **मम** आणि **मम₁** असे दोन समवृत्तवक्र अनुक्रमे उभ्या आणि आडव्या अक्षाला स्पर्श करीत आहेत. याचा अर्थ उपभोक्त्याला फक्त एकाच वस्तूचे अधिक नग हवे आहेत. व दुसऱ्या वस्तूचे शून्य नग हवे आहेत. पण आपल्या गृहीताप्रमाणे हे शक्य नसल्याने समवृत्त वक्र आडव्या किंवा उभ्या अक्षाला कधीही स्पर्श करीत नाहीत.

७. समवृत्तीवक्रांचे क्रमांक ठरवताना ते अंदाजाने ठरवले जातात : समवृत्तीवक्रांचे क्रमांक हे अंदाजाने केलेले असतात. दोन समवृत्ती वक्रांच्या मध्ये अनेक समवृत्ती वक्र असू शकतात.

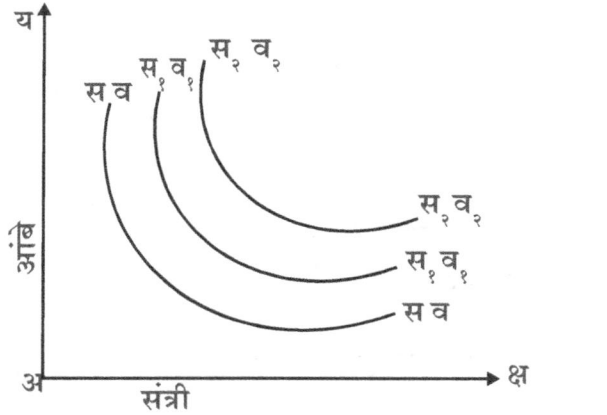

आकृती २.२९

२.३.२.३ समवृत्तीवक्राच्या साहाय्याने उपभोक्त्याचा समतोल (Consumer's Equilibrium with the help of Indifference Curve)

उपभोक्त्याला सर्वाधिक समाधान कसे प्राप्त होते, किंवा जास्तीतजास्त समाधान मिळवून देणारा बिंदू कसा ठरवायचा हे समवृत्तीवक्राच्या आधारे दाखवून देता येते. उपभोक्ता आपले उत्पन्न वेगवेगळ्या वस्तू गटांवर खर्च

करून जास्तीतजास्त समाधान कसे मिळवितो, हे उपभोक्त्याचा समतोल दर्शवितो. उपभोक्त्याचा समतोल, किंमत रेषा व समवृत्तीवक्राचा नकाशा या दोहोंच्या साहाय्याने दर्शविला जातो. किंमत रेषा उपभोक्त्याला त्याच्या उत्पन्नाच्या साहाय्याने बाजारातील प्रचलित किमतीला कोणकोणते गट खरेदी करता येतील ते दर्शविते. समवृत्तीवक्रांच्या वरच्या बाजूचे समवृत्तीवक्र जास्त तर खालच्या बाजूचे समवृत्तीवक्र कमी समाधान देणारे असल्याचे दर्शवितो. उपभोक्ता आपले उत्पन्न वेगवेगळ्या वस्तूंवर अशा रीतीने खर्च करतो की, त्यापासून त्याला जास्तीतजास्त समाधान मिळेल. ज्या ठिकाणी उपभोक्त्याचा समतोल साधला जातो, त्या ठिकाणी त्याला जास्तीतजास्त समाधान प्राप्त होते. त्या समतोल बिंदूच्या ठिकाणी असणाऱ्या वस्तूंच्या गटाची तो खरेदी करील.

गृहीते

१. उपभोक्ता दोन वस्तूंची खरेदी करतो.
२. उपभोक्त्याचा पसंतीक्रम बदलत नाही.
३. उपभोक्त्याचे उत्पन्न मर्यादित आहे, मात्र तो ते पूर्ण खर्च करतो.
४. सर्व वस्तू एकजिनसी आहेत, व विभाजनशील असतात.
५. वस्तूंच्या किमती स्थिर असतात.
६. समवृत्तीवक्राचा नकाशा दिला आहे.
७. उपभोक्ता जास्तीतजास्त समाधान मिळविण्याचा प्रयत्न करतो.

समतोलाचे स्पष्टीकरण

उपभोक्त्याजवळ असलेले सर्व उत्पन्न तो उपभोक्ता आंबे आणि संत्री या दोन वस्तूंकरिता खर्च करतो, असे गृहीत धरलेले आहे. सर्व उत्पन्न खर्च करून त्यास सर्वाधिक समाधान मिळवावयाचे आहे. उभ्या अक्षावर आंबे तर आडव्या अक्षावर संत्री गृहीत मानून, त्याच्या किमतीवरून **कर** ही किंमत रेषा मिळते. दोन वस्तूंच्या किमती आणि उपभोक्त्याचे उत्पन्न माहीत असताना त्याला आंबे अणि संत्री या दोन वस्तूंचे किती निरनिराळे गट खरेदी करता येतील हे **कर** या किंमत रेषेवरून समजते. आकृती **२.३०** मध्ये वक्र$_१$, वक्र$_२$, वक्र$_३$, वक्र$_४$ असे चार समवृत्तीवक्र काढून त्या उपभोक्त्याच्या दृष्टीने एक समवृत्तीवक्र नकाशा काढला आहे. आता किंमत - रेषा आणि समवृत्तीवक्र या दोहोंचा एकत्रितरीत्या विचार करून त्या उपभोक्त्याला सर्वाधिक समाधान मिळवून देणारा वस्तू समूह (गट)

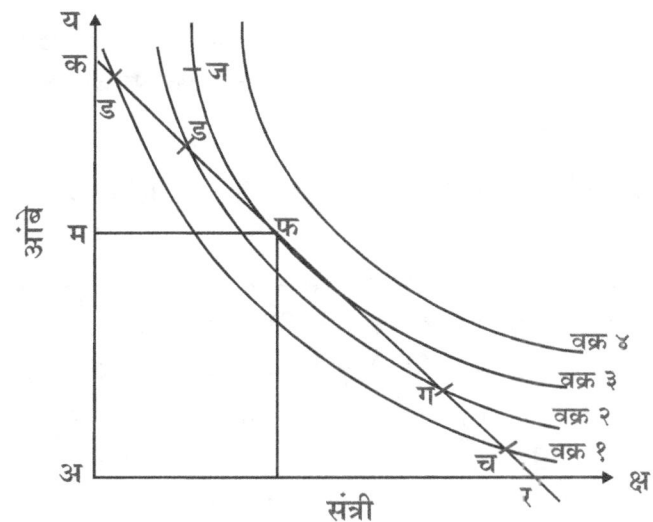

आकृती २.३०

शोधून काढावयाचा आहे.

र ही किंमत रेषा असल्यामुळे त्या रेषेवर असणाऱ्या कोणत्याही बिंदूने सूचित होणारा वस्तूसमूह (गट) उपभोक्त्याला विकत घेता येईल, परंतु वक्र$_१$ या समवृत्तीवक्रावरील कोणत्याही बिंदूने सूचित होणाऱ्या वस्तूगटांपासून उपभोक्त्याला मिळणारे समाधान वक्र$_३$ वरील बिंदूने सूचित होणाऱ्या वस्तू संचापासून मिळणाऱ्या एकूण समाधानापेक्षा कमी राहील. म्हणून **कर** या किंमत रेषेवरील कोणत्याही बिंदूने सूचित होणारा वस्तूसमूह (गट) उपभोक्त्याला खरेदी करता येत असला तरी तो उपभोक्ता फक्त वक्र$_३$ ह्या उच्चवक्रावर असलेल्या आणि त्याचबरोबर **कर** या किंमतरेषेवर असणाऱ्या **फ** या बिंदूने सूचित होणारा वस्तूगट खरेदी करील, कारण त्या स्थितीतच त्याला सर्वाधिक समाधान मिळेल. म्हणजे तो उपभोक्ता **अन** इतकी संत्री आणि **अम** इतके आंबे असा **फ** बिंदूत दर्शविला जाणारा वस्तूसमूह खरेदी करेल.

वक्र$_३$ वरील **फ** या बिंदूशिवाय इतर कोणताही बिंदू त्याला निवडता येणार नाही. वक्र$_३$ वरील **ज** ह्या बिंदूने सूचित होणाऱ्या वस्तू गटापासून **फ** ने सूचित होणाऱ्या कर गटाइतकेच समाधान मिळत असेल तरी, त्याला **फ** शिवाय इतर कोणताच (म्हणजे ज किंवा इतर) बिंदू निवडता येणार नाही, कारण **फ** शिवाय इतर सर्व बिंदू किंमत रेषेबाहेरचे आहेत. उपभोक्त्याचे उत्पन्न मर्यादित असल्याने त्याला **ग** किंवा **ज** सारख्याच इतर कोणत्याही बिंदूने सूचित होणारी खरेदी करता येणार नाही. **फ** बिंदू उपभोक्त्याचा समतोल दर्शवितो. या बिंदूत **कर** ही किंमत रेषा वक्र$_३$ या समवृत्तीवक्राला स्पर्श करते. **फ** हा स्पर्श बिंदू **कर** ही किंमत - रेषा आणि वक्र$_३$ ह्या दोन्हीसाठी समाईक आहे. **फ** बिंदू मध्ये किंमत - रेषा आणि वक्र$_३$ या दोन्हींचा उतार समान आहे.

फ बिंदूमध्ये किंमतरेषेचा उतार = आंब्याची किंमत ÷ संत्र्याची किंमत असा आहे. तसेच वक्र$_३$ चा उतार म्हणजे **फ** बिंदूशी असलेला आंबे आणि संत्री यामधील सीमान्त पर्यायता दर होय. हा सीमान्त पर्यायता दर आंब्याची किंमत ÷ संत्र्याची किंमत इतका असला पाहिजे. याचा अर्थ **फ** या बिंदूशी किंमतरेषेचा उतार अणि वक्र$_३$ चा उतार समान आहेत. आणि ह्या बिंदूत उपभोक्त्याला सर्वाधिक समाधान मिळत असते. फक्त स्पर्शबिंदूशी उतारांची समानता आढळते. **ड,इ,ग,च** ह्या बिंदूंनी सूचित होणाऱ्या स्थितीत उपभोक्त्याला सर्वाधिक समाधान लाभणार नाही, कारण किंमत रेषा समवृत्तीवक्रांना या सर्व बिंदूंतून छेदत जाते. फक्त **फ** हा एकच बिंदू असा आहे की, जेथे किंमतरेषा समवृत्ती वक्राला स्पर्श करून जाते, म्हणून **फ** बिंदू उपभोक्त्याचा समतोल (सर्वाधिक समाधान) दर्शवितो.

सारांश **फ** हा एकच बिंदू उपभोक्त्याचा समतोल दर्शवितो. उपभोक्त्याचे व्यक्तिनिष्ठ प्राधान्य क्रम, त्याचे उत्पन्न आणि दोन्ही वस्तूंच्या किमती कायम आहेत असे मानल्यास, किंमत-रेषा ज्या बिंदूत समवृत्तीवक्राला स्पर्श करते तो बिंदू उपभोक्त्याच्या सर्वाधिक समाधानाचा बिंदू किंवा समतोलाचा बिंदू होय.

२.४ मागणीचा अंदाज आणि मागणीचा पूर्व अंदाज (Demand Estimation and Demand Forecasting)

मागणी संबधीच्या विश्लेषणात मागणी ज्या घटकांवर अवलंबून असते त्या सर्व निर्धारक घटकांचा मागणीच्या अंदाजात विचार केला जातो. त्यात वस्तूची किंमत, उपभोक्त्याचे उत्पन्न आणि उपभोक्त्याची अभिरुची, प्राधान्य क्रम आणि आवश्यकता, तसेच उपभोक्त्याची अपेक्षा, लोकसंख्येचे आकारमान व रचना, तांत्रिक व औद्योगिक प्रगती, जाहिरात उत्पन्न व संपत्तीची वाटणी, कररचना, आर्थिक विकासाची पातळी, हवामान, भौगोलिक परिस्थिती याशिवाय वित्तसंस्थांची व पुरवठ्याची स्थिती, बचत व गुंतवणुकीतील बदल, व्यवसायाची स्थिती, रूढी परंपरा चालीरीती इ.चा समावेश होतो. आज मागणीचा अंदाज व्यक्त करताना हे घटक विचारात घ्यावे लागतात. कारण

या घटकांमधील बदलांचा ग्राहकांच्या मागणीवर परिणाम होत असतो.

मागणीच्या पूर्व अंदाजाची व्याख्या करताना असे म्हणता येईल की, मागणीचा पूर्व अदांज म्हणजे 'भावी मागणी संबंधी केलेला अंदाज होय.' त्यातही मागणीचा अंदाज निश्चित करताना जे घटक उपयोगी पडतात त्याच घटकांचा उपयोग मागणीचा पूर्व अंदाज व्यक्त करताना होतो.

मागणीचा पूर्व अंदाज व्यवसायसंस्थेच्या व्यवस्थापनाच्या दृष्टीने पुढील बाबींसाठी आवश्यक असतात. (१) नियोजन (२) अर्थसंकल्प तयार करणे, (३) उत्पादन आणि रोजगार यांचे स्थिरीकरण, (४) व्यवसायाच्या विस्ताराची योजना, (५) दीर्घकालीन गुंतवणूक योजना, (६) विक्रीचे अंदाजपत्रक तयार करणे, (७) साठवण नियंत्रण इ.

कोणत्याही वस्तूचे मागणीप्रमाणे लगेच उत्पादन करता येत नाही, कारण वस्तूचे उत्पादन करण्यासाठी जमीन, इमारत, यंत्रसामग्री, कच्चा माल, भांडवल, श्रमिक इत्यादींची गरज असते. या सर्व गोष्टींसाठी काही कालावधी लागतो. म्हणून भविष्यकाळातील मागणीचा अंदाज घेऊन जो उद्योजक उत्पादन करतो तो यशस्वी होतो म्हणून मागणीचा शास्त्रशुद्धरीत्या पूर्व अंदाज घेणे हे व्यवसायसंस्थेच्या दृष्टीने महत्त्वाचे असते.

व्याख्या : 'एखाद्या व्यवसाय-संस्थेने वस्तूच्या उत्पादनाचे नियोजन करण्यापूर्वीच बाजारातील भावी परिस्थितीत किती मागणी येईल याचा शास्त्रशुद्ध अभ्यास करणे म्हणजे मागणीचा पूर्व अंदाज होय.'

उत्पादनसंस्थेत किती भांडवल गुंतवणूक करावी? उत्पादन किती करावे? उत्पादनासाठी आधुनिक यंत्रसामग्रीचा वापर करावा का? इत्यादी समस्यांबाबत निर्णय घेताना भविष्यकालीन मागणीचा पूर्व अंदाज आवश्यक असतो. अनेक घटकांचा आणि घटनांचा विचार करून गणिती व संख्याशास्त्रीय पद्धतींचा वापर करून शास्त्रशुद्धरीत्या मागणीचा पूर्व अंदाज घेता येतो.

२.४.१ मागणीच्या पूर्वअंदाजाचे घटक (Factors of Demand Forecasting) :

१) कालावधी : भावी मागणीचा अंदाज किती वर्षांच्या कालावधीसाठी करावा हे निश्चित करावे लागते. अल्प काळासाठी पूर्वअंदाज केल्यास भावी विस्ताराच्या नियोजनात त्याचा उपयोग होत नाही, तर दीर्घ काळासाठी केलेले मागणीचे पूर्वअंदाज भविष्यातील अनिश्चिततेमुळे चुकण्याचा संभव असतो, म्हणून अल्प काळ आणि दीर्घ काळचा मेळ घालून एक ते पाच वर्षांच्या मुदतीत मागणीचे स्वरूप काय राहील याबाबत अंदाज बांधला जातो. अल्प काळात मागणी जरी कमी झाली तरी उत्पादन तेवढेच करून त्याचा साठा करावयाचा व मागणीत वाढ झाल्यावर माल ताबडतोब बाजारात पाठवायचा असा धोरणीपणा उद्योजकांना स्वीकारावा लागतो.

२) मागणीची पूर्वअंदाजाची पातळी : भविष्यकाळासाठी मागणीचे मोजमाप तीन वेगवेगळ्या स्तरांवर करता येते.

अ) समग्रलक्ष्यी पातळी किंवा स्तर - यात राष्ट्रीय स्तरावरील सर्वसाधारण आर्थिक परिस्थितीचा विचार केला जातो. उदा. देशातील उद्योगांची स्थिती, राष्ट्रीय उत्पन्नातील वाढ, सरकारचे धोरण, लोकसंख्यावाढीचा दर, तांत्रिक प्रगती, नवीन संशोधन इत्यादी घटकांचा भावी मागणीवर परिणाम होऊ शकतो, त्यामुळे प्रत्येक उत्पादन संस्थेला आपल्या वस्तूंच्या मागणीचा पूर्वअंदाज करताना या घटकांची दखल घ्यावी लागते.

ब) उद्योगाची पातळी किंवा स्तर - देशातील विशिष्ट उद्योगातील उत्पादनाला विशिष्ट काळ किती मागणी असेल याविषयीचे अंदाज केले जातात. व्यापारी संघटना, संशोधन विभाग असे उद्योगातील मागणीचे अंदाज व्यक्त करतात. उद्योगातील उत्पादनपातळीपेक्षा एकूण मागणीचा वृद्धीदर कमी असेल तर उत्पादनसंस्थांना किंमत युद्ध, जाहिरात युद्ध, यासारख्या मार्गांचा अवलंब करावा लागतो किंवा उत्पादनसंस्थांना नवनवीन उत्पादन

करून नव्या बाजारपेठा शोधाव्या लागतात.

क) उत्पादनसंस्थेची पातळी किंवा स्तर - एखाद्या उद्योगातून उत्पादित झालेल्या वस्तूंसाठी भविष्यकाळात किती मागणी असेल याचा अंदाज घेता आल्यास त्या आधारावर विशिष्ट उत्पादनसंस्थेला त्यातील किती मागणी वाट्याला येईल हे निश्चित करता येऊ शकते. त्यानुसार ती उत्पादनसंस्था आपल्या भावी उत्पादन योजनेसंबंधी निर्णय घेऊ शकते.

३) पूर्वानुमान - भौगोलिक व ग्राहकांच्या स्तरानुसार - आधुनिक उत्पादनसंस्था बहुविध उत्पादन निर्माण करतात. अशा उत्पादनसंस्था बाजाराच्या कोणत्या विभागात मागणीचे प्रमाण काय राहील याचा अंदाज घेतात. बाजाराची भौगोलिक व ग्राहकांच्या स्तरानुसार विभागणी करून प्रत्येक विभागातील मागणीचा स्वतंत्र अंदाज घेतात. बहुविध उत्पादनसंस्था प्रत्येक उत्पादनाच्या संदर्भात भौगोलिक व ग्राहकांच्या स्तरानुसार मागणीचे पूर्व अंदाज घेतात.

४) वस्तूंचा प्रकार - एखाद्या वस्तूच्या मागणीचा पूर्वअंदाज करताना ती वस्तू प्रस्थापित किंवा परिचित आहे की नवीन आहे ही बाब महत्त्वाची ठरते. प्रस्थापित किंवा जुन्या वस्तूंची भावी मागणी किती राहील हे निश्चित करताना वर्तमान आणि भूतकालीन मागणीसंबंधीची सांख्यिकी माहिती आधार म्हणून वापरता येते, तर नवीन वस्तूबाबत मागणीचा पूर्व अंदाज घेताना साशंकतेचे प्रमाण अधिक असते. अशा वस्तूच्या मागणीच्या पूर्व अंदाजासाठी सुयोग्य पद्धती निवडणे आवश्यक असते.

५) उत्पादनाची वर्गवारी - वस्तूंचे भांडवली वस्तू, उपभोग्य वस्तू, नाशवंत वस्तू, टिकाऊ वस्तू अशा वेगवेगळ्या प्रकारांनुसार मागणीच्या पूर्व अंदाजाच्या विविध पद्धती वापराव्या लागतात.

६) आर्थिकेतर घटक - मागणीचा पूर्व अंदाज बांधताना आर्थिकेतर घटकांचाही विचार करावा लागतो. समाजातील रूढी, परंपरा, सामाजिक व राजकीय घटक इत्यादींचा मागणीवर प्रभाव पडत असतो. मागणीचा पूर्व अंदाज घेताना या बाबी विचारात घ्याव्या लागतात.

२.४.२ मागणीच्या पूर्वअंदाजाची उद्दिष्टे (Objectives of Demand Forecasting)

मागणीच्या पूर्वअंदाजाची उद्दिष्टे अल्प काळासाठी आणि दीर्घ काळासाठी वेगवेगळी आहेत.

अ) अल्पकालीन पूर्व अंदाजाची उद्दिष्टे -

१) योग्य उत्पादन धोरण - अतिरिक्त उत्पादन होऊ नये किंवा गरजेपेक्षा कमी उत्पादन होऊ नये म्हणून मागणीचा पूर्व अंदाज घेऊन आवश्यक तेवढे उत्पादन करता येते. भविष्यकाळात वस्तूची मागणी वाढणार आहे असे मागणीच्या पूर्वअंदाजावरून दिसून आल्यास उत्पादनवाढीच्या उपाययोजना करता येतात.

२) किंमत धोरणनिश्चिती - मागणीच्या पूर्वअंदाजामुळे उत्पादनसंस्थेला योग्य किंमत धोरण आखणे शक्य होते. बाजारात स्पर्धा नसताना कमी किंमत आकारणे किंवा स्पर्धा असताना किंमत वाढविण्यासारखे चुकीचे निर्णय टाळण्यासाठी मागणीचा पूर्वअंदाज घेऊन योग्य किंमत धोरण आखता येते.

३) वस्तूंचे योग्य वितरण - मागणीचा पूर्वअंदाज घेऊन कोणत्या विक्रेत्याकडे किती माल द्यायचा हे ठरवून देणे फायद्याचे असते. मागणीच्या पूर्वअंदाजामुळे घाऊक व किरकोळ विक्रेत्यांची नेमणूक करून त्यांना वस्तूंचा योग्य प्रमाणात पुरवठा करणे शक्य होते.

४) कच्च्या मालाच्या खरेदीचे नियोजन - अल्पकालीन मागणीचा अंदाज आला की उत्पादक कमी किमतीत कच्चा माल खरेदी करून त्याचा साठा करून उत्पादनखर्चात घट घडवून आणू शकतो.

५) वित्तीय निर्णय - हुंड्यांची वटवणूक, बँकांची कर्जे या मार्गांनी अल्प मुदतीसाठी पैसा किती उभारावा,

अनावश्यक भांडवलउभारणी कशी टाळावी यासाठी मागणीचा पूर्वअंदाज उपयुक्त ठरतो. मागणीच्या पूर्वअंदाजाने किफायतशीरपणे पुरेशा वित्तपुरवठ्याची व्यवस्था करणे शक्य होते.

ब) दीर्घकालीन पूर्वअंदाजाची उद्दिष्टे -

१) व्यवसायविस्तार योजना -

आधुनिक उत्पादनसंस्था मोठ्या प्रमाणावर उत्पादन, बहुविध वस्तूंचे उत्पादन, आधुनिकीकरण इत्यादी मार्गांनी आपले कार्यक्षेत्र वाढवत असतात, त्यासाठी दीर्घकालीन संभाव्य मागणीचे अंदाज मार्गदर्शक ठरतात. उत्पादनसंस्थेच्या विस्तार योजना यशस्वी ठरण्यासाठी मागणीचा पूर्वअंदाज आवश्यक ठरतो.

२) भांडवलाचे नियोजन - भविष्यकाळात वस्तूला मागणी किती राहील हे लक्षात घेऊन वित्तीय नियोजन करणे उत्पादनसंस्थेला शक्य होते. दीर्घकालीन नियोजनात उत्पादनसंस्थेची आकारमानाचा विस्तार, संयंत्रामध्ये बदल, बहुविध वस्तूंचे उत्पादन करण्याची योजना असल्यास त्यासाठी दीर्घ मुदत कर्ज, दीर्घ मुदत ठेवी, नवीन भाग विक्री करणे अशा मार्गांचा अवलंब करावा लागतो. दीर्घकालीन मागणीसंबंधी पूर्वअंदाज केल्यास भांडवलाचे नियोजन करणे शक्य होते.

३) मनुष्यबळ नियोजन - कोणत्याही उत्पादनसंस्थेला दीर्घकालीन नियोजनात पुरेशा कुशल आणि प्रशिक्षित मनुष्यबळाची तरतूद करावी लागते. भविष्यकाळात कोणत्या प्रकारचे किती श्रमिक लागणार आहेत हे लक्षात घेऊन श्रमिकांच्या शिक्षण व प्रशिक्षणाचे धोरण तयार करावे लागते. दीर्घकालीन मागणीचा पूर्वअंदाज आल्याखेरीज मनुष्यबळाचे नियोजन शक्य होत नाही.

२.४.३ मागणीच्या अंदाजाच्या पद्धती (Methods of Demand Forecasting) :

मागणीचा अंदाज व्यक्त करताना उपभोक्त्यांची प्रत्यक्ष पाहणी, तज्ज्ञ सामितीचे मत, अनुरूप बाजार स्थिती, नियंत्रित प्रयोग यांचा उपयोग केला जातो. तसेच पाहणी पूर्व अंदाज पद्धतीमध्ये प्रवाहाचे विश्लेषण पद्धती आणि संख्याशास्त्रीय पद्धती या दोन पद्धती असून; या दोन पद्धतींमध्ये इतर अनेक पद्धती सामावलेल्या आहेत.

२.४.४ मागणीच्या पूर्व-अंदाजाच्या विश्लेषणात्मक पद्धती (Methods of Demand Forecasting Descriptive Analysis)

i) **प्रवृत्तिसूचक चित्रपद्धती (Trend Method or Trend Extrapolation)**

या पद्धतीनुसार एखाद्या चलाची सलग किंवा क्रमवार ऐतिहासिक आकडेवारी घेऊन तिच्या आधारे एकाद्या वस्तूच्या ज्ञात मागणीचा आलेख काढला जातो. प्रवृत्तिसमीकरण व्यक्त करणारी सरळ रेषा वाढवून त्याच्या आधारे मागणीचा पूर्वअंदाज काढता येतो. भूतकाळात ज्या दराने वस्तूची मागणी वाढली त्याच दराने किंवा त्यापेक्षा कमी-अधिक दराने ती वाढेल हे या प्रवृत्तिरेषेवरून दाखविता येते.

आकृती २.३१ मध्ये प्रवृत्तिसूचक आलेख दिला आहे.

समजा भारतातील १९९१ ते २००० या काळातील साखरेच्या एकूण विक्रीची आकडेवारी आपल्याला माहीत आहे. या माहितीच्या आधारावर आपणास २००७ पर्यंतच्या मागणीच्या पूर्व अंदाजाचे चित्र रेखाटायचे आहे.

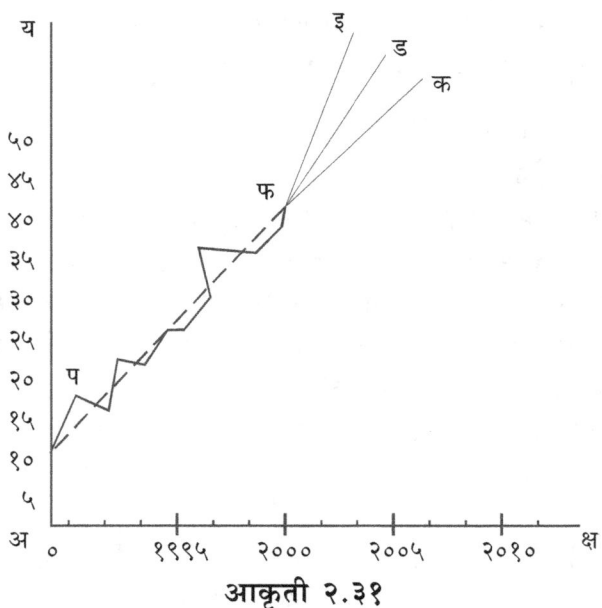

आकृती २.३१

आकृती क्र. २.३१ मध्ये **अक्ष** अक्षावर वर्षे आणि **अय** अक्षावर साखरेची मागणी कोटी टनात मोजली आहे. २००० वर्षांपर्यंतच्या प्रत्यक्ष साखरेच्या विक्रीच्या आकडेवारीनुसार प्रत्येक वर्षाच्या मागणीचे बिंदू काढून सर्व बिंदूंना एका सलग रेषेने जोडल्यास **'पक'** हा प्रत्यक्ष मागणीचा वक्र मिळतो. साखरेची मागणी १९९१ ते २००० या काळात १५ को. टनांवरून ४५ को. टन वाढलेली आहे. या दहा वर्षांच्या काळात सरासरीने साखरेची मागणी वाढीची प्रवृत्ती होते. जर **'प फ'** बिंदू सरळ रेषेत जोडले तर तुटक पण सरळ रेषेने दाखविल्याप्रमाणे सरासरी मागणीतील वाढीची प्रवृत्ती दिसते. या ऐतिहासिक अनुभवावरून एखाद्या अभ्यासकाने आशादायक अनुमान काढण्याचे ठरविले तर २००० नंतरचा साखरेचा मागणीवक्र **'फ ड'** रेषेने तो दाखवील.

तो भरपूर आशादायी असेल तर **'फइ'** रेषेने संभाव्य मागणी व्यक्त करेल आणि जर तो आशावादी नसेल तर तो **'फ क'** रेषेने मागणी व्यक्त करील.

मागणीच्या पूर्व-अंदाजाची ही पद्धत साधी आणि समजण्यास सोपी आहे. इतर कोणत्याही खर्चीक बाबीचा वापर न करता केवळ ऐतिहासिक आकडेवारीवरून मागणीचा पूर्वअंदाज करता येतो. असे अंदाज किंवा निष्कर्ष बरेच अचूक ठरतात, म्हणून उत्पादनसंस्थांमध्ये ही पद्धत लोकप्रिय आहे. भारतात सुती कापड, सिमेंट, कागद, पोलाद, बँक ठेवी इत्यादींच्या संभाव्य मागणीचे मापन करण्यासाठी ही पद्धत वापरण्यात आली आहे.

परंतु या पद्धतीत एक महत्त्वाचा दोष आहे, तो म्हणजे वस्तूच्या मागणीची भूतकाळात जी प्रवृत्ती होती तीच भावी काळात टिकून राहील असे गृहीत धरतात. प्रत्यक्षात भविष्यकाळात दुष्काळ, युद्ध, आवडीनिवडीत बदल, इत्यादीसारख्या कारणांमुळे मागणीत मोठे चढउतार होऊ शकतात.

ii) **अग्रणी निर्देशक पद्धती (Leading Indicator Method)**

या पद्धतीचे तीन टप्पे आहेत -

a) ज्या चलासाठी पूर्वानुमान करावयाचे त्याचे अग्रणी निर्देशक ठरविणे

b) संबंधित चल आणि अग्रणी निर्देशक यामधील संबंधांचे निर्धारण करणे

c) पूर्वानुमान सिद्ध करणे

अग्रणी निर्देशक निश्चित करण्यासाठी समय मालिकांचे तीन प्रकार वापरले जातात -

१) अग्रणी मालिका (leading series)

२) सहगामी मालिका (coincident series)

३) मागे राहणाऱ्या मालिका (lagging series)

१) अग्रणी समय मालिकेत अशा चलाची आकडेवारी असते. जी वरच्या दिशेने अथवा खालच्या दिशेने (घट) अन्य मालिकांच्या अगोदर सरकू लागते.

२) सहभागी समय मालिका अन्य एखाद्या मालिकेतील बदलाच्या दिशेने सहगमन करतात.

३) मागे राहणाऱ्या समय मालिका खालच्या किंवा वरच्या दिशेने दुसऱ्या मालिकेतील बदलानंतर सरकू लागते.

उदा. मध्यवर्ती बँकेचा 'बँकदर' हा अग्रणी व्याजदर असतो. बँकदर बदलला की व्यापारी बँका आपल्या कर्जे व ठेवींवरील व्याजदर बदलतात. व्यापारी बँकांचा हा व्याजदर सहभागी व्याजदर होईल. खाजगी सावकार बँकांकडून कर्ज घेऊन आपल्या ग्राहकांसाठी अधिक व्याजदर आकारतात. हा मागे राहणारा व्याजदर होईल.

या पद्धतीत अग्रणी संबंध आणि अंदाज काळातील स्वायत्त चलांचे नेमके मूल्य अगोदरच माहीत असते. ते शोधावे लागत नाही.

अग्रणी निर्देशक आणि सहभागी (मागाहून अनुकरण करणारा चल) चल यांचे परस्परसंबंध आपण ऐतिहासिक आकडेवारीवरून निश्चित करतो. भविष्यकाळात हे संबंध असेलच, राहतील असे गृहीत धरले जाते, परंतु भविष्यकाळात ते बदलू शकतात, त्यामुळे अवलंबित चलातील बदलासंबंधीची अनुमाने चुकतात.

२.४.५ मागणीच्या अंदाजाच्या प्रत्यक्ष पद्धती (Direct Method of Demand Forecasting) :

१) ग्राहकांच्या मुलाखती किंवा सर्वेक्षण (Consumer Survey)

मागणीच्या पूर्वअंदाजासाठी विश्वासार्ह आणि सयुक्तिक पद्धत म्हणून ग्राहकांच्या मुलाखती, सर्वेक्षण पद्धतीचा अवलंब केला जातो. ग्राहक सर्वेक्षणासाठी प्रश्नावली आणि मुलाखतींचा माध्यम म्हणून परिणामकारकरित्या वापर करता येतो.

ग्राहकांशी प्रत्यक्ष संपर्क साधून प्रश्नावलीच्या आधारे त्यांच्या मुलाखती घेतल्या जातात. सर्व ग्राहकांच्या मुलाखती घेणे नेहमीच व्यवहार्य ठरते असे नाही, म्हणून ग्राहकांचा प्रातिनिधिक असा एक 'नमुना' निवडून त्यांच्या मुलाखती घेऊन मागणीचे पूर्वअंदाज घेता येतात. ग्राहक सर्वेक्षणासाठी ज्या पद्धती प्रचलित आहेत त्या पुढीलप्रमाणे-

i) **सर्वंकष सर्वेक्षण** - या पद्धतीत एखाद्या वस्तूच्या सर्व ग्राहकांचा सर्वेक्षणामध्ये समावेश केला जातो. वस्तूच्या ग्राहकांची संख्या मर्यादित असल्यास प्रत्यक्ष ग्राहकांच्या मुलाखती घेऊन त्यांच्या भविष्यकालीन मागणीची माहिती गोळा करता येते, त्यामुळे त्या वस्तूची बाजारातील संभाव्य मागणी समजते. उदा. बाजारात 'न' इतके ग्राहक आहेत त्यांची आगामी विशिष्ट कालावधीमध्ये क्ष वस्तूसाठी असणारी मागणी $क्ष_{१}$, $क्ष_{२}$, $क्ष_{३}$, --- $क्ष_{न}$ अशी असेल तर क्ष वस्तूच्या मागणीचा अंदाज पुढीलप्रमाणे दाखविता येतो.

$$क्ष = क्ष_{१} + क्ष_{२} + क्ष_{३} + क्ष_{४} \text{ ------ } क्ष_{न}$$

या पद्धतीत सर्वेक्षकाला किंवा अभ्यासकाला ग्राहकांच्या प्रत्यक्ष मुलाखती घेऊन त्यांनी व्यक्त केलेल्या मागणी संख्यांची बेरीज करून एकूण मागणी मिळते. मागणीचा हा अंदाज अधिक निर्दोष असतो.

ज्या वस्तूला मर्यादित आणि सुजाण ग्राहक आहेत अशा वस्तूंसाठी ही पद्धत उपयुक्त ठरते, परंतु ग्राहकांची संख्या प्रचंड असेल तर या पद्धतीवर मर्यादा पडतात.

ii) **ग्राहक नमुना सर्वेक्षण** - ज्या वस्तूंना मोठा ग्राहकवर्ग आहे, त्याच्यासाठी ही पद्धती उपयुक्त ठरते. विविध विभागांतील उत्पन्नगटातील, वयोगटातील, जाती-जमातीतील काही ग्राहकांची प्रातिनिधिक निवड केली जाते. त्यांच्या मुलाखती प्रश्नावलीद्वारे घेऊन मागणीविषयक पूर्वअंदाज बनविले जातात.

प्रत्येक उत्पादनसंस्थेला उपभोक्त्यांचे सर्वेक्षण करणे शक्य नसते, म्हणून अनेक उत्पादनसंस्था व्यावसायिक संशोधन संस्थांकडून ग्राहक सर्वेक्षणाचे अहवाल तयार करून घेतात.

समजा एका विशिष्ट वस्तूच्या १००० ग्राहकांपैकी ५ टक्के म्हणजे फक्त ५० ग्राहक नमुना सर्वेक्षण पद्धतीने निवडले जातात व त्यांची भावी विशिष्ट काळासाठी मागणी सर्वेक्षणातून मिळते. अशी एकूण मागणी पुढील समीकरणाच्या साहाय्याने व्यक्त करता येते.

$$नक्ष = न_१क्ष_१ + न_२क्ष_२ + न_३क्ष_३ ----------- न_{५०} क्ष_{५०}$$

$न_१$ = पहिल्या गटातील उपभोक्त्यांची संख्या

$क्ष_१$ = पहिल्या गटातील वस्तूची मागणी

ही पद्धत सर्वंकष सर्वेक्षणापेक्षा सरस आहे, कारण ग्राहकांकडून किंवा उपभोक्त्यांकडून माहिती मिळविण्याऐवजी उपभोक्त्यांच्या लहान नमुन्याची माहिती जमविणे कमी खर्चाचे व कमी त्रासाचे असते, परंतु नमुन्याची निवड शास्त्रीय पद्धतीने केलेली असावी आणि नमुना ग्राहकांकडून प्रांजळपणे सहकार्य मिळणे आवश्यक आहे.

iii) **'अंतिम उपयोग' सर्वेक्षण** -

या प्रकारच्या पद्धतीत मागणीचा पूर्वअंदाज अंतिम उपभोक्त्यांच्या सर्वेक्षणातून केला जातो. एखादी वस्तू जशी 'अंतिम' उपभोग्य वस्तू म्हणून वापरली जाते, तशीच ती 'अंतरिम' वस्तू म्हणून अनेक वस्तूंच्या उत्पादनासाठीही वापरली जाते. अशा वस्तूंची अंतिम उपभोग्य वस्तू म्हणून मागणी आणि निव्वळ निर्यात (निर्यात-आयात मागणी) वेगवेगळ्या सांख्यिकी पद्धतींद्वारा काढली जाते.

मर्यादा - ग्राहकांच्या किंवा उपभोक्त्यांच्या सर्वेक्षण पद्धतीत ग्राहकांची संख्या फार मोठी असते. तेव्हा नमुना पाहणीचा अवलंब केला जातो. नमुना पाहणीचे तंत्र प्रगत झालेले असले तरी या पद्धतीत पुढील समस्या निर्माण होतात.

अ) माहिती गोळा करण्यातील दोष : नमुना पाहणी पद्धतीत माहिती देणाऱ्या उपभोक्त्यांचा प्रतिसाद महत्त्वाचा असतो. त्याने मनमोकळेपणाने खरी माहिती दिली पाहिजे. योग्य माहिती न मिळाल्यास पाहणी सदोष होते, त्यासाठी प्रश्नावली काळजीपूर्वक तयार करावी लागते. गैरसोयीचे प्रश्न आडमार्गाने विचारून माहिती काढावी लागते, तसेच मुलाखतीच्या तंत्रात सुधारणा करून अचूक माहिती मिळवावी लागते.

ब) पाहणीतील चुका : नमुना पाहणीत दोन चुका संभवतात.

१) नमुना निवडीतील दोष - नमुना निवड निर्हेतुक (Random) असावी लागते. प्रत्येक पाहणी घटकाला निवड होण्याची सारखीच शक्यता असावी लागते, परंतु बरेचदा असे होत नाही.

२) नमुना पद्धतीच्या चुका - सर्वेक्षणासाठी नमुना कितीही निर्हेतुकपणे निवडलेला असला तरी तो अचूक किंवा तंतोतंतपणे प्रातिनिधिक होऊ शकत नाही. नमुना निवड आणि पद्धती यातील चुका कमी करण्याचा मार्ग म्हणजे रँडम नंबर्सच्या तक्त्यांचा वापर करून निर्हेतुक (Random) नमुना निवडणे. काही वेळा स्तरनिविष्ट निर्हेतुक पाहणी पद्धती (Stratified Random Smapling) चा अवलंब करणे उपयुक्त ठरते. या पद्धतीत उत्पन्नगटानुसार, भौगोलिक किंवा अन्य प्रकारे विविध स्तरांतून नमुने निवडता येतात.

३) नसलेली माहिती निर्माण होणे : माहिती देणाऱ्याने काहीही उत्तरे दिली तर ग्राहकाच्या मनात नसलेला हेतू माहितीत व्यक्त होऊन मागणीचा पूर्वअंदाज चुकण्याची शक्यता असते.

तज्ज्ञांचे मत (Expert's Opinion)

उत्पादनसंस्थेतील ज्येष्ठ व्यवस्थापक, अन्य संस्था किंवा संघटनेतील तज्ज्ञ, अनुभवी व्यक्ती, अर्थशास्त्रज्ञ इत्यादींची एक तज्ज्ञ समिती नेमून तिच्या मदतीने वस्तूच्या मागणीचे पूर्वअंदाज केले जातात. ही तज्ज्ञ समिती विविध घटकांचा विचार करून पूर्वीची माहिती मिळवून त्या आधारावर आपला निष्कर्ष काढते.

उदा. गुळाच्या मागणीचे पूर्वअंदाज करायचे झाल्यास गूळ उद्योगातील यशस्वी उद्योजक, ज्येष्ठ व्यवस्थापक, तंत्रज्ञ, संशोधक, विक्रीय संघटनेतील अधिकारी इत्यादींचा तज्ज्ञांमध्ये समावेश केला जातो. गूळ उत्पादन बाजारात कितपत चालेल, बाजारात वर्तमानकाळ आणि भविष्यकाळात गुळाला किती मागणी येईल याबद्दल तज्ज्ञांचे मत किंवा निष्कर्ष मार्गदर्शक ठरू शकतात.

तज्ज्ञ समितीने शास्त्रशुद्ध विश्लेषण करून अंदाज केले असतील तर ते अधिक उपयुक्त ठरतात, परंतु तज्ज्ञांनी केवळ आपले सामान्य ज्ञानावर हे अंदाज केले असतील तर ते पूर्वग्रह दूषित असण्याची शक्यता असते.

तज्ज्ञ समितीने कोणती गृहीते गृहीत धरलेली आहेत, कोणती स्थिती विचारात घेतली आहे आणि तज्ज्ञांचे अनुमान किती सयुक्तिक आहे हे तपासून पाहावे लागते. तज्ज्ञांची संख्या मोठी आणि त्यांच्या मतांत भिन्नता असेल तर त्याची भारांकित सरासरी काढून मागणीचे पूर्वअंदाज निश्चित करता येतात. या पद्धतीत तज्ज्ञांनी आपली मते ढोबळ मानानेच नोंदविलेली असतात, म्हणून तिला 'ढोबळ पद्धती' असेही म्हणतात. या पद्धतीत काही मर्यादा आहेत. केवळ अल्पकालीन सदस्यांची व्यक्तिगत मते, पूर्वग्रह, सर्वच तज्ज्ञांचे एकमत न होणे इत्यादी.

४) बाजारातील नियंत्रित प्रयोग पद्धती (Controlled Market Experiments)

या पद्धतीनुसार मागणीच्या निर्धारक घटकांपैकी ज्या घटकांवर उत्पादनसंस्थेचे नियंत्रण असते, (उदा. किंमत, विक्री खर्च) त्यापैकी एकेका घटकात आळीपाळीने बदल करून मागणीत कसा बदल होतो याचे मर्यादित प्रमाणात प्रयोग करता येतात.

वस्तूच्या मागणीवर परिणाम करणारे घटक स्थिर आहेत असे गृहीत मानून उत्पन्नाचे वाटप व अभिरुचीबाबत बाजाराचे वेगवेगळे विभाग सारखेच आहेत असे मानून बाजाराच्या वेगवेगळ्या भागांत वेगवेगळे प्रयोग करून वस्तूच्या मागणीवरील परिणाम अभ्यासता येतात.

वेगवेगळ्या बाजारांत किंवा एकाच बाजाराच्या वेगवेगळ्या भागांत किंवा एकाच बाजारात वेगवेगळ्या वेळी किंमत, जाहिरात, बांधणी इत्यादींपैकी एकेका घटकाचा मागणीवर काय परिणाम होईल हे अभ्यासले जाते.

एका बाजारात प्रायोगिक पातळीवर वस्तूची किंमत कमी केली जाते व दुसऱ्या बाजारात ती पूर्वीइतकीच ठेवली जाते. किंमत कमी केल्याने वस्तूची मागणी किती वाढते याचा शोध घेतला जातो. अन्य बाजारात वस्तूची किंमत कमी करण्याचा निर्णय घ्यावयाचा झाल्यास तेथे संभाव्य मागणीचे स्वरूप कसे राहील हे या प्रयोगावरून ठरविता येते.

अडचणी किंवा मर्यादा :

i) किमतीतील बदलाचा मागणीवर होणारा परिणाम दिसून येण्यासाठी काही कालावधी लागतो, परंतु नेमका किती कालावधी लागेल हे ठरविणे अवघड आहे.

ii) ज्या बाजारात वस्तूची किंमत कमी केली नाही, त्या बाजारातील ग्राहकांच्या मनात कटुता निर्माण होऊन त्याचा वस्तूच्या मागणीवर प्रतिकूल परिणाम होण्याचा संभव असतो.

iii) सर्व बाबतीत सारख्याच प्रकारचे बाजार प्रत्यक्षात सापडणे कठीण असते.

iv) ही पद्धत काही वेळा धोक्याची ठरण्याची शक्यता असते, कारण प्रयोग म्हणून वस्तूची किंमत वाढवली आणि ग्राहकांनी पर्यायी वस्तूकडे आपली मागणी वळविली तर स्पर्धकाचा अधिक फायदा होईल.

v) मागणीचे निर्धारक घटक स्वतंत्रपणे वेगवेगळे करून स्वतंत्रपणे त्यांची तपासणी करणे सोपे नसते.

२.४.६ मागणीच्या अंदाजाच्या अप्रत्यक्ष पद्धती (Indirect Methods of Demand Forecasting) :

१) साधे साहचर्य : (Simple Correlation)

साहचर्य विश्लेषणाच्या साहाय्याने मागणीचा अंदाज करता येतो. कोणताही बदलता घटक 'चल' (variable) नावाने -जो चल दुसऱ्या चलावर अवलंबून असतो त्याला 'अवलंबी चल' (Dependent variable) म्हणतात आणि जो चलावर अवलंबून नाही त्याला 'स्वतंत्र चल' म्हणतात.

साहचर्य विश्लेषणाच्या साहाय्याने एक स्वतंत्र चल उदा. उत्पन्न आणि एक अवलंबी चल उदा. मागणी - यांचा संबंध शोधून काढता येतो.

भूतकाळातील आकडेवारीवरून उत्पन्न आणि मागणी, जाहिरात आणि मागणी इत्यादी चलांमधील साहचर्य प्रस्थापित करता येते. आपण भूतकाळातील आकडेवारीवरून उत्पन्न आणि मागणी यांचा साहचर्य गुणक (correlation coefficient) शोधून काढला तर, उत्पन्न वाढीच्या अंदाजावरून उत्पन्न व मागणी यातील पूर्वीचेच साहचर्य कायम राहील असे मानून मागणी किती वाढेल याचा अंदाज सांगता येतो.

मर्यादा :

अ) या पद्धतीत भूतकाळात आढळून आलेले साहचर्य भविष्यकाळातही आढळून येईल असे मानले जाते, म्हणजेच हे साहचर्य ज्या प्रेरणांमुळे भूतकाळात निर्माण झाले त्याच प्रेरणा भावी काळातही टिकून राहतील असे मानले जाते.

उदा. एकूण विद्यार्थीसंख्या आणि आपल्या बाकांना असणारी मागणी यांचे साहचर्य फर्निचर करणाऱ्या उत्पादनसंस्थेला काढता येते आणि त्यावरून मागणीचा पूर्वअंदाज करता येतो, परंतु याचे गृहीत असे आहे की - भूतकाळात विद्यार्थी बाकावर बसत तसेच पुढेही ते तसेच बसतील. वर्गातील जागा, विद्यार्थीसंख्या, शैक्षणिक संस्थांची आर्थिक परिस्थिती, शैक्षणिक फी इत्यादी प्रेरणांमुळे आतापर्यंत विद्यार्थी बाकावर बसत होते, परंतु उद्या किंवा भविष्यात प्रेरणा बदलल्या आणि एका वर्गात फक्त २० विद्यार्थी एका टेबलाभोवती खुर्चीवर बसतील यासाठी त्यांनी अधिक फी द्यावी असे झाल्यास फर्निचर उत्पादकांचा अंदाज चुकेल.

ब) दोन चलांमध्ये साहचर्य असते. म्हणजे त्या दोहोंमध्ये कार्यकारणभाव असतो असे नव्हे. एखाद्या वर्षी उत्पन्न वाढले आणि ध्वनिफितींचा खपही वाढला तर त्या दोहोंमध्ये साहचर्य आहे असे उत्तर गणितीने येईल, परंतु उत्पन्न वाढते म्हणून ध्वनिमुद्रिकांचा खप वाढला का? ध्वनिफितीचा खप वाढण्याचे अन्य वेगळे कारण असू शकेल. तसे असल्यास पुढच्या वर्षी उत्पन्न इतके वाढेल या अंदाजावर ध्वनिमुद्रिकांचा खप विशिष्ट प्रमाणात होईल असा अंदाज साहचर्य गुणकाच्या मदतीने केला तर तो चुकेल.

क) दोन चलांतील कार्यकारणभाव पुढेही राहील असे नाही.

२) प्रक्षेपण प्रवृत्ती (Trend projections)

या प्रकारच्या पद्धतीत भूतकाळात जसा एका चलाचा दुसऱ्या चलावर प्रभाव पडला तसाच तो भविष्यातही पडेल आणि तो प्रभाव पूर्वीइतकाच असेल असे मानून भूतकाळातील आकडेवारीवरून भविष्यकालीन अंदाज केला जातो.

उदा. अनेक वर्षे वस्तूची मागणी स्थिर असेल तर पुढेही स्थिर राहील असे मानता येते. भूतकाळातील आकडेवारीवरून दरवर्षी मागणी ८०,१००,१२०,१४० अशी बदलत असेल तर भविष्यकाळात ती १६०, १८०, २०० अशी बदलेल.

प्रवृत्तींच्या प्रक्षेपणासाठी 'फिरती सरासरी' (Moving Average) ही पद्धतीही वापरली जाते. उदा. दैनंदिन विक्रीवरून मासिक विक्रीची सरासरी काढली तर त्या सरासरीवरून जानेवारी, फेब्रुवारी, मार्च या तीन महिन्यांची सरासरी फेब्रुवारीसमोर, फेब्रुवारी, मार्च, एप्रिल या तीन महिन्यांची सरासरी मार्चसमोर याप्रमाणे सरासरीचे आकडे मांडले तर 'त्रैमासिक फिरती सरासरी' तयार होते. चढउतार नाहीसे करून प्रवृत्ती समजण्यास या पद्धतीची मदत होते.

'काल मालिका विश्लेषण' (Time series Analysis) चा उपयोग केला जातो. कालानुक्रमे एखाद्या चलाच्या किमतीत होणारे बदल लक्षात घेऊन काल-मालिका तयार होते.

उदा. अय अक्षावर सरासरी मागणी व अक्ष अक्षावर जानेवारी, फेब्रुवारी असे महिने घेतले की काल-मालिका दाखविणारा आलेख मिळतो. अशा प्रकारच्या काल-मालिकेत मूळ प्रवृत्ती, त्यात होणारे चक्रीय बदल, हंगामी बदल, अनियमित बदल यांचा विचार केल्यास गुंतागुंत वाढते. व्यवहारात या सर्व गोष्टींचा परिणाम होत असतो व म्हणून तो विचारात घ्यावा लागतो.

मर्यादा – प्रक्षेपण पद्धतीने मूळ प्रवृत्ती जाणून घेता येते, हंगामी बदल जाणून घेता येतात, परंतु चक्रीय आणि अनियमित बदल यांचे अंदाज करता येत नाहीत. उदा. मागणी कोणत्या दराने वाढत आहे आणि वर्षातील हंगामानुसार मागणीत कसे बदल होतात हे सांगता येते. परंतु तेजी-मंदीचे चक्र केव्हा सुरू होईल, त्याची तीव्रता किती असेल हे सांगता येत नाही, त्यामुळे या पद्धतीने केलेल्या मागणीच्या पूर्व-अंदाजावर मर्यादा पडते.

प्रश्न

प्र. १. खालील प्रश्नांची ५० शब्दांत उत्तरे लिहा.

१. वैयक्तिक मागणी म्हणजे काय?

२. बाजारातील मागणी म्हणजे काय?

३. मागणीची लवचीकता म्हणजे काय?

४. मागणीची किंमत लवचीकता म्हणजे काय?

५. किंमत लवचीकतेचे प्रकार सांगा?

६. मागणीची उत्पन्न लवचीकता म्हणजे काय?

७. मागणीची छेदक लवचीकता म्हणजे काय?

८. किंमत लवचीकता मोजण्याच्या पद्धती सांगा?

९. समवृत्ती वक्राची व्याख्या द्या.

१०. मागणीचा पूर्व अंदाज म्हणजे काय?

प्र. २. खालील प्रश्नांची ५० शब्दांत उत्तरे लिहा.

१. 'बाजारातील मागणी' ही संकल्पना स्पष्ट करा.

२. 'सीमान्त उपयोगिता' ही संकल्पना स्पष्ट करा.
३. 'सीमान्त उपयोगिते'च्या मर्यादा सांगा.
४. मागणीच्या पूर्व अंदाजाची वैशिष्ट्ये सांगा.

प्र. ३. खालील प्रश्नांची १५० शब्दांत उत्तरे लिहा.

१. वैयक्ति मागणी आणि बाजारातील मागणी स्पष्ट करा.
२. मागणीच्या किंमत लवचीकतेचे प्रकार स्पष्ट करा.
३. मागणीच्या उत्पन्न लवचीकतेचे प्रकार स्पष्ट करा.
४. मागणीची छेदक लवचीकता स्पष्ट करा.
५. सीमान्त उपयोगिता दृष्टिकोन स्पष्ट करा.
६. समवृत्ती वक्राच्या साहाय्याने उपभोक्त्याचा समतोल स्पष्ट करा.
७. मागणीच्या पूर्व अंदाजाचे घटक स्पष्ट करा.
८. मागणीच्या पूर्व अंदाजाच्या अप्रत्यक्ष पद्धती स्पष्ट करा.

प्र. ४. खालील प्रश्नांची ३०० ते ५०० शब्दांत उत्तरे लिहा.

१. 'मागणीची लवचीकता' म्हणजे काय? मागणीच्या लवचीकतेचे प्रकार स्पष्ट करा.
२. सीमान्त उपयोगिता दृष्टिकोन स्पष्ट करा.
३. समवृत्ती वक्राची वैशिष्ट्ये स्पष्ट करा.
४. घटत्या सीमान्त उपयोगितेचा सिद्धान्त स्पष्ट करा.
५. मागणीचा अंदाज आणि मागणीच्या पूर्व अंदाजाच्या पद्धती स्पष्ट करा.

३
उत्पादन आणि खर्च विश्लेषण
(Production and Cost Analysis)

३.१ उत्पादन फलन (Production Function)

३.५ खर्च विश्लेषण (Cost Analysis)

अ) खर्चाचे प्रकार (Types of Costs)

३.१ उत्पादन फलन : (Production Function)

अर्थशास्त्रीय परिभाषेत उत्पादन म्हणजे विनिमेय उपयोगितांची निर्मिती होय. स्थलजन्य, कालजन्य आणि स्वरूपजन्य उपयोगिता निर्माण केल्याने उत्पादन होत असते. उत्पादनप्रक्रियेत वस्तुरूप आदानांचे वस्तुरूप उत्पादनात रूपांतर होते. उत्पादन म्हणजे आदानांचे उत्पादन घटकांचे फलन किंवा परिणाम होय. **वस्तुरूप आदान आणि वस्तुरूप उत्पादन यातील फलात्मक संबंध उत्पादन फलन किंवा उत्पादन फल म्हणून ओळखले जाते.**

येथे दोन महत्त्वाच्या बाबी लक्षात घ्याव्या लागतात. त्या म्हणजे उत्पादन फलनाने एका विशिष्ट कालखंडात आदानांच्या प्रवाहातून निर्माण होणारा उत्पादनाचा प्रवाह दर्शविला जातो. तसेच उत्पादनप्रक्रियेत वापरले जाणारे तंत्रज्ञान हा उत्पादन फलावर परिणाम करणारा महत्त्वाचा घटक असतो. जर सुधारित तंत्रज्ञानाचा वापर केला, तर आदानांचे प्रमाण पूर्वीइतकेच ठेवून उत्पादनात वाढ झाल्याचे दिसून येते.

उत्पादन फलनाचा शब्दशः अर्थ घ्यावयाचा झाल्यास असा घेतला जातो की, उत्पादन हे कशाचे फलन आहे. म्हणजे उत्पादनक्रिया कोणत्या घटकावर अवलंबून असते. उदा. कच्चा माल, यंत्रसामग्री, उत्पादन तंत्र, श्रम, भूमी, भांडवल, संयोजक इत्यादी घटकांमध्ये असलेले संबंध उत्पादन फलन दर्शविते. उत्पादन फलनाची

व्याख्या पुढीलप्रमाणे सांगता येते.

'भौतिक आदाने व भौतिक प्रदाने या दोहोतील संबंधांना उत्पादन फलन असे म्हणतात.'

भौतिक आदानामध्ये (Input) उत्पादनासाठी आवश्यक असलेला कच्चा माल, यंत्रे, उत्पादन तंत्रे, भूमी, भांडवल, कामगार, संयोजक इत्यादींचा समावेश होतो, तर या घटकांचा वापर करून संयोजक वस्तूचे जे उत्पादन करत असतो त्यास प्रदान (Output) असे म्हणतात. वरील आदाने व प्रदाने यामधील संबंधांना उत्पादन फलन असे म्हणतात.

उदा. समजा, चिक्कूच्या उत्पादनासाठी जमीन, पाणी, मजूर, भांडवल, खते इत्यादी घटकांची गरज असते. या सर्वांना आदाने (Inputs) किंवा उत्पादन साधने म्हणतात. आणि चिक्कू म्हणजे प्रदान (Output) होय.

उत्पादन फलनाची संकल्पना सूत्राच्या साहाय्याने पुढीलप्रमाणे स्पष्ट केली जाते.

$$P = f (a,b,c,d ------n)$$

या समीकरणात उत्पादन (Production); F = फलन/फल (Function); P= A = भूमी (Land); B = कामगार (Labour); C = भांडवल; (Capital) D = संघटन (Organisation); N = उत्पादनातील शेवटचा घटक (Last Factor used in Production)

या समीकरणाचा अर्थ P हा घटक a,b,c,d ----- n घटकांवर (आदाने) अवलंबून असतो. म्हणजेच वस्तूचे उत्पादन (प्रदान) कच्चा माल, यंत्रे, उत्पादन तंत्रे, भूमी, भांडवल, कामगार, संयोजक इत्यादी घटकांवर (आदाने) अवलंबून असते. उत्पादन फलन हे विशिष्ट काळातील आदाने व प्रदाने यांच्यातील संबंध दर्शविते.

उत्पादन फलन पुढील गृहीतांवर आधारलेले आहे.

१. उत्पादन फलन विशिष्ट काळातील आदाने व प्रदाने यामधील संबंध दर्शविते.

२. विशिष्ट काळात तंत्रज्ञान स्थिर असते, त्यात बदल होत नाही.

३. उत्पादनामध्ये उपलब्ध तंत्रज्ञानापैकी सर्वांत चांगले तंत्रज्ञान वापरले जाते.

४. उत्पादन घटक लहान - लहान भागात विभागता येतात.

उत्पादन फलनाचे विश्लेषण - बदलत्या प्रमाणांचा नियम आणि उत्पादनाचे प्रमाणफल सिद्धान्ताच्या आधारे केले जाते.

३.२ बदलत्या प्रमाणांचा नियम किंवा सिद्धान्त - तीन अवस्था (The Law of Variable Proportions-The Three Stage)

बदलत्या प्रमाणांचा सिद्धान्त किंवा नियम (The Law of Variable Proportions or the Law of Diminishing Returns)

घटत्या प्रतिफलाच्या नियमाचे (Law of Diminishing Returns) आधुनिक स्वरूप म्हणजे बदलत्या प्रमाणाचा सिद्धान्त आहे. १९ व्या शतकात **रिकार्डो, वेस्ट, माल्थस** यांनी शेतीच्या संदर्भात हा नियम मांडला. **डॉ. मार्शल यांनीही रिकार्डोप्रमाणेच** जमिनीच्या संदर्भात सिद्धान्त मांडून असे दाखवून दिले की, शेतीतंत्रात सुधारणा होत नसल्यास किंवा शेतीचे तंत्र कायम असल्यास श्रम व भांडवल या उत्पादनघटकांचे प्रमाण वाढवीत नेले, तर पिकांच्या उत्पादनात होणारी वाढ, सर्वसाधारणपणे श्रम आणि भांडवल या घटकांमधील वाढीपेक्षा कमी प्रमाणात होते. हाच घटत्या उत्पादन फलाचा सिद्धान्त होय. शेतजमीन ही नैसर्गिक देणगी असल्याने मनुष्याला तिचा पुरवठा कृत्रिमरीत्या फारसा वाढविता येत नाही, त्यामुळे शेतजमिनीवर घटत्या उत्पादन फलाचा सिद्धान्त

प्रत्ययास येतो. आधुनिक अर्थशास्त्रज्ञांच्या मते, शेतीप्रमाणेच इतरत्रही घटत्या फलाची अवस्था दिसून येते.

बदलत्या प्रमाणाच्या सिद्धान्ताच्या किंवा नियमांच्या व्याख्या

१. प्रा. स्टिगलर यांच्या मते, 'अन्य उत्पादनघटक स्थिर ठेवून एका उत्पादनघटकाचे प्रमाण क्रमशः वाढवीत गेल्यास एका विशिष्ट मर्यादेनंतर उत्पादनात होणाऱ्या वाढीचे प्रमाण घटत जाते.' म्हणजेच बदलत्या घटकांचे सीमांत उत्पादन घटत जाते.

२. बेनहॅम यांच्या मते, 'उत्पादनघटक समूहापैकी एका घटकाचे प्रमाण वाढवीत नेले तर विशिष्ट मर्यादेनंतर बदलत्या उत्पादनघटकाचे प्रथम सीमान्त आणि नंतर सरासरी उत्पादन घटत जाते.'

३. पॉल सॅम्युएल्सन यांच्या मते, 'तुलनात्मकदृष्ट्या काही घटकांची गुंतवणूक स्थिर असताना जर इतर काही घटकांचे गुंतवणुकीचे प्रमाण वाढविले तर उत्पादनवाढ होईल, परंतु विशिष्ट बिंदू किंवा मर्यादा गाठल्यानंतर गुंतवणुकीत त्याच प्रमाणात वाढ केली तरी उत्पादनवाढीचा दर घटत जाईल.'

४. प्रा. बोल्डिंग यांच्या मते, 'इतर उत्पादनघटकांची नगसंख्या स्थिर ठेवून एका उत्पादनघटकाची नगसंख्या वाढविल्यास त्या बदलत्या उत्पादनघटकाची सीमान्त वास्तव उत्पादकता घटत जाते.'

सिद्धान्ताची गृहीते (Assumptions of the Law) :

१. उत्पादनघटकांपैकी एकच घटक बदलत्या प्रमाणात वापरला आहे. बाकीच्या घटकांचे प्रमाण स्थिर आहे.

२. उत्पादनासाठी वापरल्या जाणाऱ्या घटकाच्या प्रमाणात बदल करणे शक्य आहे.

३. उत्पादनतंत्रात कोणताही बदल होत नाही.

४. सिद्धान्ताने अल्प काळ गृहीत धरला आहे.

अल्प काळात काही उत्पादनघटक स्थिर व काही उत्पादनघटक बदलत्या प्रमाणात वापरले असता होणाऱ्या परिणामांच्या पुढील तीन अवस्था दिसून येतात.

१. पहिल्या अवस्थेत एकूण उत्पादन वाढत्या दराने वाढते.

२. दुसऱ्या अवस्थेत एकूण उत्पादन फलन वाढत असले तरी ही वाढ घटत्या दराने होते.

३. तिसऱ्या अवस्थेत एकूण उत्पादन घटत जाते.

उदा. समजा, शेतकऱ्याकडे जमीन हा घटक स्थिर आहे. श्रमसंख्या हा बदलता घटक आहे. श्रमाच्या मात्रा वाढवीत नेल्यास उत्पादनात पडणारा फरक पुढीलप्रमाणे सांगता येतो.

(तक्ता ३.१)

स्थिर उत्पादक घटक (जमीन)	श्रमिक संख्या	एकूण उत्पादन (क्विंटल)	सरासरी उत्पादन (क्विंटल)	सीमान्त उत्पादन (क्विंटल)	
५	१	१०	१०	१०	
५	२	२४	१२	१४	} अवस्था १
५	३	४२	१४	१८	
५	४	४८	१२	६	
५	५	५४	१०.८०	६	} अवस्था २
५	६	५८	९.६७	४	
५	७	५८	८.२८	०	
५	८	५६	७	–२	} अवस्था ३
५	९	५३	५.८९	–३	

स्पष्टीकरण : उदाहरणात १ ते ३ श्रमिक कामावर घेईपर्यंत सीमान्त उत्पादन वाढते, म्हणून सरासरी उत्पादनही वाढते, त्यामुळे एकूण उत्पादन वाढत्या दराने वाढते.

४ ते ७ श्रमिक कामावर घेतले असता सीमान्त उत्पादन सरासरी उत्पादनापेक्षा वेगाने घटते, त्यामुळे एकूण उत्पादन घटत्या दराने वाढले आहे.

८ वा श्रमिक कामावर घेतला असता सीमान्त उत्पादन ऋण होते. सरासरी उत्पादन घटते, त्यामुळे एकूण उत्पादनही घटू लागते.

जेव्हा सीमान्त उत्पादन शून्य असते तेव्हा एकूण उत्पादन सर्वाधिक आणि स्थिर असते.

एकूण उत्पादन (Total Production)
सीमान्त उत्पादन (Marginal Production)

सीमान्त उत्पादन : एकूण उत्पादन परिणामातील बदलाला बदलत्या घटकांच्या परिणामात झालेल्या बदलाने भागले असता सीमान्त उत्पादन मिळते.

$$\text{सीमान्त उत्पादन} = \frac{\text{एकूण उत्पादन परिणामात झालेला बदल}}{\text{बदलत्या घटकांच्या परिणामात झालेला बदल}}$$

आकृतीच्या आधारे स्पष्टीकरण

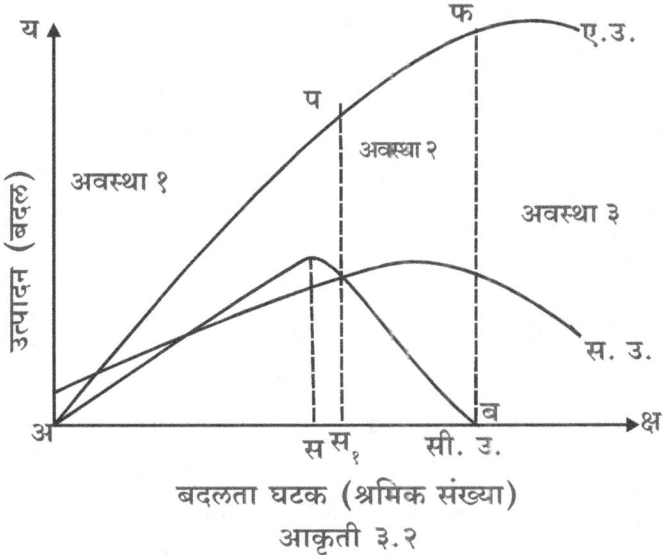

बदलता घटक (श्रमिक संख्या)

आकृती ३.२

वरील आकृती ३.२ मध्ये **'अक्ष'** अक्षावर श्रमिक संख्या आणि **'अय'** अक्षावर उत्पादन दर्शविलेले आहे. आकृतीत एकूण उत्पादनवक्र, सरासरी उत्पादनवक्र व सीमान्त उत्पादनवक्र हे तीन वक्र उत्पादन प्रमाणाची बदलती प्रवृत्ती स्पष्ट करतात. या बदलांच्या तीन अवस्थांचे स्पष्टीकरण पुढीलप्रमाणे -

१. पहिली अवस्था (वाढते फल) : उत्पादनाच्या पहिल्या टप्प्यात एकूण उत्पादन **'प'** बिंदूपर्यंत वाढत्या दराने वाढते. **'प'** बिंदूनंतर एकूण उत्पादनवक्राचा उतार कमी होतो, म्हणजेच एकूण उत्पादन घटत्या दराने वाढते. पहिल्या टप्प्यातच असा बदल होण्याचे कारण सीमान्त उत्पादनात होणारे बदल हे आहे. एकूण उत्पादन वक्रावरील **'प'** या बिंदूशी त्याच्या खाली असणाऱ्या सीमान्त उत्पादनत्रक्रावरील लंबरूपदृष्ट्या संगत बिंदूपर्यंत सीमान्त उत्पादन वाढते. या बिंदूनंतर सीमान्त उत्पादन घटू लागते; पण पहिल्या अवस्थेच्या अखेरपर्यंत ते सरासरी उत्पादनापेक्षा जास्त असते, म्हणजेच तोपर्यंत सरासरी उत्पादनवक्र वाढत्या सरासरी उत्पादनाची प्रवृत्ती दर्शवितो. आकृतीत **'स'** बिंदूपाशी सीमान्त उत्पादन हे सर्वोच्च असते. अशा प्रकारे पहिल्या अवस्थेत सीमान्त व सरासरी उत्पादन वाढत असल्याने या अवस्थेला 'वाढत्या फलाची अवस्था' असे म्हणतात.

२. दुसरी अवस्था (घटते फल) : दुसऱ्या अवस्थेत एकूण उत्पादन वाढते, परंतु वाढीचा वेग घटत जातो. दुसरी अवस्था **'फ'** या बिंदूपर्यंत असते. या बिंदूपाशी सीमान्त उत्पादन वक्रावरील सीमान्त उत्पादन शून्य असते. एकूण उत्पादन वक्राच्या सर्वोच्च अशा **'फ'** या बिंदूशी संगत असणाऱ्या **'ब'** या **अक्ष** अक्षावरील बिंदूने ते दर्शविले आहे. दुसऱ्या अवस्थेत बदलत्या उत्पादनघटकांचे उत्पादन घटत जात असले तरी ते धन स्वरूपाचे असते.

३. तिसरी अवस्था (उणे फल) : बदलत्या प्रमाणांच्या नियमाच्या तिसऱ्या अवस्थेत एकूण उत्पादन घटत जाते. त्यामुळे एकूण उत्पादन वक्र **अक्ष** अक्षाकडे वळलेला दिसतो. या अवस्थेत बदलत्या घटकाचे सीमान्त उत्पादन ऋण होते, त्यामुळे तो वक्र **अक्ष** अक्षाला छेदून जातो. या अवस्थेत सरासरी उत्पादनही घटत जाते.

अवस्थांचे स्पष्टीकरण (कारणमीमांसा) (An Explanation of the three Stages) : सुरुवातीला (पहिल्या अवस्थेत) वाढते उत्पादन फल दिसून येते, कारण काही उत्पादन घटक अविभाज्य, स्थिर असतात.

त्यांचा संपूर्ण उपयोग करून घ्यावयाचा तर इतर घटकांचे प्रमाण वाढवीत न्यावे लागते. त्यामुळेच बदलत्या घटकांचे प्रमाण जसजसे वाढते तसतसे अविभाज्य, स्थिर घटक अधिक प्रकर्षित रीतीने, अधिक कार्यक्षमतेने वापरता येणे शक्य होते. त्यामुळेच उत्पादन वाढत्या वेगाने वाढताना दिसते.

दुसऱ्या अवस्थेत उत्पादनातील वाढ घटत्या दराने होऊ लागते, कारण पहिल्या अवस्थेच्या अखेरीपर्यंतच स्थिर व बदलत्या घटकांचे पर्याप्त किंवा योग्य प्रमाण वापरले जाते. त्यानंतर बदलते घटक स्थिर घटकांपेक्षा जास्त प्रमाणात वापरले जाऊ लागतात, त्यामुळे बदलत्या घटकांचे सरासरी उत्पादन घटू लागते.

तिसऱ्या अवस्थेत बदलत्या उत्पादनघटकांची संख्या स्थिर उत्पादनघटकांच्या तुलनेत अतिरिक्त होते. त्यामुळे सीमान्त उत्पादन ऋण होते.

३.३ उत्पादनाच्या प्रतिफलाचा सिद्धान्त (Law of Returns to Scale : The Three Stages)

उत्पादनाचे प्रतिफल (Return to Scale) आणि प्रतिफलविषयक नियम (Law of Return) या दोन्ही संकल्पना वेगवेगळ्या आहेत. बदलत्या प्रमाणाचा नियम हा उत्पादन फलविषयक सिद्धान्त आहे. त्यात एक किंवा काही घटक स्थिर ठेवून श्रम हा (एक उत्पादन घटक) बदलला असता उत्पादनाचे प्रमाण वाढते, काही प्रमाणात स्थिर आणि घटते उत्पादन फल दिसून येते. हे बदलत्या प्रमाणाच्या सिद्धान्तात समजते.

उत्पादनाचे प्रतिफल (Return to Scale) आपण विचारात घेतो, तेव्हा उत्पादनाचे सर्व घटक एकाच वेळी आणि एकाच प्रमाणात वाढवीत (अथवा कमी करीत) जातो. दुसऱ्या शब्दात, उत्पादनाचे सर्वच घटक दुप्पट, तिप्पट अथवा चौपट करून त्याचा उत्पादनावर काय परिणाम होतो हे पाहिले जाते.

उत्पादनाच्या प्रतिफलाचा नियम - तीन अवस्था (Law of Rteurn to Scale - The Three Stages)

जेव्हा उत्पादनाचे घटक एकाच वेळी वाढवावयाचे असतात तेव्हा त्यांच्या जुळणीसाठी पुरेसा कालावधी लागतो. अल्प काळात यंत्रकुल आणि यंत्रसामग्री (Plant & Machinary) स्थिर असते, कारण ती बदलण्यासाठी कृती व निर्णयासाठी बराच वेळ लागतो. त्यामुळे उत्पादन प्रतिफलासाठी दीर्घ काळाचा विचार केला जातो. दीर्घ काळात उत्पादन घटक बदलले जाण्यासाठी वेळ असतो.

जेव्हा उत्पादनाच्या सर्व घटकांत एकाच वेळी आणि एकाच प्रमाणात वाढ केली जाते, तेव्हा प्रथम सीमान्त उत्पादन अथवा प्रतिफल वाढत जाते. नंतर काही काळ ते स्थिर राहते आणि उत्पादनाचे प्रमाण आणखी पुढे वाढवत गेल्यास शेवटी ते घटू लागते. म्हणजेच बदलत्या प्रमाणांच्या सिद्धान्तात जशा प्रतिफलाच्या तीन अवस्था दिसून येतात तशाच प्रकारे येथेही उत्पादनाचे प्रतिफल तीन अवस्थांतून दिसते.

'उत्पादनाचे सर्व घटक एकाचवेळी सारख्याच प्रमाणात बदलले, तर त्यामुळे जे उत्पादन होते त्यास उत्पादनाचे प्रतिफल म्हणतात.'

सिद्धान्ताची गृहीते : -

१. तांत्रिक स्थिती कायम आहे.

२. उत्पादनाचे सर्व घटक बदलते आहेत.

३. पूर्ण स्पर्धा आहे.

४. भौतिक स्वरूपात प्रमाण फल मोजता येते.

स्पष्टीकरण : - उत्पादनाचे सर्व घटक एकाच वेळी एकाच प्रमाणात बदलल्यास वाढते, स्थिर, घटते प्रतिफल या सिद्धांतात दिसून येते. **उदाहरणार्थ,** समजा १ श्रमिक, २ एकर जमीन आणि भांडवली वस्तूंचा एक

संच मिळून उत्पादनाच्या घटकांचा एक पर्याप्त संयोग होतो, हा संयोग समप्रमाणात वाढवत नेला असता म्हणजेच दुप्पट, तिप्पट, चौपट या प्रमाणात वाढवला असता प्रतिफलाचे स्वरूप पुढीलप्रमाणे सांगता येते.

(तक्ता ३.३)

घटकांचा संयोग	एकूण उत्पादन क्विंटल	सीमान्त उत्पादन क्विंटल	प्रमाण फलाच्या अवस्था
१	१०	१०	अवस्था-१
२	२५	१५	वाढते प्रतिफल
३	४५	२०	
४	७०	२५	अवस्था- २
५	९५	२५	स्थिर प्रतिफल
६	१२०	२५	
७	१४०	२०	अवस्था-३
८	१५५	१५	घटते प्रतिफल

तक्ता ३.३ वरून असे दिसून येते की, सुरुवातीचे उत्पादनमान दुप्पट केल्यास एकूण उत्पादन १० क्विंटलऐवजी २५ क्विंटल होते, या दुसऱ्या टप्प्याशी सीमान्त उत्पादन १५ क्विंटल येते. तेथे उत्पादन दुपटीहून जास्त झालेले दिसते. उत्पादनमान तिप्पट केल्यास एकूण उत्पादन साडेचारप्ट होते. उत्पादनमान चौपट केल्यास एकूण उत्पादन सातपट होते. पर्याप्त संयोगात एकपासून चारपर्यंत वाढ होईपर्यंत प्रतिफल वाढत जाते. त्यापुढे पाच आणि सहा या संयोग गटाशी उत्पादनमानाचे प्रतिफल स्थिर राहिलेले आहे. त्यापुढे मात्र उत्पादनमान वाढत गेल्यास सीमान्त उत्पादन घटत जाते.

आकृती ३.३ मध्ये उत्पादनाच्या वाढत्या, स्थिर आणि घटत्या प्रतिफलाच्या तीन अवस्था वक्राने दाखविल्या आहेत.

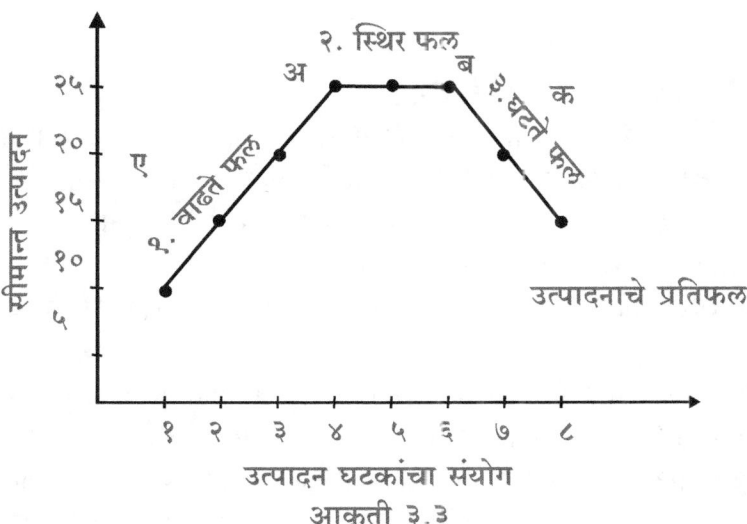

आकृती ३.३

स्पष्टीकरण : **एउ =** प्रतिफल वक्र; **ए अ =** वाढते प्रतिफल; **अ ब =** स्थिर प्रतिफल; **बउ =** घटते प्रतिफल

१. वाढते प्रतिफल : वाढत्या प्रतिफलाचे कारण म्हणजे श्रमिक आणि यंत्र सामग्रीच्या बाबतीत विशेषीकरण आणि श्रमविभागणी शक्य होते. प्रतिफलाचे फायदे मिळतात. यांत्रिकीकरणाचे फायदे मिळतात. तसेच खरेदी-विक्रीविषयक फायदे मिळतात. १ ते ४ या संयोगापर्यंत एकूण उत्पादन वाढल्याने प्रतिफल १०,१५,२०,२५ असे वाढत जाते. त्यामुळे **एउ** वक्राचा **एअ** हा भाग वर जातो - तो वाढते फल दर्शवितो.

२. स्थिर प्रतिफल : उत्पादनघटक ठरावीक पटीने वाढविले असता उत्पादनही त्याच पटीत वाढत असेल, तर प्रतिफल स्थिर आहे असे समजले जाते. उदा. उत्पादनघटक दोन पटींनी वाढवले तर उत्पादनही त्याच पटीने वाढते. **'एउ'** वक्राचा **'अब'** हा भाग **'क्ष'**अक्षाला समांतर आहे. ४ ते ६ संयोगापर्यंत एकूण उत्पादन स्थिर दराने वाढत असल्याने **'एउ'** वक्र **'क्ष'**अक्षाला समांतर होते, त्यामुळे **'एउ'** वक्राचा **'अब'** हा भाग स्थिर फलाचा आहे.

३. घटते प्रतिफल : काही काळपर्यंत प्रतिफल स्थिर राहिले तरी उत्पादनाचे प्रमाण वाढवीत गेल्यास प्रतिफलाची ही स्थिरता अमर्यादपणे वाढू शकत नाही. याची कारणे म्हणजे एकाच प्रमाणात सर्वच घटक वाढवीत गेल्यास एक अवस्था अशी येते की, उत्पादन घटकातील श्रमविभागणी आणि विशेषीकरणाला आणखी वाव राहत नाही. मोठ्या प्रमाणावरील उत्पादनाचे तोटे अनुभवास येतात. नैसर्गिक उत्पादनघटकांची उपलब्धता कमी होते, त्यामुळे उत्पादनाचे प्रतिफल अखेर घटू लागते.

काही अर्थशास्त्रज्ञांच्या मते, उत्पादनप्रक्रियेत वापरले जाणारे सर्व घटक सारख्याच प्रमाणात बदलणे शक्य नसते. तसेच काही घटक अविभाज्य असतात अशी टीका केली आहे.

३.४ मोठ्या प्रमाणावरील उत्पादनाच्या अंतर्गत व बाह्य बचती व तोटे (Internal and External Economics and Diseconomics of Large Scale Production)

एखादी उत्पादनसंस्था आपल्या उत्पादनाचे प्रमाण जसजसे वाढवत जाते, तसतसे त्या उत्पादनसंस्थेला, अनेक फायदे मिळतात. या फायद्यांचे किंवा बचतीचे डॉ. मार्शल यांनी दोन प्रकारांत वर्गीकरण केले आहे.

अ) अंतर्गत बचती

ब) बाह्य बचती

अ) अंतर्गत बचती/लाभ (Internal Economics)

सर्वसाधारणपणे उत्पादनसंस्थेने आपले आकारमान वाढवून मोठ्या प्रमाणात उत्पादन केल्यामुळे त्या उत्पादनसंस्थेला जे फायदे किंवा लाभ मिळतात, त्यांना अंतर्गत बचतीलाभ असे म्हणतात. डॉ. मार्शल यांच्या मते, अंतर्गत बचती त्या असतात, ज्या एका विशिष्ट उत्पादनसंस्थेला अंतर्गत कुशलता व व्यवस्थापनातील श्रेष्ठता यामुळे प्राप्त होत असतात. उत्पादनपातळी वाढविल्यामुळे उत्पादनसंस्थेला स्वत:लाच खर्चात बचत झालेली जाणवते. उत्पादनसंस्थेच्या स्वत:च्या निर्णयांचा आणि व्यवहारांचा परिणाम म्हणून होणाऱ्या बचतींना फायद्यांना 'अंतर्गत बचती' असे म्हणतात.

अंतर्गत बचती एका उद्योगातील अनेक उत्पादनसंस्थांना प्राप्त होत असतात. एकाच उद्योगात अनेक उत्पादनसंस्था असतात आणि त्यांना मिळणाऱ्या अंतर्गत बचती भिन्न-भिन्न असतात. काही उत्पादनसंस्थांना वित्तीय बचती तर काही उत्पादनसंस्थांना व्यवस्थापकीय बचती प्राप्त होतात. अंतर्गत बचती ह्या उद्योगसंस्थेच्या आकारावर अवलंबून असतात. सर्वसाधारणपणे उत्पादनसंस्थेचा आकार जेवढा जास्त मोठा तेवढ्या अंतर्गत बचती किंवा

फायद्याचे प्रमाण जास्त असते.

अंतर्गत बचतीचे प्रकार - अंतर्गत बचतीत पुढील प्रकारांचा समावेश होतो.

१) तांत्रिक बचती (Technical Economics) : उद्योगसंस्थेने आपले आकारमान वाढवले की, अत्याधुनिक यंत्रसामुग्राची वापर केला जातो. त्यामुळे उत्पादनाचे प्रमाण वाढते. परिणामी सरासरी उत्पादनखर्च घटतो. भांडवल अभावी लहान उत्पादनसंस्थांना अत्याधुनिक यंत्रसामग्रीचा अवलंब करता येत नाही. उद्योगसंस्थेला पुढील प्रकारच्या तांत्रिक बचती उपलब्ध होतात -

अ) मोठ्या प्रमाणावरील उत्पादनाच्या बचती/फायदे : जेव्हा उत्पादनसंस्था अधिक उत्पादनक्षमतेची यंत्रसामग्री वापरते तेव्हा उत्पादनप्रमाण वाढते, त्यामुळे सरासरी उत्पादनखर्च घटत जातो. उत्पादन अधिक वेगाने करता येते. शिवाय दर्जेदार उत्पादन करता येते.

ब) प्रक्रिया जोडण्याच्या बचती/फायदे : उद्योगसंस्थेच्या उत्पादनात अनेक प्रक्रिया अंतर्भूत असतात. या सर्व प्रक्रिया यंत्रसामग्रीद्वारे एकत्र जोडल्यास बचत होऊ शकते. उदा. वर्तमानपत्रे तयार करताना अक्षरजुळणी, छपाई, ब्लॉक, छायाचित्रे, वर्तमानपत्राचा कागद यंत्रावर चढविणे, वर्तमानपत्राच्या घड्या घालणे इत्यादी क्रिया एकाच यंत्राद्वारे करता येतात, त्यामुळे वाहतूक खर्च इ.ची बचत होते.

क) आधुनिक यंत्रसामग्रीच्या बचती/फायदे : उद्योगसंस्था मोठ्या प्रमाणावर उत्पादन करण्यासाठी प्रगत यंत्रसामग्रीचा वापर करतात. त्यामुळे श्रम, वेळ, खर्च इत्यादीची बचत होते. उदा. बैल नांगराऐवजी ट्रॅक्टरने नांगरणी करणे

ड) विशेषीकरण आणि श्रमविभागणी : उद्योगसंस्थेतील कामगारांनी विशिष्ट प्रकारचे शिक्षण व प्रशिक्षण घेतलेले असते. त्यामुळे मोठ्या उद्योगसंस्था श्रमिकांना त्याच्या पात्रतेप्रमाणे, शिक्षण व प्रशिक्षणाप्रमाणे काम देतात, त्यामुळे उद्योगसंस्थेची कार्यक्षमता वाढते. कमी वेळात अधिक उत्पादन होते, शिवाय दर्जेदार उत्पादन करता येते.

इ) उपउत्पादन करता येते : मोठ्या आकाराच्या उद्योगसंस्था मुख्य उत्पादनाबरोबरच इतर उपउत्पादने करू शकतात. उदा. एक साखर कारखाना साखरेच्या उत्पादनाबरोबरच अल्कोहोल, स्पिरीट, ॲसीटोन, कागद, सहवीजनिर्मिती, आम्ले इ. उपउत्पादने करू शकतात व त्यापासून मिळणारा लाभ मोठा असतो.

२) व्यवस्थापकीय बचती (Managerial Economics) : उद्योगसंस्थेचा आकार वाढला की तिच्या कार्याची व्याप्ती वाढते, त्यामुळे उद्योगसंस्था व्यवस्थापकीय पद्धतीत सुधारणा करते. उद्योगसंस्थेत उत्पादन, खरेदी, विक्री, जाहिरात इत्यादी विभाग असतात. या प्रत्येक विभागातील काम व्यवस्थित व कार्यक्षमतेने व्हावे यासाठी वेगवेगळ्या क्षेत्रांतील तज्ज्ञ व्यवस्थापकांची नेमणूक केली जाते. शिवाय या सर्वांवर देखरेख ठेवण्यासाठी स्वतंत्र व्यवस्थापकांची नेमणूक केली जाते, त्यामुळे व्यवस्थापन अधिक कार्यक्षम होते. परिणामी उत्पादनवाढ, साधनसामग्रीचा पर्याप्त वापर, कार्यक्षमतेने उत्पादन, खर्चात घट, नफ्यात वाढ इ. लाभ होत असतात.

३) खरेदी-विक्रीविषयक बचती : मोठ्या उद्योगसंस्थेला विपणनाशी संबंधित अनेक लाभ होतात. मोठ्या उद्योगसंस्थेची सौदाशक्ती अधिक असते, त्यामुळे कमी किमतीत कच्चा माल व इतर मालाची खरेदी करता येते. कच्च्या व पक्क्या मालाची वाहतूक करताना वाहतूक कंपन्यांकडून सवलतीच्या दरात वाहतूक उपलब्ध होते. काही मोठ्या उद्योगसंस्था वाहतुकीसाठी स्वत:ची वाहतुकीचे साधने वापरतात, त्यामुळे वाहतूकखर्चात बचत होते. मोठ्या उद्योगसंस्था स्वत:ची विक्रीयंत्रणा उभारतात त्यामुळे विक्री खर्च कमी होतो.

४) वित्तीय बचती : मोठ्या उद्योगसंस्थांची अर्थव्यवस्थेतील पत जास्त असते. त्यांचा नावलौकिक असतो. त्यामुळे त्यांना वित्तीय क्षेत्रात अनेक लाभ उपलब्ध होतात. या उत्पादनसंस्थांना बँका व इतर वित्तीय संस्थांकडून कमी व्याजदराने गरजेइतके कर्ज त्वरित मिळू शकते. लोकांकडून ठेवींच्या रूपाने भांडवल गोळा करता येते. अशा उद्योगसंस्थांवर लोकांचा विश्वास असतो, त्यामुळे त्यांना देशात व परदेशात शेअर्स व कर्जरोखे विकून मोठ्या प्रमाणात भांडवल उभारता येते. उदा. रिलायन्स, टेल्को, हिंदुस्थान लिव्हर, इ. कंपन्या ठेवी, भाग-भांडवल, कर्जरोखे इ. मार्गांनी त्वरित भांडवल गोळा करतात. अशा प्रकारच्या वित्तीय बचती लहान उद्योगसंस्थांना उपलब्ध होत नाहीत.

५) जोखीम/धोका पत्करण्यातील लाभ/बचती : उत्पादनप्रक्रियेत उद्योगसंस्थांना अनेक प्रकारच्या जोखीम किंवा धोक्यांना तोंड द्यावे लागते. उदा. वस्तूची मागणी कमी होणे, स्पर्धक निर्माण होणे, लोकांच्या आवडी-निवडीत बदल होणे, उत्पादनतंत्रात बदल होणे, पर्यायी वस्तू उपलब्ध होणे इ. मोठ्या उद्योगसंस्था अशा धोक्यांना सहजपणे तोंड देऊ शकतात, मात्र लहान आकाराच्या उद्योगसंस्था अशी जोखीम पत्करू शकत नाहीत. मोठ्या उद्योगसंस्था आपल्याला धोके कमीत-कमी पत्करावे लागावेत म्हणून उत्पादनाचे विविधिकरण, बाजारपेठांचे शोध घेणे, वस्तूंच्या किमतीत सवलत इ. मार्गांचा अवलंब करते; असे केल्यामुळे उत्पादनातील धोका कमी होतो व तितक्या प्रमाणात उत्पादनखर्चात बचत होते.

६) संशोधनात्मक बचती/लाभ : मोठ्या उद्योगसंस्थांना अधिक नफा प्राप्त होत असल्याने त्या स्वत:चा स्वतंत्र संशोधन विभाग सुरू करतात. अशा संशोधन विभागातून प्रगत उत्पादनतंत्र, उत्पादनपद्धती, नवीन वस्तू, वस्तूची गुणवत्ता इ.बाबत संशोधन केले जाते व नवीन तंत्रज्ञानाचा वापर करून किंवा नवीन वस्तू उत्पादित करून उद्योगसंस्थेला प्रचंड नफा होत असतो.

ब) बाह्य बचती/लाभ (External Economics)

एका उद्योगातील उद्योगसंस्थांची संख्या वाढल्यामुळे सर्वच उद्योगसंस्थांच्या खर्चात घट होऊन त्यांना जे लाभ होतात त्यांना बाह्य बचती असे म्हणतात. या बाह्य बचती उद्योगातील सर्वच उद्योगसंस्थांना उपलब्ध होतात.

ज्या बचती कोणत्याही उद्योगसंस्थेच्या कार्यक्षमतेमुळे किंवा कारणामुळे उपलब्ध होत नाहीत, तर केवळ उद्योगाचे उत्पादन प्रमाण वाढल्याने सर्व उद्योगसंस्थांना उपलब्ध होतात त्यांना बाह्य बचती असे म्हणतात. सर्वसाधारणपणे ज्या बचती उद्योगातील सर्व उद्योगसंस्थांना उद्योगाच्या वाढीमुळे प्राप्त होतात, त्यांना बाह्य बचती असे म्हणतात.

एका विशिष्ट ठिकाणी उद्योगांचे स्थानिकीकरण झाले तर त्या ठिकाणी वीज, पाणी, रस्ते, वाहतूक, दळणवळण इ. सोयी-सुविधा निर्माण होतात. या सुविधा सर्वच उद्योगसंस्थांना उपलब्ध होतात.

बाह्य बचती पुढीलप्रमाणे आहेत -

१) केंद्रीकरणामुळे निर्माण होणाऱ्या बचती :

जेव्हा एकाच प्रकारचे उत्पादन करणारे कारखाने एका भागात स्थिरावतात तेव्हा त्या सर्व कारखान्यांना केंद्रीकरणाच्या बचती उपलब्ध होतात. त्या पुढीलप्रमाणे -

अ) प्रशिक्षित कामगार सहज उपलब्ध होतात.

ब) वाहतूक-दळणवळण, पाणी, शाळा, दवाखाने, रस्ते इ. सोयी उपलब्ध होतात.

क) उद्योगसंस्थांना लागणारा कच्चा माल विकत घेणाऱ्या व पक्का माल विकणाऱ्या संस्था निर्माण होतात.

ड) विशिष्ट उत्पादनासाठी विशिष्ट स्थानाचे बाजारपेठेत नाव होते.

इ) उद्योगसंस्थेसाठी लागणारी यंत्रसामग्री, यंत्रांचे सुटे भाग, दुरुस्ती इ. गोष्टी सुलभतेने उपलब्ध होतात.

उ) पूरक उद्योगसंस्था स्थापन होतात, त्याचा फायदा सर्वच उद्योगसंस्थांना होतो.

२) माहितीविषयक लाभ : एकाच ठिकाणी एका उद्योगातील अनेक उद्योगसंस्था उत्पादन करत असतात तेव्हा उत्पादनविषयक संशोधन, उद्योग व बाजारविषयक माहिती देणारी मासिके, वृत्तपत्रे, पाक्षिके प्रसिद्ध केली जातात. त्यामुळे उत्पादकांना माहितीचा उपयोग होतो. उद्योगसंस्थांना वस्तूची बाजारपेठ, कच्च्या मालाविषयी, कुशल कामगार, संशोधन इत्यादीविषयक माहिती प्राप्त होते.

३) संशोधनविषयक बचती : जेव्हा एका विशिष्ट ठिकाणी एकाच प्रकारचे उत्पादन करणाऱ्या अनेक उद्योगसंस्था स्थापन होत असतात. तेव्हा या सर्व उद्योगसंस्था एकत्रित येऊन संशोधनसंस्था स्थापन करतात ही संशोधनसंस्था उत्पादन, कच्चा माल विक्री, उत्पादनतंत्र, व्यवस्थापनपद्धती, बाजारपेठ इत्यादीविषयक संशोधन करून त्याची माहिती उद्योगसंस्थांना देते, त्यामुळे त्याचे लाभ सर्वच उद्योगसंस्थांना मिळतात.

४) प्रशिक्षणसंस्थांची स्थापना : उद्योगाच्या केंद्रीकरणामुळे अनेक उद्योगसंस्था एकत्रित येऊन अधिकारी, कामगार, तंत्रज्ञ इत्यादी प्रशिक्षण देणाऱ्या संस्थेची स्थापन करतात. अशा प्रशिक्षणसंस्थेतून स्वस्तात प्रशिक्षण मिळून अधिकार, कामगार, तंत्रज्ञ इ.ची कार्यक्षमता वाढण्यास मदत होते.

५) विघटनामुळे निर्माण होणाऱ्या बचती : जेव्हा एखादा उद्योग विस्तारित होतो, तेव्हा त्या उद्योगातील अनेक प्रक्रियांचे विघटन केले जाते. उदा. कापड कारखान्यात सूत तयार करणे, रंगविणे, कापड तयार करणे इ. प्रक्रिया कराव्या लागतात. या सर्व प्रक्रिया वेगवेगळ्या उत्पादनसंस्थांकडे सोपविता येतात. उत्पादन मोठ्या प्रमाणात असेल तरच हे शक्य होते. विघटनाचे (i) ऊर्ध्वविघटन व (ii) समविघटन असे दोन प्रकार आहेत. ऊर्ध्वविघटनात एकाच प्रकारच्या उत्पादनातील वेगवेगळ्या प्रक्रिया वेगवेगळ्या व्यवसायसंस्थांकडून करून घेतल्या जातात, तर समविघटनात एकाच प्रकारचे उत्पादन ज्या वेगवेगळ्या उत्पादनसंस्थांना लागते त्या सर्वांना पुरविणे होय. अशा विघटनामुळे उद्योगसंस्थांना अनेक लाभ होतात.

मोठ्या प्रमाणावरील उत्पादनाचे तोटे (Diseconomics of Large Scale Production)

जेव्हा उद्योगसंस्थेच्या उत्पादनात किंवा आकारात विशिष्ट मर्यादेपेक्षा जास्त वाढ होते, तेव्हा या उद्योगसंस्थेला तोटे सहन करावे लागतात. त्या तोट्यांना मोठ्या प्रमाणावरील उत्पादनाचे तोटे असे म्हणतात. मोठ्या प्रमाणावरील उत्पादनाचे जे तोटे उद्‌भवतात त्यांचे दोन प्रकारांत वर्गीकरण केले जाते.

अ) अंतर्गत तोटे (Internal Diseconomics) : जेव्हा उद्योगसंस्थेच्या उत्पादनात विशिष्ट मर्यादेपेक्षा अधिक वाढ होते तेव्हा जे तोटे उद्‌भवतात त्यांना अंतर्गत तोटे असे म्हणतात. अंतर्गत तोटे पुढीलप्रमाणे आहेत.

१) तांत्रिक तोटे : उद्योगसंस्था अधिक उत्पादन करण्यासाठी मोठ्या आकाराची यंत्रसामग्री खरेदी करते. त्यामुळे यंत्रसामग्री खरेदीचा खर्च वाढतो. यंत्रसामग्रीच्या उत्पादनक्षमतेपेक्षा अधिक उत्पादन करण्याचा प्रयत्न केला जातो त्यामुळे यंत्रसामग्रीवर अतिरिक्त ताण येऊन यंत्रात बिघाड निर्माण होते. उत्पादनात खंड पडतो, शिवाय यंत्रदुरुस्तीचा खर्च वाढतो.

२) व्यवस्थापकीय तोटे : उद्योगसंस्थेचा आकार वाढला किंवा उत्पादनविस्तार वाढला की व्यवस्थापनावर अतिरिक्त ताण पडून अकार्यक्षम व्यवस्थापन, अचूक निर्णयाचा अभाव, कामगारांच्या कार्यक्षमतेत घट इत्यादी समस्या उद्‌भवतात व त्याचा परिणाम उत्पादनखर्च वाढतो.

३) उत्पादनकार्यात विलंब : उद्योगसंस्थेचा विस्तार झाला की उत्पादन वेगवेगळ्या विभागात विभागले जाते. अशा वेगवेगळ्या विभागात योग्य समन्वय व सुसूत्रीकरणाअभावी उत्पादनास विलंब होतो. वेगवेगळ्या विभागांतील कामे वेळच्यावेळी पूर्ण होत नाही. परिणामी उत्पादनवेग मंदावतो.

४) अतिरिक्त उत्पादन : उद्योगसंस्थेचा विस्तार होतो तेव्हा बऱ्याच वेळा बाजारातील मागणीपेक्षा अधिक उत्पादन होत असते. मागणीपेक्षा पुरवठा वाढून किमती घटतात, त्यामुळे उद्योगसंस्थेचे नुकसान होतो.

५) अकार्यक्षमतेत वाढ : मोठ्या उद्योगसंस्थेत कामगारांची संख्या फार मोठी असते. तेव्हा त्यांच्यात गटबाजी निर्माण होते. त्यांच्यात बेशिस्त, भांडणे, ईर्षा, कारस्थाने इत्यादी निर्माण होते, त्याचा परिणाम कामगारांची कार्यक्षमता घटते, परिणामी उद्योगसंस्थेचे नुकसान होते.

ब) बाह्य तोटे (External Diseconomics) : विशिष्ट प्रदेशात उद्योगसंस्थांचे केंद्रीकरण झाल्यामुळे जे तोटे उद्भवतात त्यांना बाह्य तोटे असे म्हणतात. एकाच प्रदेशात एखाद्या उद्योगाचे किंवा अनेक उद्योगांचे केंद्रीकरण पराकोटीला पोहोचते, तेव्हा बाह्य अपव्ययही दिसू लागतात. हे बाह्य तोटे पुढीलप्रमाणे -

१) कच्च्या मालाच्या अडचणी : जेव्हा विशिष्ट प्रदेशात अनेक उद्योगसंस्था स्थापन होतात आणि त्यांचे आकारमान वाढत जाते, तेव्हा त्या सर्वच उत्पादनसंस्थांकडून कच्च्या मालाची मागणी वाढत असते. कच्चा माल मिळविण्याबाबत त्यांच्यात स्पर्धा निर्माण होते. परिणामी कच्च्या मालाच्या किमती वाढतात. काही वेळा कच्च्या मालाअभावी उत्पादनात खंड पडतो परिणामी उद्योगसंस्थेचे नुकसान होते.

२) वाहतूक समस्या : ठरावीक प्रदेशात उद्योगसंस्थांचे केंद्रीकरण झाल्याने त्याचा वाहतूक व्यवस्थेवर ताण येऊन कच्चा व पक्क्या मालाची स्वस्त व तत्पर वाहतूक शक्य होत नाही. कच्चा माल वेळेवर उपलब्ध न झाल्याने तसेच पक्क्या मालाची बाजारपेठेत वेळेवर वाहतूक न झाल्याने उद्योगसंस्थेला नुकसान सहन करावे लागते. वाहतुकीचे दर वाढत जातात.

३) कामगार टंचाईमुळे वेतनवाढ : उद्योगाच्या केंद्रीकरणामुळे अनेक उद्योगसंस्था स्थापन होतात. परिणामी त्यांच्याकडून कामगारांची मागणी वाढते. जेव्हा कामगारांची मागणी वाढते तेव्हा जे मिळतील त्यांना कामावर घ्यावे लागते. त्याच वेळी मजुरीचे दर वाढत असतात, त्यामुळे उद्योगसंस्थांचा उत्पादनखर्च वाढत जातो.

४) भांडवलाची अडचण : उद्योगसंस्थेचा आकार जेव्हा वाढतो तेव्हा तिला मोठ्या प्रमाणात भांडवलाची गरज भासते. अशा मोठ्या प्रमाणावरील भांडवल सहजासहजी उपलब्ध होत नाही. काही वेळा कर्जावर अधिक व्याज देऊन भांडवल उभारावे लागते, त्यामुळे उद्योगसंस्थेचे नुकसान होते.

५) सेवा-सुविधांवरील ताण : ठरावीक प्रदेशात उद्योगांची गर्दी झाल्याने तेथील सेवा-सुविधांवर ताण येतो. उदा. वाहतुकीची कोंडी, हवा-पाण्याचे प्रदूषण, पिण्याच्या पाण्याची टंचाई, सार्वजनिक आरोग्य व निवासी घरे यांचा अपुरेपणा, कायदा व सुव्यवस्था विस्कळीत होणे, शाळा-महाविद्यालयांतून प्रवेश न मिळणे इ. या सर्वांचा परिणाम होऊन कामगारांची कार्यक्षमता घटते.

३.५ खर्च विश्लेषण (Cost Analysis)

पुरवठ्याच्या बाबतीत वस्तूच्या उत्पादनाचा खर्च हा प्रभावी घटक असतो. बाजारातील वस्तूच्या पुरवठ्यावर वस्तूच्या उत्पादनखर्चाचा परिणाम होतो. 'खर्च' या शब्दातून प्रत्यक्षपणे खर्च करावा लागणारा पैसा याचाच विचार होतो, परंतु व्यवसायसंस्थांना अप्रत्यक्षपणे काही खर्च करावे लागत असतात, त्यांचाही समावेश एकूण खर्चात करावा लागतो. उत्पादनखर्चाचे त्याच्या स्वरूपावरून अनेक प्रकार पाडले जातात. त्यापैकी काही प्रकारांचा आपण येथे अभ्यास करणार आहोत.

अ) खर्चाचे प्रकार (Types of Costs)

१) एकूण खर्च (Total Cost)

वस्तू उत्पादनासाठी जो एकूण खर्च आलेला असतो त्याची बेरीज म्हणजे एकूण खर्च होय. वस्तू उत्पादनासाठी अनेक आदाने वापरली जातात. त्यासाठी जो खर्च करावा लागतो, त्या खर्चाची एकूण बेरीज म्हणजे एकूण खर्च होय.

भूमी, भांडवल, कामगार, कच्चा माल, जाहिरात, वाहतूक इत्यादीवरील खर्चाची बेरीज म्हणजे एकूण खर्च होय; म्हणजेच उद्योगसंस्थेच्या एकूण स्थिर खर्च व एकूण बदलत्या खर्चाची बेरीज केली असता आपणास एकूण खर्च मिळतो.

एकूण खर्च = एकूण स्थिर खर्च + एकूण बदलता खर्च

एखाद्या वस्तू उत्पादनासाठी उद्योगसंस्थेने १५००० रु. खर्च करून ३००० वस्तूंचे उत्पादन केले असेल तर प्रत्येक वस्तूला ५ रु. खर्च आला. म्हणजेच वस्तूच्या एकूण नगसंख्येला तिच्या प्रत्येक नगाच्या उत्पादनखर्चाने गुणले असता एकूण उत्पादनखर्च मिळतो.

एकूण उत्पादनखर्च = वस्तूचे एकूण उत्पादन (नगसंख्या) x प्रत्येक नगाचा उत्पादन खर्च रु.

१५००० = ३००० x ५

अल्प काळात उत्पादन वाढल्यास एकूण उत्पादनखर्च वाढतो आणि उत्पादन कमी केल्यास एकूण उत्पादन खर्च कमी होतो. एकूण खर्चातील या बदलास बदलता एकूण खर्च कारणीभूत ठरतो. स्थिर खर्च उत्पादनातील वाढ किंवा घटीबरोबर वाढत नाही किंवा घटत नाही. तो स्थिर असतो. पुढील तक्ता एकूण खर्च, एकूण स्थिर खर्च व एकूण बदलता खर्च दर्शवतो.

तक्ता क्र. ३

एकूण स्थिर खर्च, एकूण बदलता खर्च आणि एकूण खर्च

एकूण उत्पादन	एकूण स्थिर खर्च रुपये	एकूण बदलता खर्च रु.	एकूण खर्च रुपये
१	२००	४०	२४०
२	२००	७२	२७२
३	२००	९६	२९६
४	२००	१३०	३३०
५	२००	१५१	३५१
६	२००	१८२	३८२
७	२००	२००	४००

*आकृतीच्या साहाय्याने हा खर्चवक्र पुढीलप्रमाणे दाखविता येईल.

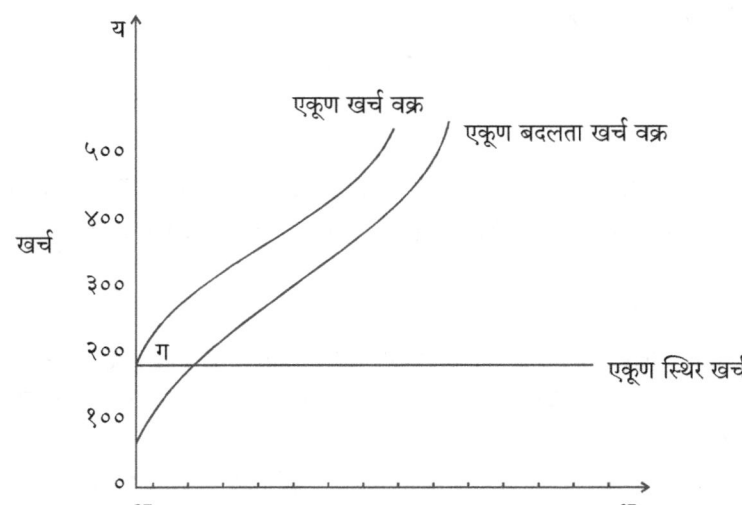

आकृती क्र. १

उत्पादनातील बदलानुसार स्थिर खर्च बदलत नाही, त्यामुळे स्थिर खर्च वक्र **अक्ष** अक्षाला समांतर राहतो, परंतु उत्पादनातील बदलाबरोबर बदलता खर्च बदलतो, म्हणून हा वक्र डावीकडून उजवीकडे वर जाणारा असतो. एकूण खर्चवक्र डावीकडून उजवीकडे वर जाणारा आहे. एकूण खर्च वक्र **अय** अक्षावरील **'ग'** बिंदूतून सुरू होतो. कारण उत्पादन शून्य असेल तरी स्थिर खर्च करावाच लागत असतो.

२) सरासरी खर्च (Average Cost)

उद्योगसंस्थेच्या एकूण खर्चाला एकूण उत्पादित नगसंख्येने भागून येणाऱ्या संख्येला सरासरी खर्च असे म्हणतात.

$$एकूण \ सरासरी \ खर्च = \frac{एकूण \ उत्पादन \ खर्च}{एकूण \ उत्पादित \ नगसंख्या}$$

उदा. एखाद्या उत्पादनसंस्थेने एका वर्षात ५००० वस्तूंचे उत्पादन केले व त्यासाठी एकूण ४५००० रु. खर्च आला असेल तर ४५००० ÷ ५००० = ९ रु. हा एका वस्तूचा सरासरी उत्पादन खर्च असेल.

स्थिर खर्च आणि बदलता खर्च मिळून 'एकूण खर्च' होतो म्हणून एकूण उत्पादन खर्चाला एकूण उत्पादित नगसंख्येने भागून येणाऱ्या संख्येला सरासरी खर्च म्हणतात.

सरासरी खर्च हा वस्तूच्या प्रत्येक नगासाठी येणारा खर्च दर्शवितो. सरासरी खर्चावरून उत्पादनात बदल झाल्यामुळे उत्पादन खर्चात किती बदल होतो हे समजत नाही.

तक्ता क्र. ३.२

एकूण सरासरी खर्च

वस्तूंचे नग	एकूण खर्च	एकूण सरासरी खर्च
०	१००	०००
१	१६०	१६०
२	२१०	१०५
३	२५०	८३.३
४	२८०	७०
५	३००	६०
६	३४०	५६.७
७	४००	५७.२
८	५००	६२.५

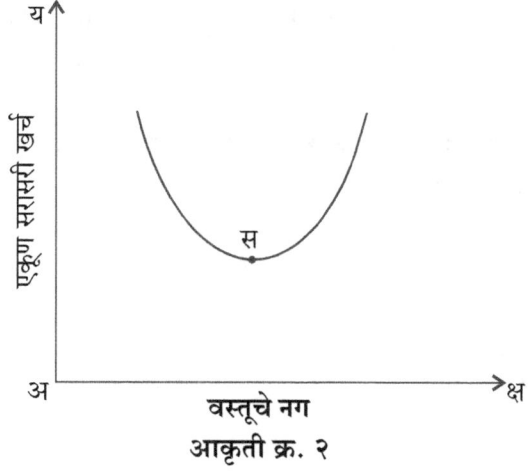

आकृती क्र. २

एकूण सरासरी खर्च

एकूण सरासरी खर्च वाढत्या उत्पादनाबरोबर प्रथम घटत जातो नंतर तो किमान पातळीला पोहचतो (स बिंदू पातळी) आणि नंतर उत्पादन वाढीबरोबर तो वाढत जातो. सरासरी एकूण खर्च वक्राचा आकार इंग्रजी 'U' अक्षरासारखा असतो.

३) सीमान्त खर्च (Marginal Cost)

सीमान्त खर्च ही अर्थशास्त्रातील एक महत्त्वाची संकल्पना असून व्यवसायसंस्थेने आपले उत्पादन जास्तीत जास्त किती करणे योग्य ठरेल हे ठरविण्यासाठी सीमान्त खर्चाची संकल्पना वापरली जाते.

उत्पादनाच्या एका नगाच्या वाढीने किंवा घटीने एकूण खर्चात जी निव्वळ वाढ किंवा घट होते त्या वाढीला (घटीला) सीमान्त खर्च असे म्हणतात.

उदा. १०० वस्तूंचा एकूण उत्पादन खर्च ३००० रु. आहे. जर उत्पादनात एका नगाने (म्हणजे १०१) वाढ केली आणि एकूण उत्पादन खर्च ३०४० रुपये झाला तर १०१ व्या नगाचा सीमान्त उत्पादन खर्च ४० रुपये असेल.

तक्ता क्र. ३.३
एकूण खर्च व सीमान्त खर्च

उत्पादनाचे नग	एकूण खर्च रुपये	सीमान्त खर्च रुपये
०	१००	-
१	१६०	६०
२	२१०	५०
३	२५०	४०
४	२८०	३०
५	३००	२०
६	३४०	४०
७	४००	६०
८	५००	१००

वरील तक्त्यात उत्पादन शून्य असताना एकूण खर्च १०० रुपये असून उत्पादन एका नगाने वाढविल्यास एकूण खर्च १६० रु. येतो म्हणजेच उत्पादन एका नगाने वाढविल्यामुळे एकूण खर्च ६० रुपयांनी वाढला; या वाढीलाच सीमान्त खर्च असे म्हणतात.

सीमान्त खर्च वाढत्या उत्पादित नगाबरोबर प्रथम घटत जातो. विशिष्ट उत्पादन पातळीला (५ नग) तो कमीत कमी होतो आणि त्यानंतर उत्पादन वाढवत गेल्यास सीमान्त खर्च वाढत जातो.

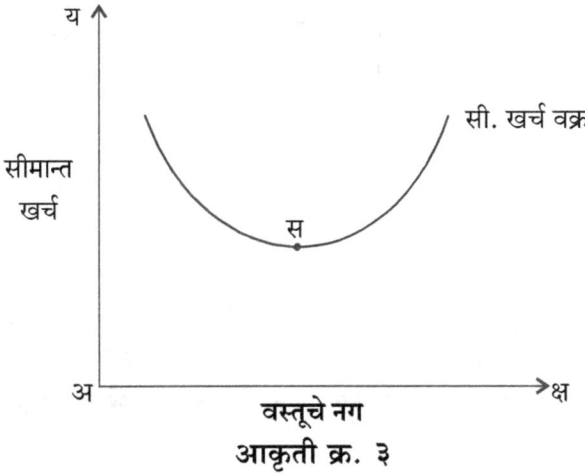

आकृती क्र. ३

आकृती क्र. ३ मध्ये 'स' बिंदूजवळ सीमान्त खर्च किमान पातळीला गेलेला दिसतो परंतु त्यानंतर जसजसे उत्पादनाचे नग वाढत जातात तसतसा **सीमान्त खर्च** वाढत जातो. **सीमान्त खर्च** वक्राचा आकार इंग्रजी 'U' अक्षराप्रमाणे आहे.

एकूण उत्पादन खर्चात स्थिर खर्च कायमच असल्याने प्रत्येक नगाच्या उत्पादनाबरोबर बदलता खर्च जेवढा वाढेल तेवढ्याच प्रमाणात सीमान्त खर्च वाढत जातो.

४) वैकल्पिक खर्च / संधी खर्च (Opportunity Cost)

संधी खर्चालाच वैकल्पिक खर्च बदली खर्च असे म्हणतात. संधी खर्चाची संकल्पना आधुनिक अर्थशास्त्रात आर्थिक विश्लेषणासाठी वापरली जाते. संधी खर्च ही खर्च मोजण्याची एक पर्यायी पद्धती अर्थशास्त्रात वापरली जाते. आर्थिक विश्लेषणात साधनांच्या दुर्मिळतेमधून आणि पर्यायी उप्योगातून निवडीची समस्या निर्माण होत असते. या समस्येतून ही खर्च संकल्पना निर्माण झाली आहे.

बहुसंख्य उत्पादन साधने विविध उपयोगांसाठी वापरता येतात म्हणजेच उत्पादन साधने पर्यायी उपयोगाची असतात. उदा. जमिनीचा उपयोग शेतीसाठी, इमारत बांधण्यासाठी, उद्योग सुरू करण्यासाठी, खेळाचे मैदानासाठी करता येतो. मात्र, जमिनीचा एका वेळी एकाच कामासाठी उपयोग करता येतो. त्यामुळे इतर उपयोगाचा त्याग करावा लागतो. जमीन शेतीसाठी वापरली तर तिचा उपयोग इमारत बांधण्यासाठी करता येत नाही. याचाच अर्थ जमीन शेतीसाठी वापरल्यास इमारतीचा त्याग करावा लागतो. हा त्याग म्हणजेच संधी खर्च होय. म्हणजेच जेव्हा उत्पादन साधने एका उपयोगासाठी वापरली जातात तेव्हा दुसऱ्या उपयोगाचा त्याग करावा लागतो, तेव्हा पहिल्या उपयोगाचा संधी खर्च म्हणजे दुसऱ्या उपयोगाचा केलेला त्याग होय. यालाच संधी खर्च असे म्हणतात.

संधी खर्च संकल्पनेचे व्यावहारिक महत्त्व :

१) नफा किती मिळतो हे शोधून काढण्यासाठी वैकल्पिक/संधी खर्चाची संकल्पना महत्त्वाची असते.

२) कोणताही दीर्घकालीन निर्णय घेताना संधी खर्च/वैकल्पिक खर्चाचा विचार महत्त्वाचा असतो.

३) उद्योगसंस्थेला आपले भांडवली अंदाजपत्रक तयार करताना भांडवलाचा चांगल्यात चांगला उपयोग करण्यासाठी वैकल्पिक खर्च ही संकल्पना उपयुक्त ठरते.

४) प्रत्यक्ष खर्चावरून नफा किती मिळतो हे कळते; परंतु वेगवेगळ्या पर्यायात तो किती वाढू शकेल हे वैकल्पिक खर्चावरून कळते.

५) वैकल्पिक खर्चाची संकल्पना उपभोग, उत्पादन, आंतरराष्ट्रीय व्यापार इत्यादी क्षेत्रात उपयुक्त ठरते.

६) उत्पादन घटकांचे मोबदले निश्चित करण्यासाठी वैकल्पिक खर्चाची संकल्पना उपयुक्त ठरते.

७) या खर्च संकल्पनेमुळे दीर्घकालीन तोटे टाळणे शक्य होते.

ब) खर्च वक्राची प्रवृत्ती (Behavior of Cost Curves)

विविध खर्च संकल्पनाद्वारे उत्पादनसंस्थेचे अल्पकालीन व दीर्घकालीन खर्च वक्रांचे स्वरूप समजण्यास मदत होते. उत्पादनसंस्था विविध प्रकारचे निर्णय घेताना तिला अल्पकाल व दीर्घकालाचा विचार करावा लागतो. सर्वसाधारणपणे अल्पकाळात सर्व घटक अलवचिक तर दीर्घकाळात सर्व घटक लवचिक असतात त्यामुळे या काळात खर्चाच्या प्रवृत्तीत फरक पडतो -

१. अल्पकालीन सरासरी खर्च वक्र (Short Run Average Cost Curve)

अर्थशास्त्रात अल्पकाळ म्हणजे असा कालावधी की ज्यामध्ये उत्पादकाला उत्पादन वाढविण्यासाठी स्थिर उत्पादन घटकात बदल करता येत नाही परंतु बदलत्या उत्पादन घटकात बदल करता येतो. अल्पकाळात उत्पादनात वाढ झाली किंवा घट झाली तरी एकूण स्थिर उत्पादन खर्च स्थिरच असतो. अल्पकाळात एकूण स्थिर खर्च व एकूण बदलता खर्च या दोहोंची बेरीज केल्यास आपणास एकूण उत्पादन खर्च मिळतो. अल्पकाळात उत्पादनात बदल झाला की एकूण उत्पादन खर्च बदलतो. एकूण खर्च उत्पादन वाढले की बदलता खर्च वाढत असल्याने वाढत जातो. उत्पादनखर्चाच्या विश्लेषणात एकूण खर्चापेक्षा सरासरी खर्च व सीमान्त खर्च विश्लेषणाला अधिक महत्त्व आहे कारण त्यांच्या साहाय्याने उत्पादकाला वस्तूची किंमत ठरविता येते. पुढील आकृती क्र. ४ मध्ये अल्पकाळातील

विविध खर्च वक्र दाखविले आहेत.

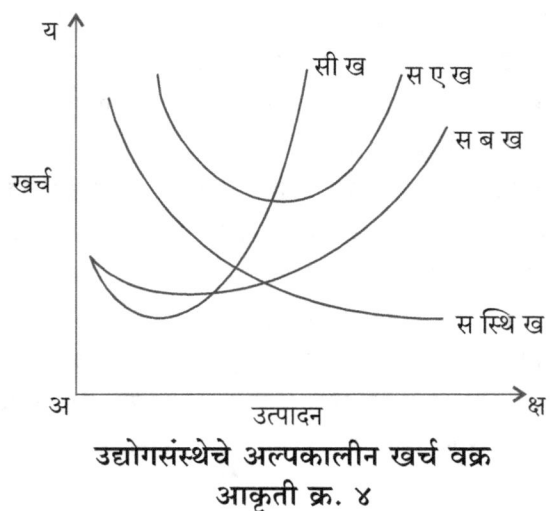

उद्योगसंस्थेचे अल्पकालीन खर्च वक्र
आकृती क्र. ४

१) आकृतीमध्ये उद्योगसंस्थेचे अल्पकालीन सरासरी स्थिर खर्च (**स.स्थि.ख.**), सरासरी बदलता खर्च (**स.ब.ख.**), सरासरी एकूण खर्च (**स.ए.ब.**) आणि सीमान्त खर्च (**सी.ख.**) हे वक्र दाखविले आहेत.

२) सरासरी स्थिर खर्च आणि सरासरी बदलता खर्च यांची बेरीज करून सरासरी एकूण खर्च (**स.ए.ख.**) वक्र मिळतो. म्हणून सएख वक्र हा नेहमी सस्थिर आणि सबख वक्रांच्या वरच्या बाजूला असतो.

३) सरासरी स्थिर खर्च वक्र (**सस्थिख**) दोन्ही अक्षांच्या जवळ जातो. पण त्यांना मिळत नाही. त्याचे कारण उत्पादनाची पातळी कितीही असली तरी एकूण खर्च स्थिर असतो. त्यामुळे उत्पादन वाढल्यास सरासरी स्थिर खर्च कमी होतो आणि उत्पादन घटल्यास सरासरी स्थिर खर्च वाढतो.

४) सीमान्त खर्च वक्र (**सी.ख.**) हा सरासरी बदलता खर्च आणि सरासरी एकूण खर्च या दोन्ही वक्रांना खालून छेदून वर जातो आणि या दोन्ही वक्रांच्या किमान बिंदूतूनच तो छेदतो.

५) सरासरी एकूण खर्च (**सएख**) वक्र हा इंग्रजीतील यू (U) या आकाराचा असतो.

अल्पकालीन सरासरी एकूण खर्च वक्र 'U' आकाराचा असतो

सरासरी स्थिर खर्च आणि सरासरी बदलता खर्च मिळून सरासरी एकूण खर्च बनतो. प्रारंभी सरासरी स्थिर खर्च वक्र आणि सरासरी बदलता खर्च वक्रदेखील डावीकडून उजवीकडे उतरत जात असल्याने सरासरी एकूण खर्च वक्र हा उजवीकडे उतरत जातो. परंतु, एका किमान बिंदूला पोहोचल्यानंतर सरासरी बदलता खर्च वाढत जातो. सरासरी बदलत्या खर्चामधील वाढीचा दर हा सरासरी स्थिर खर्चामध्ये होणाऱ्या घटीच्या दरापेक्षा जास्त असल्याने सरासरी एकूण खर्च वक्र चढत जाऊ लागतो. त्यामुळे सरासरी एकूण खर्च वक्राला इंग्रजीतील 'यू' या अक्षरासारखा आकार प्राप्त होतो.

अल्पकाळात सीमान्त खर्च व सरासरी खर्च प्रथम वाढत्या उत्पादनाबरोबर घटत जातात. कारण - १) स्थिर उत्पादन खर्च वाढत्या उत्पादनाबरोबर अधिक नगांवर विभागला जाऊन सरासरी स्थिर खर्च (सस्थिख) घटत जातो. त्याचा परिणाम सरासरी एकूण खर्चावर (सएख) होऊन तो घटत जातो. २) बदलत्या घटकात श्रमविभागणी आणि विशेषीकरण यांच्या वाढत्या संधी उपलब्ध होत जातात. त्यामुळे सीमान्त उत्पादन वाढत जाते आणि सीमान्त खर्च व सरासरी खर्च घटत जातात. अखेरीस सरासरी खर्च वाढू लागतो. सीमान्त खर्च वाढू लागल्यामुळे सरासरी खर्च

वाढतो कारण - (i) स्थिर घटकांवर अतिरिक्त ताण पडतो. (ii) बदलते घटक हे स्थिर घटकाला पर्याय ठरू शकत नाही; त्यामुळे बदलता खर्च वेगाने वाढत जातो. या सर्व कारणांमुळे व्यवसायसंस्थेचा अल्पकालीन सरासरी खर्च वक्र इंग्रजी 'यू' अक्षरासारखा होतो.

२. दीर्घकालीन सरासरी खर्च वक्र (Long Run Average Cost Curve)

दीर्घकाळात सर्वच घटक बदलते असल्याने सर्वच खर्च बदलते असतात. म्हणून दीर्घकाळात स्थिर खर्चाचा प्रकार नसतो. अल्पकाळात आपल्या संयंत्राच्या क्षमतेच्या मर्यादेतच व्यवसायसंस्था आपल्या वस्तूचे उत्पादन कमी-जास्त करू शकते. परंतु, दीर्घकाळात उत्पादनाचे प्रमाण वाढविण्यासाठी नवीन संयंत्रे बसविणे उत्पादनसंस्थेला शक्य असते. दीर्घकाळातील व्यवसाय संस्थेच्या वाढीचा प्रश्न हा उत्पादनाचा प्रश्न असतो. उत्पादनाच्या इष्ट प्रमाणाला आवश्यक त्या क्षमतेचे नवीन संयंत्र बसविता येते. तसेच इतर घटकही बदलता येतात त्यामुळे दीर्घकाळात स्थिर व बदलता खर्च असे भेद नसतात.

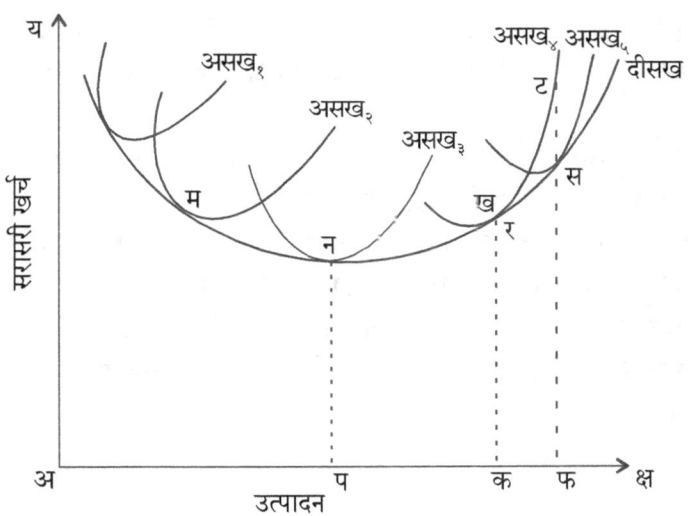

व्यवसायसंस्थेचा दीर्घकालीन सरासरी खर्चवक्र

आकृती क्र. ५

आकृती क्र. ५ मध्ये दाखविल्याप्रमाणे उत्पादन संस्था **असख४** या अल्पकालीन सरासरी खर्चाच्या परिस्थितीत उत्पादन करीत आहे. **असख४** हा तिचा अल्पकालीन सरासरी एकूण खर्चवक्र आहे. ही उत्पादनसंस्था **अक** एवढे उत्पादन करीत असताना **कर** हा सरासरी खर्च आहे. उत्पादन प्रमाण वाढवून ते आता **अ फ** करावयाचे आहे. **असख४** या सरासरी खर्च वक्राने दाखविल्याप्रमाणे **फ ट** एवढा सरासरी खर्च येईल. अल्पकाळात काही घटकांचा पुरवठा स्थिर असल्याने उत्पादनसंस्थेचा सरासरी खर्च जास्त आहे असे दिसून येते. दीर्घकाळात स्थिर घटकात वाढ करणे शक्य असल्याने उत्पादनाच्या नव्या पातळीशी सुसंगत असे स्थिर घटकांचे प्रमाण निवडणे उत्पादनसंस्थेला शक्य होते. त्यामुळे उत्पादनसंस्था अधिक वरच्या उत्पादनमानाचा स्वीकार करते आणि **असख५** या खर्च वक्राने दाखविलेल्या परिस्थितीत उत्पादन करू लागते. असे बदल केल्यानंतर उत्पादनसंस्थेला **अ फ** या उत्पादन पातळीला उत्पादनास सरासरी खर्च **फ स** पर्यंत खाली येतो.

कर सरासरी खर्चाला **अक** एवढे उत्पादन करणाऱ्या संस्थेला उत्पादनात **क फ** एवढी वाढ करून **अ फ**

एवढे उत्पादन करावयाचे झाल्यास अल्पकाळात **फ ट** एवढा सरासरी खर्च येतो. अल्पकाळाने घालून दिलेली मर्यादा म्हणजे **असख**$_४$ हा सरासरी खर्च वक्र, अल्प काळात या मर्यादेपलीकडे जाणे शक्य नसते.

दीर्घकाळात मात्र **असख**$_५$ या नव्या अल्पकालीन सरासरी खर्चवक्राच्या कक्षेत जाणे शक्य होते. दीर्घकाळात **अ फ** या उत्पादन पातळीचा सरासरी खर्च **फ ट** या अल्पकालीन सरासरी खर्चापेक्षा कमी करून तो **फ स** पर्यंत खाली आणणे उत्पादनसंस्थेला शक्य होते.

असख$_१$, **असख**$_२$, **असख**$_३$, **असख**$_४$ इ. वक्र हे उत्पादनसंस्थेचे अल्पकालीन सरासरी खर्च वक्र असून ते उत्पादनाच्या वेगवेगळ्या पातळ्यांना संयंत्राच्या विविध क्षमता दाखवितात. **असख**$_१$ हा कमी क्षमता असलेल्या संयंत्राचा सरासरी खर्चवक्र आहे. **असख**$_१$ हा **असख**$_१$ पेक्षा अधिक उत्पादनक्षमता असलेल्या संयंत्राचा सरासरी खर्च वक्र आहे. दीर्घकाळात अशी विविध क्षमता असलेली संयंत्रे पर्याय म्हणून उपलब्ध असतात. त्यापैकी कमीत कमी खर्चात आपल्याला हव्या असलेल्या पातळीवरील उत्पादन ज्या संयंत्राच्या साहाय्याने करता येईल त्याचीच निवड उत्पादनसंस्था करेल.

i) दीर्घकालीन सरासरी खर्च - वक्र हा अनेक अल्पकालीन सरासरी खर्च वक्रांना स्पर्श करतो म्हणून अल्पकालीन सरासरी खर्च वक्रावरील कोणताही बिंदू दीर्घकालीन सरासरी खर्च वक्राच्या खाली असत नाही.

ii) दीर्घकालीन सरासरी खर्च वक्र हा अल्पकालीन सरासरी खर्च वक्राच्या मानाने उथळ आणि बशीच्या आकाराचा असतो. याचा संबंध मोठ्या प्रमाणावरील उत्पादनाच्या बचतीशी व तोट्यांशी आहे.

iii) अल्पकालीन सरासरी खर्च वक्र दीर्घकालीन सरासरी खर्च वक्राला कधीच छेदत नाही कारण दीर्घकालीन सरासरी खर्च हे अल्पकालीन सरासरी खर्चापेक्षा जास्त असत नाही.

iv) प्रत्येक अल्पकालीन सरासरी खर्च वक्रावरील किमान बिंदू त्या यंत्रकुलाचा पर्याप्त उपयोग दाखवितो तर दीर्घकालीन सरासरी खर्च वक्रावरील प्रत्येक बिंदू उत्पादन पातळीच्या संदर्भात किमान खर्च दाखवितो.

प्रश्न

प्र. १. खालील प्रश्नांची २० शब्दांत उत्तरे लिहा.

१. उत्पादन फलन म्हणजे काय?

२. बदलत्या प्रमाणाचा सिद्धान्त सांगा.

३. अंतर्गत बचती म्हणजे काय?

४. बाह्य बचतीची व्याख्या द्या.

५. उत्पादनाचा प्रतिफलाचा नियम सांगा.

प्र. २. खालील प्रश्नांची ५० शब्दांत उत्तरे लिहा.

१. उत्पादन फलाची गृहीते सांगा.

२. बदलत्या प्रमाणाच्या सिद्धान्ताची गृहीते सांगा.

३. 'एकूण खर्च' म्हणजे काय?

४. 'सीमान्त खर्च' म्हणजे काय?

प्र. ३. खालील प्रश्नांची १५० शब्दांत उत्तरे लिहा.

१. मोठ्या प्रमाणावरील उत्पादनाच्या अंतर्गत बचती सांगा.
२. मोठ्या प्रमाणावरील उत्पादनाच्या बाह्य बचती स्पष्ट करा.
३. मोठ्या प्रमाणावरील उत्पादनाचे तोटे स्पष्ट करा.
४. 'वैकल्पिक खर्च' ही संकल्पना स्पष्ट करा.
५. 'अल्पकालीन सरासरी खर्च वक्र 'U' आकाराचा असतो' - स्पष्ट करा.

प्र. ४. खालील प्रश्नांची ३०० ते ५०० शब्दांत उत्तरे लिहा.

१. बदलत्या प्रमाणाचा नियम स्पष्ट करा.
२. उत्पादनाच्या प्रतिफलाचा सिद्धान्त स्पष्ट करा.
३. मोठ्या प्रमाणावरील उत्पादनाचे अंतर्गत व बाह्य फायदे सांगा.
४. सरासरी खर्च, सीमान्त खर्च आणि एकूण खर्च संकल्पना स्पष्ट करा.
५. अल्पकालीन खर्च वक्र आकृतीच्या साह्याने स्पष्ट करा.
६. दीर्घकालीन खर्च वक्र आकृतीच्या साह्याने स्पष्ट करा.

४
प्राप्तीचे वर्तन
(Revenue Behaviour)

४.१ प्रास्ताविक
४.३ एकूण प्राप्ती, सरासरी प्राप्ती, सीमान्त प्राप्ती (Total Revenue, Average Revenue, Marginal Revenue)

४.१ प्रास्ताविक

वस्तूचे उत्पादन करताना जास्तीतजास्त नफा मिळविणे हे उत्पादनसंस्थेचे उद्दिष्ट असते. त्यामुळे जास्तीतजास्त नफा मिळविण्याचा प्रयत्न उत्पादनसंस्था करते; त्यासाठी मागणीचा विचार करावा लागतो. विक्री ही मागणीवर अवलंबून असते. त्यामुळे उत्पादनसंस्था वस्तूला मागणी किती आहे याचा विचार करते. उत्पादनसंस्थेला मिळणारा प्राप्तीचा अथवा उत्पन्नाचा अभ्यास करताना सरासरी प्राप्ती, सीमान्त प्राप्ती या संकल्पनांचा विचार करावा लागतो.

४.२ प्राप्ती संकल्पनेचा अर्थ आणि महत्त्व (Meaning & Importance of Revenue Concepts)

उत्पादनसंस्थेच्या वस्तूंची ग्राहकांनी केलेली एकूण मागणी म्हणजे त्या उत्पादनसंस्थेचा खप होय. या विकलेल्या वस्तूंच्या संख्येला किमतीने गुणले असता त्या उद्योगसंस्थेची प्राप्ती येते. त्यामुळे किंमत आणि मागणी यांच्याबरोबरच प्राप्तीच्या वेगवेगळ्या संकल्पनांचा विचार करणे आवश्यक असतो.

उत्पादनसंस्थेचे उत्पन्न हे ग्राहकाने वस्तूच्या बदल्यात दिलेली किंमत असते. वस्तूंची विशिष्ट नगसंख्या विकून विक्रेत्याला मिळणारे एकूण उत्पन्न म्हणजे उत्पादनसंस्थेची एकूण प्राप्ती असते. प्राप्तीच्या संकल्पना ४.३ मध्ये स्पष्ट केल्या आहेत.

प्राप्ती संकल्पनेचे महत्त्व :

एखाद्या उत्पादनसंस्थेचा नफा ठरविणारा महत्त्वाचा घटक म्हणजे त्या उत्पादनसंस्थांची प्राप्ती होय. त्यासाठी प्राप्ती संकल्पनेच्या संकल्पना महत्त्वाच्या ठरतात. प्राप्तीविषयक संकल्पना समजावून घेताना प्राप्तिवक्रांचे महत्त्व लक्षात येते. तसेच वक्रांच्या साहाय्याने उत्पादनसंस्थेची स्थिती लक्षात येते, त्यामुळे प्राप्तीविषयक संकल्पना आणि वक्र महत्त्वाचे ठरतात.

किमतीबाबत सरासरी आणि सीमान्त प्राप्ती महत्त्वाची असते. त्यामुळे उत्पादनसंस्था, एकूण प्राप्तीपेक्षा सरासरी प्राप्ती आणि सीमान्त प्राप्ती या दोन्हींवर अधिक लक्ष केंद्रित करतात.

प्राप्ती वक्रांचा विचार करता मागणीची बाजू दर्शविणारा सरासरी प्राप्तिवक्र आणि पुरवठ्याच्या बाजूला सरासरी खर्चवक्र यांची तुलना उत्पादनसंस्था करते. सरासरी प्राप्ती ही सरासरी खर्चापेक्षा अधिक असेल तर उत्पादनसंस्थेला फायदा होतो. त्यामुळे उत्पादनसंस्था उत्पादन वाढविण्याचा निर्णय घेते, तर सरासरी प्राप्ती ही सरासरी

खर्चापेक्षा कमी असेल तर उत्पादनसंस्थेला तोटा होतो. त्यामुळे उत्पादन कमी करण्याचा प्रयत्न उत्पादनसंस्था करते; म्हणजे सरासरी प्राप्ती आणि सरासरी खर्च या संकल्पनांच्या आधारे उत्पादनसंस्थेला फायदा होतो की तोटा होतो हे समजते. त्यावरून उत्पादन किती नग संख्येपर्यंत करावयाचे हे समजते.

उत्पादनसंस्था जास्तीतजास्त नफा मिळविण्याचा प्रयत्न करते, त्यामुळे उत्पादन किती नगसंख्येपर्यंत करायचे हा प्रश्न असतो. त्यासाठी येथे सीमान्त प्राप्तिवक्र ही संकल्पना उपयोगी ठरते.

जास्तीतजास्त नफा मिळविण्यासाठी सीमान्त प्राप्ती आणि सीमान्त खर्च समान राहील तितक्याच नगसंख्येचे उत्पादन केले जाते.

सीमान्त प्राप्ती, सीमान्त खर्चापेक्षा अधिक असेल तर उत्पादनसंस्था अधिक उत्पादन करतील; तसेच सीमान्त प्राप्ती आणि सीमान्त खर्च यांमध्ये समानता निर्माण करण्याचा प्रयत्न केला जाईल. तर सीमान्त प्राप्ती सीमान्त खर्चापेक्षा कमी असेल तर उत्पादन कमी करून सीमान्त प्राप्ती वाढविण्याचा अथवा सीमान्त खर्च कमी करण्याचा प्रयत्न उत्पादनसंस्था करेल, त्यामुळे सरासरी आणि सीमान्त प्राप्ती महत्त्वाची ठरते.

थोडक्यात, उत्पादनसंस्था ही ज्या उत्पादनामुळे सीमान्त प्राप्ती आणि सीमान्त खर्च समान राहील तेवढेच उत्पादन करून महत्तम नफा मिळविण्याचा प्रयत्न करेल. या दृष्टीने प्राप्ती संकल्पनेला महत्त्व आहे. प्राप्ती या संकल्पनेला उद्योगसंस्थेत महत्त्वाचे स्थान आहे. त्यावरूनच उद्योगसंस्थेचा नफा अथवा आर्थिक स्थिती समजण्याला मदत होते. प्राप्तीविषयक संकल्पना पुढीलप्रमाणे स्पष्ट करता येतात.

४.३ एकूण प्राप्ती, सरासरी प्राप्ती आणि सीमान्त प्राप्ती (Total Revenue, Average Revenue & Marginal Revenue)

१. एकूण प्राप्ती (Total Revenue or TR) : 'उद्योगसंस्थेच्या विक्री झालेल्या एकूण नगसंख्येला त्या वस्तूच्या किमतीने गुणले असता एकूण प्राप्ती येते.' किंवा

'विशिष्ट वस्तूची विक्री केल्यानंतर उत्पादकाला मिळणारे एकूण उत्पन्न म्हणजे एकूण प्राप्ती होय.'

सूत्र

एकूण प्राप्ती = वस्तू विक्रीची एकूण नगसंख्या x वस्तूची किंमत

समजा, उद्योगसंस्थेने ३०० वस्तूंच्या नगांची विक्री प्रत्येकी १० रुपये या किमतीला केल्यास तिला उत्पन्न (३०० x १० = ३०००) ३,००० रुपये येते. यालाच उद्योगसंस्थेची एकूण प्राप्ती किंवा उत्पन्न असे म्हणतात.

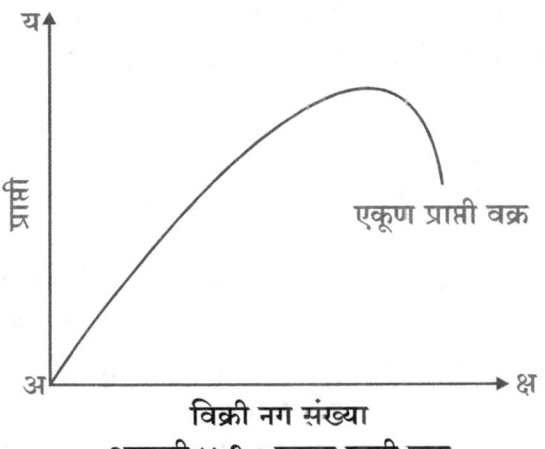

आकृती ४.१ : एकूण प्राप्ती वक्र

आकृती ४.१ मध्ये अक्ष अक्षावर वस्तूची विक्री संख्या व अय अक्षावर प्राप्ती असून, एकूण प्राप्ती उत्पादनाच्या सुरुवातीच्या काळात उत्पादन वाढते तसतशी वाढत जाते. मात्र, विशिष्ट उत्पादनप्रमाणानंतर ती कमी कमी होत जाते. एकूण प्राप्तिवक्र सुरुवातीस डावीकडून उजवीकडे वर चढत जातो. परंतु विशिष्ट मर्यादेनंतर तो उजवीकडे खाली उतरतो.

२. सरासरी प्राप्ती (Average Revenue) : 'सप्रा' किंवा AR

व्याख्या : उद्योगसंस्थेच्या 'एकूण प्राप्तीला विक्री केलेल्या वस्तूंच्या एकूण नगसंख्येने भागले असता सरासरी प्राप्ती येते.' किंवा

'सरासरी प्राप्ती म्हणजे दर नगाची प्राप्ती होय.'

सूत्र

$$\text{सरासरी प्राप्ती} = \frac{\text{एकूण प्राप्ती}}{\text{वस्तूंची विकलेली एकूण नग संख्या}}$$

उदा. समजा, उद्योगसंस्थेने वस्तूच्या ३०० नगांची विक्री प्रत्येकी १० रुपये किमतीला केल्यास तिला ३००० रुपये एकूण प्राप्ती होते. सरासरी प्राप्तीसाठी एकूण प्राप्तीला नग संख्येने भागल्यास

$\left(\frac{३०००}{३००} = १०\right)$ १० रुपये सरासरी प्राप्ती येते.

व्यवहारात वस्तूंचे सर्व नग काही अपवादात्मक परिस्थिती वगळता एकाच किमतीला विकले जातात.

वस्तूंची किंमत आणि सरासरी प्राप्ती या नेहमी समान असतात. व्यवहारात उद्योगसंस्था एकाच किमतीला वस्तूच्या सर्व नगांची विक्री करीत असतात. त्यामुळे उद्योगसंस्थेची सरासरी प्राप्ती नेहमी समान असते. उपभोक्त्याचा मागणीवक्र वस्तूची किंमत व मागणीची नग संख्या या दोहोतील संबंध दर्शवितो. वेगवेगळ्या किमतींना उपभोक्ता वस्तूचे किती नग खरेदी करतो हे मागणीवक्रावरून स्पष्ट होते. ग्राहकाने वस्तूची खरेदी करताना वस्तूला दिलेली किंमत ही विक्रेत्याची प्राप्ती असते. त्यामुळे उद्योगसंस्थेचा सरासरी प्राप्तिवक्र हा उपभोक्त्याचा मागणीवक्र असतो.

३. सीमान्त प्राप्ती (Marginal Revenue) सीप्रा = MR

एका अधिक नगाची विक्री केल्याने विक्रेत्याला जे जादा निव्वळ उत्पन्न मिळते, त्याला 'सीमान्त प्राप्ती' म्हणतात. एका जादा नगाची विक्री केल्याने एकूण प्राप्तीत जी भर पडते ती त्या नगाची सीमान्त प्राप्ती होय.

$$\text{सीमान्त प्राप्ती} = \frac{\text{वस्तूच्या एकूण प्राप्तीत होणारा बदल}}{\text{वस्तूच्या विक्रीपरिमाणात होणारा बदल}}$$

समजा, १० नगांची विक्री केल्याने २०० रुपये मिळत असतील, तर हे २०० रुपये ही एकूण प्राप्ती होय. जर १० नग विकले तर अकरावा नग सीमान्त नग होतो. प्रत्येक नगाची किंमत २० रु. असल्यास एकूण प्राप्ती २० ह्व ११ = २२० रु. असेल म्हणजेच पूर्वीपेक्षा एक जादा नग विकल्याने २२० - २०० = २० रु. जास्त मिळतील. त्यामुळे मूळच्या प्राप्तीत २० रु. भर पडेल, हे २० रु. म्हणजेच सीमान्त प्राप्ती होय.

सीमान्त प्राप्ती ही नेहमीच किमतीइतकी असेल असे नाही. समजा, विक्रेत्याने १० नग प्रत्येकी २२ रु. ला

विकले. परंतु नंतर अधिक विक्री व्हावी यासाठी विक्रेत्याने किंमत कमी केली. त्यामुळे आता ११ नग प्रत्येकी २० रु. ला विकले. ११ नग विकल्यामुळे एकूण प्राप्तीत शुद्ध किंवा निव्वळ वाढ किती झाली हे ठरविताना ११ व्या नगाच्या किमतीतून पहिल्या दहा नगांच्या बाबतीत झालेला तोटा वजा केला जाणे आवश्यक असते. म्हणून सीमान्त प्राप्ती = २० - १० = १० रु. याचा अर्थ जादा नग ज्या किमतीला विकला त्यापेक्षा सीमान्त प्राप्ती कमी आहे.

जादा नग विकला जाताना वस्तूची किंमत कमी होत असेल, तर सीमान्त प्राप्ती किमतीपेक्षा कमी असते. जादा नग मिळताना वस्तूची किंमत कायम राहत असेल तर, सीमान्त प्राप्ती व सरासरी प्राप्ती समान राहतात. पूर्ण स्पर्धेच्या परिस्थितीत सरासरी प्राप्ती, सीमान्त प्राप्ती आणि किंमत ही सर्व सारखी असतात.

४.४ एकूण प्राप्ती, सरासरी प्राप्ती आणि सीमान्त प्राप्ती यांचा संबंध (Relationship between Total Revenue, Average Revenue & Marginal Revenue)

४.१ एकूण प्राप्ती, सरासरी व सीमान्त प्राप्ती यातील संबंध

विकलेली नग संख्या	सरासरी प्राप्ती किंवा किंमत (रुपये)	एकूण प्राप्ती (रुपये)	सीमान्त प्राप्ती (रुपये)
१	१६	१६	१६
२	१५	३०	१४
३	१४	४२	१२
४	१३	५२	१०
५	१२	६०	८
६	११	६६	६
७	१०	७०	४
८	९	७२	२
९	८	७२	००
१०	७	७०	-२

तक्ता ४.१ :- तक्त्याच्या साहाय्याने ए.प्रा., स.प्रा. आणि सी. प्रा. संकल्पना स्पष्ट करता येतात. तक्त्यातील दुसरा रकाना सरासरी प्राप्ती किंवा किंमत दर्शवितो. या तक्त्यातून असे दिसून येते की, वस्तूंची अधिकाधिक नग-संख्या विकली जाते तसतशी वस्तूंची किंमत कमी होत आहे. सलग असणाऱ्या दोन एकूण प्राप्तींतील फरकावरून सीमान्त प्राप्ती समजते. वस्तूचा एक नग विकला असता एकूण प्राप्ती १६ रु. होते. दोन नग विकले त्यावेळी किंमत १५ रु. होती आणि एकूण प्राप्ती ३० रु. होती. येथे सीमान्त प्राप्ती = ३०-१६ =१४ रु. सीमान्त प्राप्ती ही चौथ्या रकान्यात दाखविली आहे. ५ नग विकले तर किंमत १२ रु. पर्यंत कमी होते. एकूण प्राप्ती ६० रु. पर्यंत वाढते. म्हणून सी.प्रा. = ६०-५२ = ८ राहते. अशा प्रकारे एकूण प्राप्ती जोपर्यंत वाढत जाते, तोपर्यंत सीमान्त प्राप्ती धन राहते, पण एकूण प्राप्ती कमी होऊ लागली की, सीमान्त प्राप्ती ऋण होऊ लागते. वरील तक्त्यात दाखविल्याप्रमाणे विकली जाणारी नगसंख्या ९ वरून १० पर्यंत वाढली की, एकूण प्राप्ती ७२ रु. वरून ७० रु. पर्यंत कमी होते, म्हणून सीमान्त प्राप्ती -२ राहते. अधिकाधिक नगसंख्या विकली जात असताना सरासरी प्राप्ती (किंमत) कमी होत जाते. हे आकृतीच्या साहाय्याने दाखविता येते.

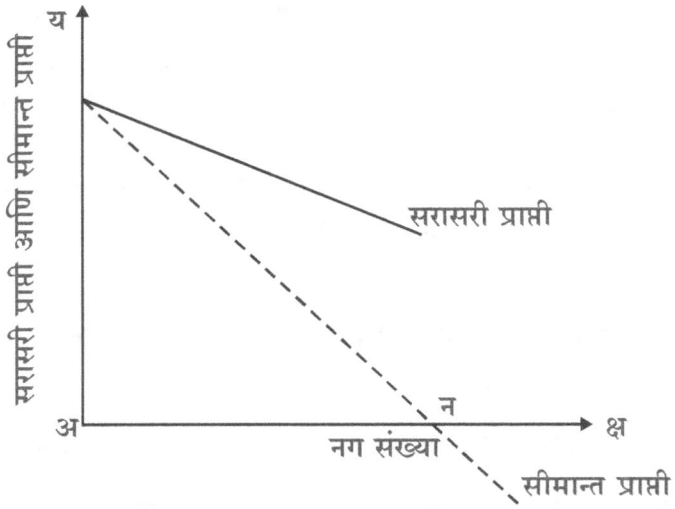

आकृती ४.२ : सरासरी प्राप्ती आणि सीमान्त प्राप्ती

आकृती ४.२ मध्ये 'अक्ष' अक्षावर नग संख्या दर्शविली आहे. तर 'अय' अक्षावर सरासरी व सीमान्त प्राप्ती दर्शविली आहे. या आकृतीवरून असे दिसून येते की, सरासरी प्राप्ती वक्र (स.प्रा.) 'क्ष' अक्षाकडे उतरत आहे आणि सीमान्त प्राप्ती वक्र (सी.प्रा.) सरासरी वक्राच्या खालच्या बाजूला आहे. यावरून असे दिसून येते की, सीमान्त प्राप्ती सरासरी प्राप्तीपेक्षा अधिक वेगाने कमी होते. 'अन' इतकी नग संख्या विकली जाते. तेव्हा सीमान्त प्राप्ती शून्य राहते. तर विक्री 'अन' पेक्षा जास्त केल्यास सी.प्रा.ऋण राहते.

जर वस्तूची नगसंख्या अधिक विकली जात असेल, अशा स्थितीत सरासरी प्राप्ती कायम रहात असेल तर सीमान्त प्राप्ती आणि सरासरी प्राप्ती समान राहतील, कारण एक नग जास्त विकला असता किंमत जर कमी होत नसेल तर एकूण प्राप्तीतील वाढ ही त्या नगाच्या किमतीइतकीच म्हणजेच सरासरी प्राप्तीइतकीच राहते.

तक्ता ४.२

नगसंख्या	सरासरी प्राप्ती अथवा किंमत	एकूण प्राप्ती	सीमान्त प्राप्ती
१	२०	२०	२०
२	२०	४०	२०
३	२०	६०	२०
४	२०	८०	२०
५	२०	१००	२०
६	२०	१२०	२०
७	२०	१४०	२०
८	२०	१६०	२०
९	२०	१८०	२०
१०	२०	२००	२०

तक्ता क्र. ४.२ मध्ये दर्शविल्याप्रमाणे वस्तूची किंमत २० रुपये ही एकच (कायम) आहे. तसेच तक्त्यात एकूण प्राप्ती दर्शविलेली आहे. सीमान्त प्राप्ती २० रुपये आहे. दोन नग विकल्यास एकूण प्राप्ती २० रुपये वरून ४० रुपये होते. म्हणजेच एकूण प्राप्तीत २० रुपयांची भर पडते. म्हणजे सीमान्त प्राप्ती ४० - २० = २० रुपये एवढी राहते. अधिक नगसंख्या विकूनसुद्धा सीमान्त प्राप्ती सरासरी प्राप्तीइतकीच (किमतीइतकीच) राहते. याचा अर्थ किंमत कायम असताना सीमान्त प्राप्ती ही सरासरी प्राप्तीइतकीच असते. म्हणजे सीमान्त प्राप्ती आणि सरासरी प्राप्ती समान असतात.

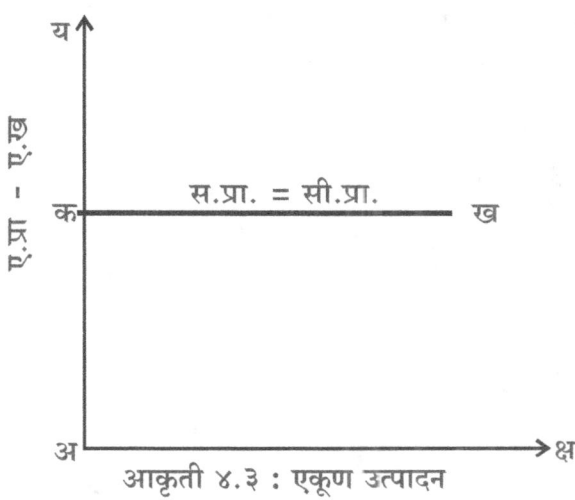

आकृती ४.३ : एकूण उत्पादन

आकृती ४.३ मध्ये **अक्ष** अक्षावर नगसंख्या आणि **अय** अक्षावर सरासरी प्राप्ती आणि सीमान्त प्राप्ती दर्शविलेली आहे. **कख** हा प्राप्ती वक्र **अक्ष** अक्षाला समांतर आहे. म्हणजे जास्तीतजास्त नगसंख्येची विक्री झाली असली तरी किंमत **अक** इतकीच राहते. याचा अर्थ सरासरी प्राप्ती **अक** इतकी राहते. सीमान्त प्राप्ती सरासरी प्राप्तीइतकीच असल्याने सीमान्त प्राप्तिवक्र आणि सरासरी प्राप्तिवक्र एकाच रेषेने दाखविले जातात. अशा प्रकारे मागणीवक्र अथवा प्राप्तिवक्र पूर्ण स्पर्धेच्या बाजारातील उत्पादनसंस्थाच असतो.

एकूण प्राप्ती, सरासरी प्राप्ती आणि सीमान्त प्राप्तीतील संबंध थोडक्यात पुढीलप्रमाणे सांगता येतो.

अ) विक्री झालेल्या एकूण नगसंख्येला त्या वस्तूच्या किमतीने गुणले असता एकूण प्राप्ती येते, तर एकूण प्राप्तीला वस्तूच्या नगसंख्येने भागले असता सरासरी प्राप्ती मिळते. सरासरी प्राप्ती ही त्या वस्तूची किंमत असते आणि सीमान्त प्राप्ती ही शेवटच्या नगाच्या विक्रीने प्राप्तीत पडलेली भर असते.

ब) वस्तूचा पुरवठा जसजसा वाढत जातो तसतशी एकूण प्राप्तीत वाढ होते, तर वस्तूचा पुरवठा जसजसा वाढतो तसतशी वस्तूची किंमत घटत जाते व सरासरी प्राप्ती आणि सीमान्त प्राप्ती घटत जाते, परंतु पूर्ण स्पर्धेच्या परिस्थितीत वस्तूची किंमत एकच असते. परिणामी नगसंख्या बाजारात मागणी पुरवठ्यानुसार निश्चित झालेल्या किमतीलाच कमी अथवा जास्त नगसंख्या विकावी लागते, त्यामुळे सरासरी प्राप्ती आणि सीमान्त प्राप्ती समान असतात.

क) सरासरी प्राप्ती घटत असेल तर सीमान्त प्राप्तीसुद्धा घटते, मात्र सरासरी प्राप्तीतील घटीपेक्षा सीमान्त प्राप्तीतील घट अधिक वेगाने होते, त्यामुळे सीमान्त प्राप्तीचा वक्र सरासरी प्राप्ती वक्राच्या खालच्या बाजूला असतो. (आकृती ४.२ पाहा)

ड) जेव्हा सरासरी प्राप्ती स्थिर असते तेव्हा सरासरी आणि सीमान्त प्राप्ती समान असतात.

इ) जेव्हा सरासरी आणि सीमान्त प्राप्तिवक्र सरळ रेषा असतात तेव्हा सीमान्त प्राप्तिवक्र सरासरी प्राप्तिवक्र आणि य अक्षाच्या लंबांतराचा सम विभाजक असतो (आकृती ४.४ पहा). जेव्हा प्राप्ती वक्र सरळ रेषा नसतील आणि ते वक्र आरंभबिंदूला अंतर्वक्र किंवा बहिर्वक्र असतात तेव्हा सीमान्त प्राप्तिवक्र हा 'य' अक्ष आणि सरासरी प्राप्तिवक्र यांच्या मधील लंबांतराला त्या लंबांतराच्या मध्यबिंदूच्या य अक्षाकडील बाजूस छेदतो हे आकृती ४.५ मध्ये दर्शविलेले आहे. या उलट प्राप्ती वक्र हा 'य' अक्ष आणि सरासरी प्राप्ती वक्र यांच्यामधील लंबांतराला त्या लंबांतराच्या मध्यबिंदूच्या सरासरी प्राप्तिवक्राकडील बाजूस छेदतो हे आकृती ४.६ मध्ये दर्शविलेले आहे.

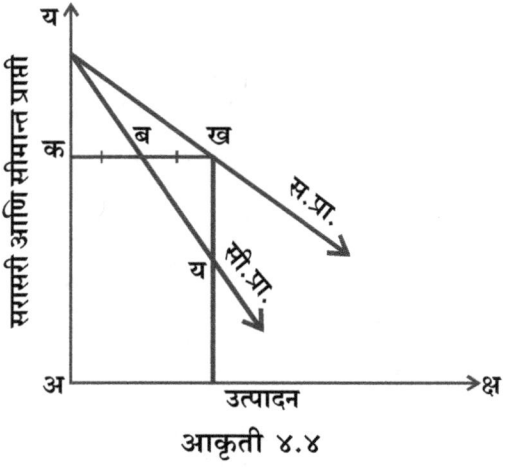

आकृती ४.४

आकृती ४.४ मध्ये दोन सरळ रेषा असलेले प्राप्तिवक्र दर्शविलेले आहेत. हे वक्र म्हणजे सरासरी प्राप्ती आणि सीमान्त प्राप्ती हे रेषेच्या स्वरूपातील वक्र आहेत. आकृतीत सरासरी प्राप्तिवक्रावर **ख** हा बिंदू घेऊन त्यातून **य** अक्षावर **ख क** हा लंब टाकला. सीमान्त प्राप्तीजवळ **खक** या लंब रेषेला **ब** बिंदूत छेदतो. सीमान्त प्राप्तिवक्र हा सरासरी प्राप्तिवक्र आणि **य** अक्ष यांना बरोबर दुभागतो.

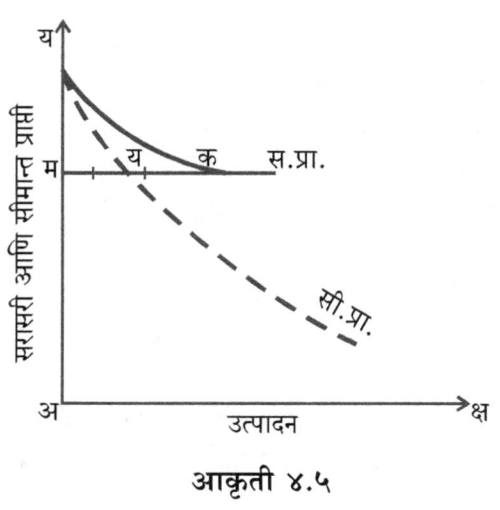

आकृती ४.५

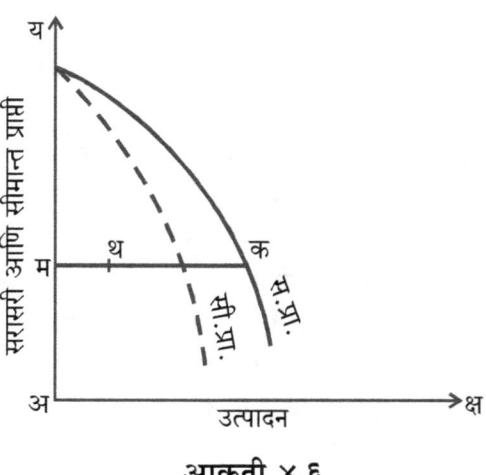

आकृती ४.६

आकृती ४.५ मध्ये सरासरी आणि सीमान्त प्राप्तिवक्र हे आरंभबिंदूत बहिर्गोल आहेत, तर आकृती ४.६ मध्ये सरासरी आणि सीमान्त प्राप्तिवक्र हे आरंभबिंदूत अंतर्गोल आहेत. आकृती ४.५ आणि आकृती ४.६ मध्ये सरासरी आणि सीमान्त प्राप्ती हे दोन्ही वक्र एकाच बिंदूतून सुरू झाले असले तरी या दोन वक्रांतील अंतर उत्तरोत्तर वाढत जाते, कारण सरासरी प्राप्तीपेक्षा सीमान्त प्राप्तीतील घटीचा वेग जास्त असतो.

थोडक्यात, प्राप्तिवक्रामुळे उत्पादनसंस्थेला फायदा होतो की तोटा होतो हे समजण्याला मदत होते. तसेच जास्तीतजास्त नफा मिळविण्यासाठी उत्पादन किती नगसंख्येपर्यंत करावयाचे याची माहिती मिळते, म्हणून जास्तीतजास्त नफा मिळविण्यासाठी उत्पादनसंस्थेला आपल्या मागणीवक्राचे स्वरूप काय आहे याचा विचार करावा लागतो.

प्रश्न

प्र. १ : खालील शब्दांची २० शब्दांत उत्तरे लिहा.

१) प्राप्ती ही संकल्पना स्पष्ट करा.
२) एकूण प्राप्ती म्हणजे काय?
३) सरासरी प्राप्ती म्हणजे काय?
४) सीमान्त प्राप्ती म्हणजे काय?

प्रश्न २ : खालील प्रश्नांची ५० शब्दांत उत्तरे लिहा.

१) सरासरी आणि सीमान्त प्राप्तीतील संबंध स्पष्ट करा.
२) प्राप्तीचे महत्त्व स्पष्ट करा.
३) एकूण प्राप्ती आणि सरासरी प्राप्तीतील फरक स्पट करा.

प्रश्न ३ : खालील प्रश्नांची १५० शब्दांत उत्तरे लिहा.

१) प्राप्ती ही संकल्पना स्पष्ट करून प्राप्तीचे महत्त्व स्पष्ट करा.
२) सरासरी प्राप्ती आणि सीमान्त प्राप्ती यांतील संबंध स्पष्ट करा.
३) एकूण प्राप्ती, सरासरी प्राप्ती आणि सीमान्त प्राप्तीतील संबंध स्पष्ट करा.

प्रश्न ४ : खालील प्रश्नांची ३०० ते ५०० शब्दांत उत्तरे लिहा.

१) प्राप्ती ही संकल्पना स्पष्ट करून प्राप्तीचे महत्त्व सांगा आणि सीमान्त प्राप्ती स्पष्ट करा.
२) एकूण प्राप्ती, सरासरी प्राप्ती आणि सीमान्त प्राप्ती यांतील संबंध स्पष्ट करा.

५
विविध बाजार व्यवस्थांमध्ये किंमत प्रक्रिया
(Pricing Under Various Market Conditions)

५.१ प्रास्ताविक (Introduction)

अर्थशास्त्रात बाजार हा शब्द व्यापक अर्थाने वापरला जातो. बाजार म्हणजे एका विशिष्ट ठिकाणी होणारा व्यवहार, ज्यामध्ये ग्राहक-विक्रेत्यांमध्ये निकटचे संबंध असतात तसेच एखाद्या वस्तूची देवघेव करणारा व्यक्तिसमूह म्हणजे बाजार किंवा बाजारपेठ होय. अर्थशास्त्रीय दृष्टिकोनातून बाजार म्हणजे असे विशिष्ट ठिकाण नव्हे की ज्या ठिकाणी वस्तूंची खरेदी-विक्री होते. परंतु संपूर्ण असे क्षेत्र की, ज्यामध्ये ग्राहक-विक्रेते एकमेकांना मोकळेपणाने भेटतात व त्यामधून वस्तूच्या किमतीत सहज व त्वरित समतोल साधला जातो.

बाजारात वस्तू, ग्राहक, विक्रेते, विशिष्ट ठिकाण अथवा क्षेत्र, देश किंवा संपूर्ण जग या गोष्टी अर्थशास्त्राच्या दृष्टीने समाविष्ट असतात. बाजाराचे वर्गीकरण स्थान, बाजाराची व्याप्ती, वेळ किंवा कालावधी, वस्तू, स्पर्धा इत्यादी

घटक विचारात घेऊन केलेले असते. ग्राहक आणि विक्रेते यांची संख्या आणि त्यांच्यात असणारी स्पर्धा, तिचे स्वरूप, वस्तूचे स्वरूप, वेगवेगळा कालावधी यांसारख्या अनेकविध घटकांवरून बाजारातील वस्तूंची किंमत व उद्योगसंस्था आणि उद्योग यांचा समतोल ठरत असतो. स्पर्धेच्या प्रकारावरून पूर्ण स्पर्धा, मक्तेदारी, मक्तेदारीयुक्त स्पर्धा असे स्वरूप दिसून येते.

५.२ बाजार (Market)

बाजाराची व्याख्या (Definition of Market)

कुर्नो यांच्या मते, 'ज्या ठिकाणी वस्तूंची खरेदी-विक्री केली जाते अशी एखादी विशिष्ट जागा म्हणजे बाजारपेठ नसून हा एक असा भूप्रदेश आहे की, ज्यात खरेदीदार आणि विक्रेते यांचा स्वतंत्र व्यवहार अशा प्रकारे चालतो की, ज्यामुळे त्या वस्तूची किंमत सहज आणि जलदपणे समान होते.'

बाजाराचे वर्गीकरण (Classification of Markets)

बाजारपेठांचे पुढीलप्रमाणे वर्गीकरण केले जाते.

१. स्थानदृष्ट्या वर्गीकरण :

यामध्ये बाजारपेठांचे स्थानिक, राष्ट्रीय आणि आंतरराष्ट्रीय बाजारपेठ असे वर्गीकरण केले जाते.

अ) स्थानिक बाजारपेठ : गाव अथवा एखाद्या भागाची बाजारपेठ म्हणजे स्थानिक बाजारपेठ होय. उदा. पुणे शहराची बाजारपेठ. नाशवंत वस्तू जास्त अंतरावर नेऊन विकणे शक्य नसते, त्यामुळे नाशवंत मालाची बाजारपेठ स्थानिक असते.

ब) प्रादेशिक बाजारपेठ : यामध्ये वस्तूंचा बाजार प्रदेशापुरताच मर्यादित असतो.

क) राष्ट्रीय बाजार : वस्तूंची खरेदी-विक्री संपूर्ण देशात होते तो राष्ट्रीय बाजार होय.

ड) जागतिक बाजारपेठ : यामध्ये वस्तूंची खरेदी-विक्री अनेक देशांत होते. त्यांची बाजारपेठ जागतिक स्वरूपाची असते. उदा. सोने, चांदी, पेट्रोल, डिझेल इत्यादी वस्तूंची बाजारपेठ.

२. कालदृष्ट्या वर्गीकरण :

अ) अत्यल्पकालीन बाजार : यामध्ये वस्तूच्या खरेदी-विक्रीचे व्यवहार काही तास ते एक दिवसापर्यंत चालतात. अत्यल्पकाळात पुरवठा वाढवता येत नाही. उदा. दूध, फळे, मासे इत्यादींचा पुरवठा स्थिर असतो.

ब) अल्पमुदत बाजार : अल्पमुदतीत कच्चा माल, श्रम यांसारख्या घटकांत वाढ करून पुरवठा वाढवता येतो, त्यामुळे किमतीवर पुरवठ्याचा थोडाफार प्रभाव असतो. अल्प काळात उत्पादकांना यंत्रे आणि इतर स्थिर साधनांत बदल करता येत नाही. उदा. मागणी वाढली तर शिफ्ट वाढवून ओव्हरटाइम करून उत्पादन वाढविण्याचा प्रयत्न केला जातो.

क) दीर्घकालीन बाजार : दीर्घकाळात यंत्रसामग्री, साधने इत्यादींमध्ये बदल करता येतो, त्यामुळे मागणीनुसार पुरवठ्यात बदल करता येतो. या बाजारातील किम्तींना दीर्घकालीन सर्वसाधारण किंमत असे म्हणतात. उदा. टी.व्ही., फ्रीज इ.

क) अतिदीर्घकाळ : मागणीनुसार पुरवठ्यात वाढ करण्यासाठी उत्पादनाच्या सर्व साधनांत बदल करणे शक्य असते अशा काळाला अतिदीर्घकाळ म्हणतात. अतिदीर्घकाळात पुरवठा हा पूर्णपणे लवचीक असतो. दीर्घकाळात वस्तूला सर्वत्र एकच किंमत प्रस्थापित होते. त्यामुळे दीर्घकालीन किंमत आदर्श किंमत मानली जाते. या कालखंडात लोकसंख्येतील बदल, लोकांचे उत्पन्न, लोकांच्या आवडी निवडी, फॅशन्स, उत्पादनतंत्रात आमूलाग्र

सुधारणा इत्यादीत बदल घडून येतो.

३. वस्तुदृष्ट्या वर्गीकरण

अ) वस्तू बाजार : ज्या बाजारामध्ये वस्तूची खरेदी-विक्री चालते त्याला वस्तू बाजार म्हणतात.

ब) घटक बाजार : जेथे भांडवल, श्रम इत्यादींसारख्या उत्पादनघटकांची देवाण-घेवाण होते, त्याला घटक बाजार म्हणतात. (श्रम बाजार, भांडवल बाजार)

काही वस्तूंना व्यापक बाजार प्राप्त होतो. उदा. सोने, कारण त्यामध्ये टिकाऊपणा, सुटसुटीतपणा इ. गुण आहेत; तर नाशवंत वस्तूंचा बाजार मर्यादित असतो. उदा. भाजीपाला, फळे इ. तसेच जड वस्तू उदा. लोखंड, पोलाद, विटा इ.चा. बाजार.

४. कार्यानुसार वर्गीकरण :
कोणत्या वस्तूची विक्री केली जाते, त्यानुसार वर्गीकरण केले जाते. जेथे सर्व वस्तूंची खरेदी-विक्री होते त्याला सामान्य बाजार म्हणतात, तर विशिष्ट वस्तूंची विक्री होणाऱ्या बाजाराला विशेष बाजारपेठ म्हणतात.

५. स्पर्धेच्या प्रकारानुसार बाजारपेठांचे प्रकार :

अ) पूर्ण स्पर्धा : पूर्ण स्पर्धेच्या बाजारपेठेत असंख्य उत्पादक आणि असंख्य ग्राहक असतात. तेथे पूर्ण पर्यायी ठरणाऱ्या एकजिनसी वस्तूंची खरेदी-विक्री होते.

ब) पूर्ण मक्तेदारी : या बाजारपेठेत विक्रेता किंवा उत्पादक एकच असतो. त्याच्या उत्पादनाला बाजारपेठेत जवळचा पर्याय नसतो. अशा बाजारपेठेत ग्राहक मात्र असंख्य असतात.

क) अपूर्ण स्पर्धा : अपूर्ण स्पर्धा असलेल्या बाजारपेठांचे मक्तेदारीयुक्त स्पर्धा असलेली बाजारपेठ, अल्पविक्रेताधिकार, विक्रेताधिकार इ. प्रकार पडतात. अपूर्ण स्पर्धेत पूर्ण स्पर्धा नसते व पूर्ण मक्तेदारीयुक्त नसते. हा या दोन्हींच्या मधील प्रकार आहे.

५.३ पूर्ण स्पर्धा (Perfect Competition)

बाजाराचे वर्गीकरण स्पर्धेवरून केले असता 'पूर्ण स्पर्धेची बाजारपेठ' हा एक महत्त्वाचा प्रकार ठरतो. **ज्या बाजारात ग्राहक आणि विक्रेते यांच्यात वस्तूच्या खरेदी-विक्रीसाठी पूर्णपणे निरोगी व खुली स्पर्धा असते, त्या बाजाराला पूर्ण स्पर्धा असे स्थूल मानाने म्हणता येईल.**

अ) व्याख्या

१) मिसेस जोन रॉबिन्सन यांच्या मते, 'जेव्हा प्रत्येक उत्पादकाच्या उत्पादनासाठी असलेली मागणी पूर्णत: लवचीक असते तेव्हा पूर्ण स्पर्धा अस्तित्वात येते.'

याचा अर्थ असा की, विक्रेत्याचे उत्पादन हे एकूण उत्पादनाचा विचार करता नगण्य असते. तसेच ग्राहक विक्रेत्यांची निवड करताना समान दृष्टिकोन ठेवतात, त्यामुळे बाजाराला पूर्णत्व येते.

२) 'ज्या बाजारपेठेत कोणताही ग्राहक वा खरेदीदार किंवा विक्रेता वस्तूंच्या किमतीवर प्रभाव पाडू शकत नाही, तसेच असंख्य ग्राहक आणि विक्रेते असतात, त्या बाजारपेठेला पूर्ण स्पर्धेची बाजारपेठ म्हणतात.'

३) बिलासच्या मते 'अनेक उद्योगसंस्थांचे अस्तित्व, त्यांच्याकडून एकसारख्याच वस्तूंची विक्री व विक्रेता (किंमत घेणारा) ही वैशिष्ट्ये असणारा बाजार म्हणजे पूर्ण स्पर्धा होय.'

४) 'ज्या बाजारात एकजिनसी वस्तूंची खरेदी-विक्री करणारे असंख्य ग्राहक व असंख्य विक्रेते असतात

आणि त्या वस्तूंच्या किमतीवर ते कोणत्याही प्रकारचे नियंत्रण ठेवू शकत नाहीत, अशा बाजारपेठेत पूर्ण स्पर्धा आहे असे म्हणतात.'

५.३.१ पूर्ण स्पर्धेची वैशिष्ट्ये (Features of Perfect Competition) : स्थूलमानाने ज्या बाजारपेठेत पुढील प्रकारची सर्व वैशिष्ट्ये, लक्षणे आढळून येतात त्या बाजारपेठेस पूर्ण स्पर्धेची बाजारपेठ असे म्हणतात.

१. असंख्य ग्राहक : पूर्ण स्पर्धेच्या बाजारात ग्राहकांची व विक्रेत्यांची संख्या फार मोठी असते. बाजारातील वस्तूच्या एकूण पुरवठ्यापैकी प्रत्येक ग्राहक अत्यल्प भाग खरेदी करत असल्यामुळे, स्वत:च्या खरेदीत वाढ वा घट करून त्या वस्तूंच्या किमतीत बदल घडवून आणणे त्यास शक्य नसते. कोणाही एका ग्राहकाला आपली मागणी कमी अगर जास्त करून किमतीवर प्रभाव पाडता येत नाही, कारण त्याची मागणी ही बाजारातील एकूण मागणीचा अल्प भाग असतो. एखादा ग्राहक म्हणजे समुद्राच्या पाण्यातील एका थेंबासमान असतो. समुद्राच्या पाण्यातून एक बादली पाणी काढून घेतले अथवा टाकले तरी पाण्याची पातळी बदलत नाही. त्याप्रमाणे ग्राहकाने आपली मागणी कमी अगर जास्त केली तरी बाजारातील किमतीच्या पातळीत बदल होत नाही. असंख्य ग्राहक आणि असंख्य विक्रेते असल्यामुळे एखादा ग्राहक अथवा एखादा विक्रेता किमतीवर काहीच प्रभाव पाडू शकत नाही.

२. एकजिनसी वस्तू : पूर्ण स्पर्धेच्या बाजारात वस्तू एकजिनसी असतात. ग्राहकांच्या दृष्टीने सर्व विक्रेत्यांकडून विकली जाणारी वस्तू रंग, रूप, आकार, चव, वेष्टन, दर्जा, रचना, गुणधर्म, सुबकता, टिकाऊपणा इ. सर्व बाबतींत सारख्या असतात. ग्राहकाच्या दृष्टिकोनातून वस्तू पूर्णत: एकजिनसी असतात. उत्पादकांना ग्राहकांच्या मनात काल्पनिक किंवा खरा वस्तुभेद करता येत नाही. कोणत्याही विक्रेत्याला आपल्या वस्तूची किंमत बाजारातील प्रचलित किमतीपेक्षा अधिक ठेवता येत नाही. जर त्याने किंमत वाढविली तर त्याच्या वस्तू विकल्या जाणार नाहीत. त्यामुळे एका वस्तूची सर्वत्र एकच किंमत प्रस्थापित होते.

३. बाजाराची पूर्ण माहिती : पूर्ण स्पर्धेत ग्राहकांना व विक्रेत्यांना बाजारपेठेबाबत पूर्ण ज्ञान असते. विक्रेता कोणत्या किमतीला किती नग पुरवितो याची माहिती ग्राहकांना असते. तसेच कोणत्या किमतीला ग्राहक किती नगांची मागणी करील याचेही ज्ञान विक्रेत्याला असते. त्यामुळे एखादा विक्रेता वस्तूची जास्त किंमत आकारू शकत नाही. तसेच ग्राहकदेखील जास्त किंमत देत नाही. त्यामुळे बाजारात एकच किंमत प्रस्थापित होते.

४. मागणी आणि पुरवठ्याचे स्वातंत्र्य : कोणत्या उद्योगसंस्थेने वा विक्रेत्याने वस्तूचा किती पुरवठा करावा, कोणत्या ग्राहकांना तो विकावा, कोणत्या किमतीला विकावा, किती प्रमाणात विकावा यावर बंधने असत नाहीत, त्याचप्रमाणे ग्राहकांनीही कोणाकडून किती माल कोणत्या किमतीला घ्यावा, यावरही बंधने असत नाहीत. थोडक्यात, वस्तूची मागणी आणि पुरवठा यांना पूर्णपणे स्वातंत्र्य असते.

५. पूर्वग्रहविरहित दृष्टिकोन : बाजारात वस्तूच्या खरेदीसाठी गेलेला ग्राहक हा शुद्ध मनाने, पूर्वग्रहविरहित दृष्टिकोनातून जात असतो. कोणत्याही विक्रेत्याबद्दल, वस्तूबद्दल त्याच्या मनात पूर्वग्रह नसतो. ग्राहकांच्या दृष्टीने सर्वच विक्रेते सारखे असतात. त्यामुळे मागणीवर ग्राहकांच्या मनाचा, आवडी-निवडीचा व भावभावनांचा कोणताही परिणाम घडून येत नाही.

६. आगमन-निर्गमन स्वातंत्र्य : पूर्ण स्पर्धेत उद्योगसंस्थांना बाजारात येण्यास व बाहेर जाण्यास कोणत्याही प्रकारची बंधने नसतात. याचाच अर्थ एखादी उद्योगसंस्था बाजारात केव्हाही प्रवेश करू शकते व बाजाराबाहेरही जाऊ शकते. जर एखाद्या उद्योगसंस्थेला तोटा होत असेल, तर ती उद्योगसंस्था आपले उत्पादन बंद करून बाजारातून बाहेर पडू शकते. तसेच एखाद्या उद्योगात नफा मिळत असेल, तर इतर उद्योगसंस्था बाजारात येऊन अशा वस्तूंचे उत्पादन करू शकतात, त्यामुळे सर्व उत्पादनसंस्थांना सामान्य नफा मिळतो.

७. उत्पादनघटकांची गतिशीलता : उत्पादनाचे सर्व घटक पूर्ण गतिक्षम असतात. पूर्ण स्पर्धेच्या बाजारात भूमी, श्रम, भांडवल व संयोजक हे उत्पादनाचे घटक संपूर्णतः गतिशील असतात. त्यामुळे प्रत्येक उद्योगसंस्थेला उत्पादनाची साधने सहज उपलब्ध होतात. त्यांना उत्पादनाच्या रचनेत बदल करण्यात अडचणी येत नाहीत. उत्पादनाचे सर्व घटक एका उद्योगातून दुसऱ्या उद्योगात मुक्तपणे जाऊ शकतात, म्हणजेच ज्या उद्योगात उत्पादनाच्या घटकांना जास्त मोबदला मिळत असेल त्या उद्योगात ते जाऊ शकतात. उत्पादनसाधने, घटक संपूर्णपणे गतिशील असल्यामुळे सर्व उद्योगसंस्थांना येणारा खर्च समान असतो.

८. एकच किंमत : पूर्ण स्पर्धेत वस्तूची किंमत एकच असते. पूर्ण स्पर्धेत मागणी पुरवठ्याच्या समतोल उद्योगात वस्तूंची सर्वत्र एकच किंमत प्रस्थापित झालेली असते. त्यामध्ये वाढ वा घट होणे शक्य नसते. किमतीवर कोणाचेही नियंत्रण नसते. पूर्ण स्पर्धेत असंख्य ग्राहक व असंख्य विक्रेते असल्यामुळे कोणताही एक ग्राहक वा विक्रेता किमतीवर प्रभाव पाडू शकत नाही, कारण कोणत्याही एका विक्रेत्याजवळ असलेला वस्तूंचा साठा हा एकूण साठ्याचा अल्प भाग असतो. त्यामुळे तो वस्तूच्या पुरवठ्यात बदल करून जास्त किंमत आकारू शकत नाही. तसेच ग्राहकांची संख्या ही जास्त असल्यामुळे एका ग्राहकाची मागणी ही एकूण मागणीच्या मानाने अल्प असते. त्यामुळे मागणीत बदल करून तो किमतीत फरक करू शकत नाही.

९. लवचीक मागणी : संपूर्ण लवचीक मागणी हे पूर्ण स्पर्धेचे महत्त्वाचे वैशिष्ट्य आहे. पूर्ण स्पर्धेत वस्तूंची मागणी संपूर्ण लवचीक असते. याचा अर्थ असा की,एखाद्या विक्रेत्याने वस्तूची किंमत कमी केली तर त्याचा माल क्षणार्धात संपून जाईल. अगर किमतीत अल्पशी वाढ केली तर संपूर्ण माल तसाच पडून राहील, म्हणून पूर्ण स्पर्धेतील मागणीवक्र हा क्षितिजसमांतर असतो.

१०. वाहतूक व जाहिरातखर्चाचा अभाव : बाजारपेठेत एकच किंमत असावी अशी अपेक्षा असेल तर वाहतुकीचा खर्च नसला पाहिजे. वाहतुकीसाठी काहीही खर्च येत नाही असे गृहीत धरल्यामुळे विक्रीखर्च सारखाच आहे असा अर्थ होतो. म्हणजेच पूर्ण स्पर्धेत विक्रीखर्च नसतो. जर वाहतूकखर्च धरला तर एकच किंमत प्रस्थापित होणे शक्य नाही. तसेच पूर्ण स्पर्धेच्या बाजारातील वस्तू या एकजिनसी असल्याने आणि ग्राहकांना संपूर्ण बाजारपेठेचे ज्ञान असल्याने उद्योगसंस्थांना जाहिरातखर्चसुद्धा करावा लागत नाही.

वरील सर्व वैशिष्ट्ये ज्या बाजारात आढळून येतात, त्या बाजारास पूर्ण स्पर्धेची बाजारपेठ असे म्हणतात.

५.४ उद्योगसंस्था आणि उद्योग यांचा समतोल (Equilibrium of the Firm and Industry)

पूर्ण स्पर्धेत किंमत ही सार्वभौम असते. मागणी-पुरवठ्याच्या संघर्षातून, संतुलनातून जी किंमत प्रस्थापित होईल तीच किंमत उत्पादक, विक्रेत्याला स्वीकारावी लागते. त्यामुळे पूर्ण स्पर्धेत उद्योगसंस्था आणि उद्योग यांचा अल्पकाळात आणि दीर्घकाळात समतोल कसा साधला जातो हे अभ्यासणे आवश्यक आहे.

समतोल म्हणजे दोन परस्पर विरुद्ध शक्तींमधील तोल होय. विविध प्रभावांच्या क्रियाप्रक्रियांमधून जेव्हा एक स्थिर अवस्था प्राप्त होते तेव्हा तिला समतोल म्हणतात. खर्चापासून जास्तीतजास्त मोबदला मिळावा हा ग्राहक, विक्रेता, उत्पादक यांचा हेतू असतो. त्यादृष्टीने मिळतेजुळते झाले की समतोलावस्था येते.

५.४.१ उद्योगसंस्थेचा अल्पकालीन समतोल (Short Run Equilibrium of the Firm) :

अल्पकाळात उद्योगसंस्थेला बदलते घटक बदलता येत असल्याने पुरवठा थोडा वाढविता येतो. उदा. श्रम, कच्चा माल इ. परंतु स्थिर उत्पादनघटकांत बदल करणे शक्य नसते. उदा. यंत्रे, संयंत्रे इत्यादी.

पूर्ण स्पर्धेत उद्योगसंस्थेचा अल्पकालीन समतोल साधला जाणे म्हणजे उद्योगसंस्थेला जास्तीतजास्त नफा

मिळणे होय. प्रत्येक उद्योगसंस्था नफ्याच्या अपेक्षेने उत्पादन करीत असते, त्यामुळे ज्या उत्पादनाच्या मात्रेस सीमान्त प्राप्ती व सीमान्त खर्च समान होतील तेवढे उत्पादन केले असता, उद्योगसंस्थेचा नफा हा जास्तीतजास्त होईल, म्हणजेच जेव्हा उद्योगसंस्थेला जास्तीतजास्त नफा मिळतो तेव्हा उद्योगसंस्थेचा अल्पकालीन समतोल साधला गेला असे म्हटले जाते.

पूर्ण स्पर्धेत अल्पकाळात उद्योगसंस्थेची सीमान्त प्राप्ती (MR) आणि सीमान्त खर्च (MC) या दोन गोष्टी जेवढे उत्पादन केले असता समान होतात, त्या उत्पादनाला उद्योगसंस्थेचा समतोल साधला जातो. पूर्ण स्पर्धेत उत्पादनसंस्थेचा अगर उद्योगसंस्थेचा समतोल होण्यासाठी दोन अटी पूर्ण व्हाव्या लागतात.

उद्योगसंस्थेच्या समतोलाच्या अटी : १. सीमान्त खर्च आणि सीमान्त प्राप्ती यांच्यातील समानता २. सीमान्त खर्चाच्या वक्राने सीमान्त प्राप्तीच्या वक्राला खालून वरच्या दिशेने छेदून जाणे.

पुढील आकृतीत पूर्ण स्पर्धेत अल्पकाळात उद्योगसंस्थेचा समतोल कसा साधला जातो हे आकृतीच्या साहाय्याने स्पष्ट केले आहे.

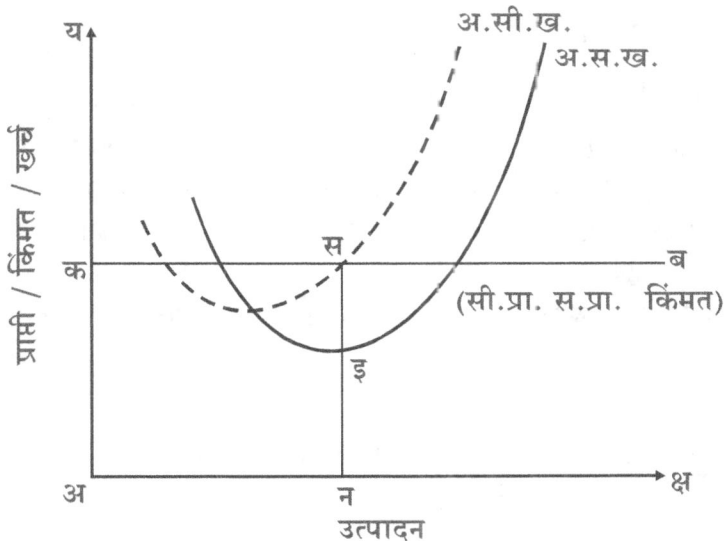

आकृती ५.१ : पूर्ण स्पर्धेत उद्योगसंस्थेचा अल्पकालीन समतोल

आकृती ५.१ मध्ये **'अक्ष'** अक्षावर उत्पादन आणि **'अय'** अक्षावर प्राप्तीखर्च आणि किंमत दर्शविली आहे. **'असीख'** हा अल्पकालीन सीमान्त खर्चाचा वक्र आहे. तर **'असख'** हा अल्पकालीन सरासरी खर्चाचा वक्र आहे. **'कब'** हा सीमान्त प्राप्ती, सरासरी प्राप्ती आणि किमतीचा वक्र आहे.

पूर्ण स्पर्धेत वस्तूची किंमत बदलणे कोणत्याही उद्योगसंस्थेला शक्य नसते, कारण ती सार्वभौम असते. बाजारात प्रस्थापित झालेली किंमत स्वीकारूनच त्या किमतीला आपले उत्पादन जुळते ठेवावे लागते. पूर्ण स्पर्धेत उत्पादन वाढवून पुरवठा वाढविला तरी पूर्वीइतकीच किंमत मिळत राहते. **सीमान्त प्राप्ती म्हणजे वस्तूच्या शेवटच्या नग संख्येमुळे प्राप्तीत होणारी निव्वळ वाढ होय.** अशी निव्वळ वाढ, किंमत बदलत नसल्यामुळे किमतीइतकीच असते; म्हणजेच सीमान्त प्राप्ती ही किमतीबरोबरच असते, परंतु किंमत म्हणजे सरासरी प्राप्ती होय, त्यामुळे पूर्ण स्पर्धेत किंमत = सीमान्त प्राप्ती = सरासरी प्राप्ती अशी परिस्थिती असते म्हणून पूर्ण स्पर्धेत सीमान्त प्राप्ती, सरासरी

प्राप्ती आणि किंमत या तिन्हींचा मिळून एकच वक्र दाखविला जातो. हा वक्र नेहमीच **'अक्ष'** अक्षाला समांतर असतो. तो आकृती ५ मध्ये **'कब'** हा वक्र आहे.

आकृती ५.१ मध्ये दर्शविल्याप्रमाणे अल्पकालीन सीमान्त प्राप्ती वक्र व अल्पकालीन सीमान्त खर्च वक्र **(असीख व कब)** **'स'** या बिंदूत छेदत आहेत, त्यामुळे **'स'** या बिंदूत उद्योगसंस्थेच्या सीमान्त प्राप्ती (MR) आणि सीमान्त खर्च (MC) या दोन्ही गोष्टी समान होत आहेत. म्हणून **'स'** या बिंदूत पूर्ण स्पर्धेत अल्पकालीन उद्योगसंस्थेचा समतोल साधला गेला आहे असे म्हणतात. अशा समतोल अवस्थेत उद्योगसंस्था **'अन'** इतके उत्पादन करते म्हणजेच उद्योगसंस्थेने **'अन'** इतके उत्पादन केले, तर उद्योगसंस्थेला जास्तीतजास्त नफा मिळेल व उद्योगसंस्थेचा समतोल साधला जाईल. या समतोल अवस्थेत **'अन'** उत्पादनात **'सन'** इतकी किंमत असेल. अल्पकालीन सरासरी खर्चाचा वक्र **'असख'** आहे. उद्योगसंस्था **'अन'** इतके उत्पादन करीत असल्यामुळे उद्योगसंस्थेच्या वस्तू उत्पादनाच्या प्रत्येक नगाचा सरासरी खर्च **'नइ'** इतका आहे. परंतु उद्योगसंस्थेला आपल्या प्रत्येक वस्तूचा नग विकून **'नस'** इतके उत्पन्न मिळते, त्यामुळे उत्पादनसंस्थेला प्रत्येक नगामागे **'सइ'** इतका जादा नफा मिळतो, म्हणजेच पूर्ण स्पर्धेत अल्पकाळात उद्योगसंस्थेला वस्तूच्या सरासरी उत्पादनखर्चापेक्षा वस्तूची किंमत अधिक मिळते. त्यामुळे उद्योगसंस्थेला जास्तीतजास्त नफा मिळतो.

५.४.२ उद्योगाचा अल्पकालीन समतोल (Short Run Equilibrium of the Industry) :

पूर्ण स्पर्धेत ज्या किमतीला एकूण मागणी व एकूण पुरवठा समान होतात त्या किमतीला उद्योगाचा किंवा उद्योगधंद्याचा समतोल प्रस्थापित होतो. सर्व उद्योगांनी विशिष्ट किमतीला केलेल्या पुरवठ्याची बेरीज म्हणजे एकूण पुरवठा होय. पुरवठावक्राच्या संदर्भात सांगावयाचे झाल्यास उद्योगांचा पुरवठावक्र म्हणजे सर्व उद्योगसंस्थांच्या सीमान्त-खर्चाच्या वक्रांची एकूण बेरीज होय.

उदाहरणाच्या साहाय्याने पूर्ण स्पर्धेत अल्पकाळात उद्योगाचा वा उद्योगधंद्याचा समतोल कसा साधला जातो, ते अधिक स्पष्ट होण्यास मदत होईल.

तक्ता ५.१

पूर्ण स्पर्धेत उद्योगांचा अल्पकालीन समतोल

किंमत रु.	एकूण पुरवठा (नग)	एकूण मागणी (नग)
६०	९००	५००
५०	८००	६००
४०	७००	७००
३०	६००	८००
२०	५००	९००

वरील तक्त्यावरून असे दिसून येते की, ७०० नगांची मागणी व पुरवठाही ७०० नगांचा असल्याने रु. ४० ही किंमत स्थिर होते. समजा, किंमत वाढून ती ५० रु. झाली तर मागणी ६०० नगांची राहील, पण पुरवठा मात्र ८०० नगांचा होईल. त्यामुळे वस्तू न विकल्या गेल्याने उत्पादकास तोटा होईल. तो उत्पादन कमी करील. समजा, वस्तूची किंमत कमी म्हणजे ३० रु. झाली, तर पुरवठा ६०० नगांचा होईल, तर मागणी ८०० नगांची असेल. अशा परिस्थितीत पुरवठा वाढविण्याचा प्रयत्न केला जाईल. म्हणजे अल्पकाळात पूर्ण स्पर्धेत वस्तूच्या किमतीची प्रकृती स्थिरतेकडे झुकणारी असते, तेव्हा ज्या किमतीस मागणी व पुरवठा समान होतात, त्यांचे संतुलन होते, तेथे पूर्ण

स्पर्धेत अल्पकाळात उद्योग वा उद्योगधंदा समतोल अवस्थेत असतो असे म्हटले जाते. पुढील आकृतीमध्ये पूर्ण स्पर्धेत उद्योगाचा अल्पकालीन समतोल दर्शविला आहे.

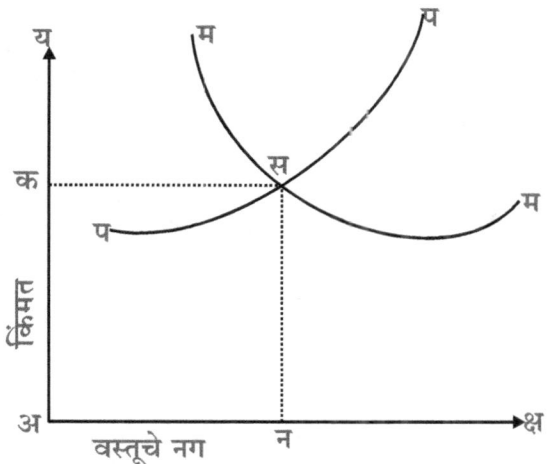

आकृती ५.२ : **पूर्ण स्पर्धेत उद्योगाचा अल्पकालीन समतोल**

वरील आकृती ५.२ मध्ये '**अक्ष**' अक्षावर वस्तूंचे नग तर '**अय**' अक्षावर किंमत दर्शविली आहे. '**मम**' हा उद्योगाचा अल्पकालीन मागणीवक्र आहे, तर '**पप**' हा पुरवठावक्र आहे. '**मम**' व '**पप**' हे दोन्ही वक्र एकमेकांस '**स**' या बिंदूत छेदतात. आकृतीत दर्शविल्याप्रमाणे '**अन**' इतक्या वस्तूच्या मागणी पुरवठ्यात संतुलन होऊन '**अक**' इतकी किंमत निश्चित होते.

पूर्ण स्पर्धेत उद्योगाच्या अल्पकालीन समतोलाच्या संदर्भात १. समतोल किमतीला एकूण मागणी व एकूण पुरवठा समान असतो. २. उद्योगाचा समतोल साधला जात असताना त्या उद्योगात समाविष्ट असणाऱ्या सर्व उद्योगसंस्थांचा समतोल साधला जातो आणि ३. पूर्ण स्पर्धेत बाजारातील किंमत ग्राह्य मानून उद्योगसंस्थेला आपला पुरवठा किमतीशी जुळता ठेवावा लागतो. ४. उद्योग स्वतःच्या कृतीने किंमत बदलू शकत नाही. मात्र, एकूण उद्योगसंस्थांच्या समूहाने प्रस्थापित होणारा उद्योग आपला पुरवठा बदलून किंमत बदलू शकतो. हे मुद्दे महत्त्वाचे आहेत.

५.४.३ उद्योगसंस्थेचा/उत्पादनसंस्थेचा दीर्घकालीन समतोल (Long Run Equilibrium of the Firm):

दीर्घकाळात प्रत्येक उद्योगसंस्थेला उत्पादनघटकात आवश्यक ते सर्व बदल करून जेवढी मागणी असेल तेवढा पुरवठा अगदी सहजपणे वाढविता येतो. दीर्घ काळात नफ्याच्या उद्देशाने नवीन उद्योगसंस्थांचाही प्रवेश होतो. तसेच काही उद्योगसंस्था बाहेर पडतात. कारण पूर्ण स्पर्धेत प्रवेश व बाहेर पडण्याचे त्यांना स्वातंत्र्य असते, त्यामुळे अतिरिक्त नफा नाहीसा होऊन प्रत्येक उद्योगसंस्थेला केवळ सर्वसाधारण नफा मिळतो. तसेच उद्योगसंस्थांची सरासरी प्राप्ती ही सरासरी खर्चापेक्षा कमी असल्यास उद्योगसंस्थेला तोटा सहन करावा लागेल, त्यामुळे अशा उद्योगसंस्था त्या उद्योगातून बाहेर पडून अन्य किफायतशीर उद्योगाकडे वळतील. त्यामुळे वस्तूचे उत्पादन कमी होऊन पुरवठा घटेल आणि किमतीची पातळी वाढेल. किंमत = सरासरी प्राप्ती = सरासरी खर्च अशी स्थिती प्रस्थापित होईल. अशा परिस्थितीत प्रत्येक उद्योगसंस्थेला सर्वसाधारण नफा मिळेल. म्हणजेच पूर्ण स्पर्धेत उद्योगसंस्थेचा दीर्घकालीन समतोल झाला म्हणजे किंमत वा सरासरी प्राप्ती = सीमान्त प्राप्ती = सरासरी प्राप्ती = सीमान्त खर्च अशी स्थिती

असते.

आकृती ५.३ मध्ये पूर्ण स्पर्धेत उद्योगसंस्थेचा दीर्घकालीन समतोल कसा प्रस्थापित होतो ते दर्शविले आहे.

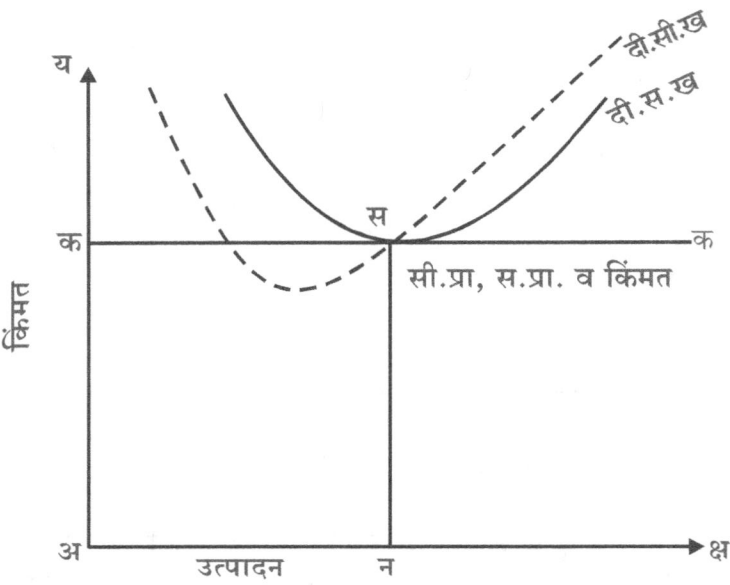

आकृती ५.३ : पूर्ण स्पर्धेत उद्योगसंस्थेचा दीर्घकालीन समतोल

आकृती ५.३ मध्ये **'अक्ष'** अक्षावर उत्पादन तर **'अय'** अक्षावर किंमत दर्शविली आहे. **'दीसीख'** व **'दीसख'** हे अनुक्रमे सीमान्त खर्च आणि दीर्घकालीन सरासरी खर्चाचे वक्र आहेत. तर **'क'** हा सीमान्त प्राप्ती, सरासरी प्राप्ती आणि किमतीचा वक्र आहे.

सीमान्त खर्च आणि सीमान्त प्राप्ती समसमान झाले म्हणजे उद्योगसंस्थेचा समतोल प्रस्थापित होतो, हे अल्पकालीन तत्त्व दीर्घकाळातही लागू पडते. याशिवाय दीर्घकाळात सीमान्त खर्च, सीमान्त प्राप्ती, सरासरी खर्च, सरासरी प्राप्ती व किंमत (MC=AC=AR=Price) या सर्व गोष्टी समसमान झाल्या पाहिजेत. पूर्ण स्पर्धेत दीर्घकाळात सरासरी खर्चापेक्षा किंमत जास्त असल्यास उद्योगसंस्थेला अवाजवी नफा मिळेल. हे पाहून नवे उद्योजक व्यवसायात येतील व त्यामुळे पुरवठा वाढून किंमत व अवाजवी नफा कमी होईल. शेवटी सर्वच उद्योगसंस्था फक्त वाजवी नफाच मिळवू शकतील, याउलट सरासरी खर्चापेक्षा किंमत कमी असल्यास उद्योगसंस्थेला तोटा सहन करावा लागेल, त्यामुळे काही उद्योगसंस्था उद्योगाबाहेर पडतील. म्हणून दीर्घकाळात उद्योगसंस्थेने वस्तूचा सरासरी उत्पादनखर्च व वस्तूचा सीमान्त उत्पादनखर्च हे दोन्ही वस्तूच्या किमतीइतके होतील तेवढे उत्पादन केले की, उद्योगसंस्थेचा समतोल साधला जातो.

आकृती ५.३ मध्ये दर्शविल्याप्रमाणे सीमान्त खर्च, सरासरी खर्च, सरासरी प्राप्ती व सीमान्त प्राप्ती आणि किंमत हे सर्व घटक **'स'** या बिंदूत संतुलित होतात, समसमान होतात. त्यामुळे **'अक'** या किमतीला **'अन'** इतके उत्पादन असताना उद्योगसंस्था महत्तम नफा मिळविते किंवा समतोलात असते. दीर्घकाळात वस्तूला एकच किंमत असल्याने सीमान्त प्राप्ती, सरासरी प्राप्ती व किंमत या तीनही गोष्टीसुद्धा समसमान असतात. यावरून पूर्ण स्पर्धेतील उद्योगसंस्थेच्या दीर्घकालीन समतोलाची पुढील वैशिष्ट्ये स्पष्ट होतात. १. दीर्घकालीन समतोल हा किंमत = सीमान्त

प्राप्ती = सीमान्त खर्च = सरासरी खर्च अशा परिस्थितीत होतो. तेव्हा सरासरी खर्च हा कमीतकमी असतो. २. समतोल अवस्थेतील प्रत्येक उद्योगसंस्थेला सर्वसाधारणपणे नफा मिळतो. ३. प्रत्येक उद्योगसंस्थेला कमीतकमी सरासरी खर्चाच्या आधारे उत्पादन करावे लागत असल्याने दीर्घकाळात सर्वच उद्योगसंस्था पर्याप्त आकाराच्या असल्याचे आढळून येते.

५.४.४ उद्योगाचा दीर्घकालीन समतोल (Long Run Equilibrium of the Industry) :

एका उद्योगात गुंतलेल्या सर्वच्या सर्व उद्योगसंस्था जेव्हा समतोलात असतील तेव्हा तो उद्योग समतोलावस्थेत येतो, म्हणजेच त्या उद्योगातील वस्तूचा एकूण पुरवठा व वस्तूची एकूण मागणी यांचा समतोल साधला गेला पाहिजे. एखाद्या वेळी पुरवठ्यापेक्षा मागणी वाढल्यास उत्पादन वाढविले जाईल किंवा कमी झाल्यास उत्पादन कमी केले जाईल, परंतु समतोल अवस्थेत उद्योगातील उत्पादनात असे फेरफार होत कामा नयेत. मागणी व पुरवठा यांचा अचूक मेळ बसून उत्पादन स्थिर झाले पाहिजे, असे झाले म्हणजे वस्तूची किंमत ठरेल. ही किंमत उद्योगातील एकूण मागणी व एकूण पुरवठा यांच्या समतोलावरून ठरते. कोणत्याही एका उद्योगसंस्थेच्या कृतीवरून ती ठरत नाही, हे लक्षात घेतले पाहिजे.

उद्योगाच्या समतोलात उत्पादन हे ठरावीक ठिकाणी स्थिर झाले पाहिजे. त्यात वाढ वा घट होता कामा नये. हे उत्पादन सर्व उद्योगसंस्था करत असून त्या सर्व समतोलात असल्याने नवीन उद्योगसंस्थांना उद्योगात पदार्पण करण्याची संधी नसते किंवा विद्यमान उद्योगसंस्थांना उद्योगाबाहेर पडण्याचे कारण नसते, त्यामुळे प्रत्येक उद्योगसंस्थेचे उत्पादन स्थिर होऊन तिचा सीमान्त खर्च व सीमान्त प्राप्ती समसमान होईल. त्यामुळे उद्योगसंस्थेस फक्त साधारण नफा मिळेल. पूर्ण स्पर्धेत दीर्घकाळात उद्योगाच्या समतोलात सर्वच उद्योगसंस्था साधारण नफा मिळवीत असतात. त्यांनी अवाजवी नफा मिळविल्यास नवीन उद्योगसंस्थांचे आगमन होऊन समतोल ढळेल. किंवा तोटा झाल्यास काही उद्योगसंस्था उद्योगातून बाहेर पडतील, त्यामुळे समतोल ढळेल, म्हणून उद्योगाच्या समतोलात प्रत्येक उद्योगसंस्था फक्त साधारण नफाच मिळवू शकेल हे स्पष्ट होते व अशा अवस्थेत उद्योगाचा समतोल साधला जातो.

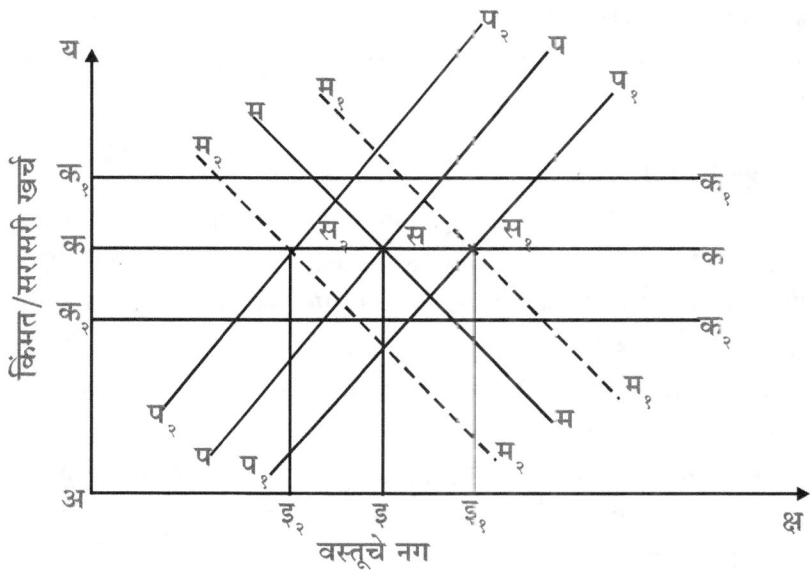

आकृती ५.४ : पूर्ण स्पर्धेत उद्योगाचा दीर्घकालीन समतोल

आकृती ५.४ मध्ये **'अक्ष'** अक्षावर वस्तूचे नग आणि **'अय'** अक्षावर किंमत व सरासरी खर्च दर्शविला आहे. पूर्ण स्पर्धेत दीर्घकालीन किंमत ही सरासरी खर्चाबरोबर असते; म्हणजे किंमत ही किमान सरासरी खर्चाइतकी असते.

मम व **पप** हे अनुक्रमे सर्व उद्योगसंस्थांचे मिळून मागणी व पुरवठा वक्र आहेत. **कक** रेषा ही प्रत्येक उद्योगसंस्थेच्या किमान सरासरी खर्चाची पातळी दर्शविते. या स्थितीत उद्योगाचा समतोल **'स'** या ठिकाणी प्रस्थापित झालेला आहे. या समतोल अवस्थेत **'अइ'** इतके उत्पादन होत आहे कारण **'पप'** हा पुरवठावक्र व **'मम'** हा मागणीवक्र किमान सरासरी खर्चाच्या रेषेला **'स'** बिंदूत संतुलित होतात.

दीर्घकालीन वस्तूची मागणी वाढली, तर नवीन मागणीवक्र **म$_१$ म$_१$** वर सरकेल. त्यामुळे किंमत **क$_१$** पर्यंत वाढेल. ही वाढलेली **क$_१$** किंमत **क** या सरासरी खर्चापेक्षा अधिक आहे. त्यामुळे प्रत्येक उद्योगसंस्थेला अतिरिक्त नफा मिळेल. त्यामुळे उद्योगात नवीन उद्योगसंस्था आकर्षित होतील. नवीन उद्योगसंस्थांची संख्या वाढल्याने वस्तूंचा पुरवठा वाढून किंमत **क$_१$** पेक्षा कमी होऊ लागेल. किंमत **'क'** या स्थिर पातळीला येईपर्यंत नवीन उद्योगसंस्थांचा प्रवेश चालू राहील व शेवटी किमतीच्या स्थिर प्रवृत्तीमुळे किंमत किमान सरासरी खर्चाइतकी स्थिर होईल. त्यामुळे **प$_१$ प$_१$** हा नवीन पुरवठा वक्र **म$_१$ म$_१$** या नवीन मागणीवक्रास **स$_१$** या बिंदूत छेदून तेथे नवीन समतोल प्रस्थापित होईल. यावेळी वस्तूचा पुरवठा **'अइ'** वरून **'अइ$_१$'** पर्यंत वाढेल. मात्र, किंमतही सरासरी खर्चाइतकीच असल्याने अतिरिक्त नफा मिळणार नाही. समजा मागणी कमी झाली तर **म$_२$ म$_२$** मागणीवक्र डावीकडे सरकेल. त्यामुळे किंमत **क$_२$** पर्यंत कमी होईल. ही **क$_२$** किंमत सरासरी खर्चापेक्षा कमी असल्याने उद्योगसंस्थांना तोटा सहन करावा लागेल. त्यामुळे काही उद्योगसंस्था उद्योगाबाहेर पडतील. त्यामुळे पुरवठा कमी होईल व किंमत वाढण्यास सुरुवात होईल. त्यामुळे **म$_२$ म$_२$** हा मागणीवक्र **प$_२$ प$_२$** या पुरवठावक्रास मूळच्या किंमत रेषेस **स$_२$** येथे छेदून नवीन समतोल प्रस्थापित होईल. त्यावेळी अइ$_२$ एवढे उत्पादन केले जाईल. त्यामुळे किंमत **'क'** इतकीच राहिल्यामुळे कोणत्याही उद्योगाला तोटा येणार नाही, कारण ही किंमत सर्व उद्योगाच्या किमान सरासरी खर्चाइतकी आहे. अशा प्रकारे पूर्ण स्पर्धेत दीर्घकाळात उद्योगाचा समतोल प्रस्थापित होत असताना सर्वच उद्योगसंस्था समतोल अवस्थेत असतात. तेव्हा उद्योगाचाही समतोल प्रस्थापित होतो. दीर्घकाळात उद्योगाच्या समतोलात उत्पादन स्थिर झालेले असते. उद्योगात नवीन उद्योगसंस्थांच्या प्रवेशाची व निर्गमनाची शक्यता नसते, कारण प्रत्येक उद्योगसंस्थेला सर्वसाधारण नफा मिळत असतो.

५.५ मक्तेदारी (Monopoly)

बाजाराचा हा एक महत्त्वाचा प्रकार आहे. पूर्ण स्पर्धा आणि मक्तेदारी हे दोन बाजूंचे दोन टोकांचे प्रकार आहेत. इंग्रजीत Mono म्हणजे 'एक' आणि Poly म्हणजे 'विक्रेता' होय, म्हणून मक्तेदारी म्हणजे एकच विक्रेता असलेली बाजारपेठ होय. मक्तेदारीत उत्पादक म्हणजे विक्रेता असे मानले जाते. म्हणून मक्तेदारी म्हणजे एकच उत्पादक अथवा विक्रेता आणि अनेक ग्राहक अशी स्थिती असते.

व्याख्या (Definition) : १) प्रा. चेंबरलीन यांच्या मते, 'एक उत्पादक ज्याचे पुरवठ्यावर पूर्ण नियंत्रण असून बाजारात वस्तूला जवळचे पर्याय उपलब्ध नसतात.'

२) प्रा. मेहता यांच्या मते, 'मक्तेदार त्यालाच म्हटले जाते की, त्याचे किमतीवर पूर्ण नियंत्रण असते.'

३) मक्तेदारी चौकशी आयोग यांच्या मते, 'थोड्या उद्योगांनी स्पर्धकांच्या तुलनेत बाजारपेठ नियंत्रित करण्यासाठी वापरलेल्या शक्तीला मक्तेदारी असे म्हणतात.'

वरील व्याख्यांवरून असे स्पष्ट होते की, वस्तूला जवळचा पर्याय नाही अशा वस्तूंचे उत्पादन किंवा विक्री

एकाच विक्रेत्याच्या हाती एकवटलेली असते त्यास मक्तेदारी असे म्हटले जाते. मक्तेदारीत एकच विक्रेता असतो. त्यामुळे वस्तूच्या किमतीवर त्याचे नियंत्रण असते. बाजारात स्पर्धक नसल्यामुळे तो मनमानी पद्धतीने वस्तूला किंमत आकारू शकतो. तसेच त्याचे वस्तूच्या पुरवठ्यावरही नियंत्रण असते, त्यामुळे मक्तेदाराने पुरवठा कमी केल्यास वस्तूची किंमत वाढते आणि पुरवठा वाढवला तर तो वस्तू कमी किंमतीला विकतो. त्यामुळे मक्तेदाराचा वस्तूच्या पुरवठ्यावर ताबा असल्याने तो वस्तूचा पुरवठा कमी-जास्त करून वस्तूच्या किमतीत बदल घडवून आणू शकतो. मक्तेदारीच्या वैशिष्ट्यांमधून मक्तेदारीचे स्वरूप कळते.

५.५.१ मक्तेदारीची वैशिष्ट्ये (Features of Monopoly) :

मक्तेदारीची वैशिष्ट्ये पुढीलप्रमाणे

१) एकच उत्पादनसंस्था : बाजारात एकच उत्पादक अथवा विक्रेता असतो. त्या वस्तूच्या उत्पादनाची त्या उत्पादकाची मक्तेदारी असते. इतर उत्पादक त्या वस्तूचे उत्पादन करीत नाहीत, त्यामुळे उद्योग आणि उत्पादन-संस्था यातील फरक मक्तेदारी बाजारात नष्ट होतो. वस्तूच्या पुरवठ्यावर उत्पादकाचे संपूर्ण नियंत्रण असते. एकच उत्पादनसंस्था असलेला उद्योग मक्तेदारी बाजारात अस्तित्वात येतो. उदा. एखाद्या गावात एक किराणा दुकान, एक बँक एकाधिकार गाजवू शकते.

२) वस्तूला पर्याय नाही : उत्पादक ज्या वस्तूचे उत्पादन करतो त्या वस्तूला नजीकचा, जवळचा पर्याय नसतो. मक्तेदारही अशा प्रकारच्या इतर पर्याय नसलेल्या वैशिष्ट्यपूर्ण वस्तूचे उत्पादन करतो, त्यामुळे ग्राहकाला ती वस्तू घ्यावीच लागते. उदा. पुणे, नाशिक, मुंबई, नागपूर यांसारख्या शहरात पाणीपुरवठ्याची मक्तेदारी त्या शहरातील महापालिकेला लाभली आहे.

३) स्पर्धकांच्या प्रवेशावर बंधने : मक्तेदारीत एकच उद्योगसंस्था विशिष्ट वस्तूचे उत्पादन करते याचा अर्थ इतर उत्पादकांना त्या उत्पादनक्षेत्रात प्रवेश करता येत नाही. मक्तेदारीत स्पर्धकांच्या प्रवेशावर निर्बंध असतात. इतर उद्योगसंस्थांना त्या उत्पादनक्षेत्रात प्रवेश मिळविण्यात अनेकविध अडथळे निर्माण केलेले असतात. आर्थिक कारणाने, कायद्यांच्या बंधनाने अथवा कारवाईमुळे असे हेतुपुरस्सर अडथळे निर्माण केले जातात.

४) किमतीवर नियंत्रण : मक्तेदारीत वस्तूची किंमत उत्पादक ठरवतो. किमतीवर मक्तेदाराचे पूर्ण नियंत्रण असते. मक्तेदारीत वस्तूच्या उत्पादनक्षेत्रात स्पर्धक नसल्यामुळे वस्तूच्या पुरवठ्यावर पूर्ण नियंत्रण असल्याने तो वस्तूचा पुरवठा कमी-जास्त करून वस्तूच्या किमतीत बदल करू शकतो, त्यामुळे मक्तेदाराला किंमतकर्ता असे म्हणतात.

५) महत्तम नफा : मार्शल यांच्या मते, ज्या किमतीस वस्तू बाजारात विकली जाते त्या किमतीत उत्पादन-खर्च भरून निघेल असा मक्तेदाराचा हेतू नसतो तर जास्तीतजास्त प्राप्ती व्हावी अशा पद्धतीने मागणी आणि पुरवठ्यात मेळ घालण्याचा हेतू असतो, त्यामुळे मक्तेदाराला दीर्घकाळातसुद्धा नफा मिळू शकतो.

६) डावीकडून उजवीकडे खाली उतरणारा वक्र : वस्तूची किंमत ठरविण्याचा अधिकार मक्तेदाराला असतो. तसेच वस्तूचे नग किती खरेदी करावयाचे याचा अधिकार ग्राहकाला असतो. वस्तूची विक्री वाढविण्यासाठी वस्तूची किंमत मक्तेदार कमी करतो, त्यामुळे मक्तेदारीतील मागणीवक्र, सरासरी प्राप्ती वक्र आणि सीमान्त प्राप्ती वक्र डावीकडून उजवीकडे खाली उतरणारा असतो.

७) सरासरी प्राप्तीपेक्षा सीमान्त प्राप्तीत घट : सरासरी प्राप्तिवक्रापेक्षा सीमान्त प्राप्तिवक्र अधिक वेगाने खाली येतो, कारण वस्तूची किंमत कमी केली जाते. त्यामुळे सीमान्त प्राप्तीसुद्धा कमी होत जाते. बाजारातील किमतीपेक्षा सीमान्त प्राप्ती कमी असते म्हणून सीमान्त प्राप्तिवक्र हा नेहमी सरासरी प्राप्तीवक्रापेक्षा खालच्या पातळीवर

असतो.

८) उद्योगसंस्था आणि उद्योग एकच : मक्तेदारीत एकच उत्पादनसंस्था उत्पादनाचे कार्य करीत असल्याने उद्योगसंस्था आणि उद्योग हा फरक राहात नाही. मक्तेदारीत उद्योगसंस्था हीच उद्योग असते.

९) मूल्यभेद : एकाच वस्तूसाठी आणि सेवेसाठी मक्तेदार वेगवेगळ्या ग्राहकांना वेगवेगळी किंमत आकारून जास्तीतजास्त नफा मिळविण्याचा प्रयत्न करतो.

वरील वैशिष्ट्यांतून असे दिसून येते की, मक्तेदारीत पुरवठ्यावर मक्तेदाराचे पूर्ण नियंत्रण असते, मात्र प्रत्यक्षात ही वास्तवता येणे कठीण आहे. प्रत्यक्ष बाजारात ही सर्व वैशिष्ट्ये सहसा आढळत नाहीत. सैद्धान्तिकदृष्ट्या बाजाराच्या 'मक्तेदारी' या प्रकाराचा अभ्यास केला जातो.

मक्तेदारीचे प्रकार :

मक्तेदारीचे विविध प्रकार पुढीलप्रमाणे :

१. नैसर्गिक मक्तेदारी : निसर्गाच्या कृपेमुळे काही प्रांतांना, देशांना भौगोलिकरीत्या आर्थिक उत्पादनाचे फायदे मिळतात. भारतात आसाममध्ये चहाचे, तर बंगालमध्ये ज्यूटचे उत्पादन मोठ्या प्रमाणावर होते. त्यामुळे भारतात आसाम व बंगालकडे अनुक्रमे चहा व ज्यूटची मक्तेदारी आहे. तसेच एखाद्या उद्योगसंस्थेला नैसर्गिकरीत्या मिळणाऱ्या कच्च्या मालाच्या साठ्यावर नियंत्रण मिळविता आले, तर त्या मालाच्या पुरवठ्यावर त्या उद्योगसंस्थेचे नियंत्रण प्रस्थापित होते व अशा प्रकारे नैसर्गिक अनुकूलतेमुळे जी मक्तेदारी निर्माण होते तिला 'नैसर्गिक मक्तेदारी' असे म्हणतात.

२. सामाजिक मक्तेदारी : सरकार समाजाच्या हितासाठी सामाजिक मक्तेदारी निर्माण करते व अशा मक्तेदारीची सत्ता आपल्या हाती ठेवते. उदा. टेलिफोन, पाणीपुरवठा, बस वाहतूक, रेल्वे वाहतूक, वीज, टपालखाते, हवाईमार्ग, दारूगोळा व शस्त्रांचे उत्पादन सरकारतर्फे मक्तेदारी पद्धतीने केले जाते. या सर्वांची सरकारकडे मक्तेदारी असते.

३. कायदेशीर मक्तेदारी : समाजाला उपयुक्त असलेल्या वस्तू व सेवा पुरविण्याचा मक्ता कायद्याने काही व्यक्तींना व संस्थांना दिलेला असतो. तसेच उत्पादनाचे नवीन तंत्र शोधून काढणाऱ्याला त्याचा फायदा मिळावा म्हणून त्याचे स्वामित्व (पेटंट) त्याला दिले जाते. एखाद्या लेखकाला त्याच्या स्वतःच्या लेखनकृतीचा फायदा मिळावा म्हणून 'कॉपीराइट' स्वरूपाचा हक्क कायद्याने दिलेला असतो. थोडक्यात, स्वामित्व (पेटंट), बोधचिन्ह (ट्रेडमार्क), कॉपीराइट इ. मुळे निर्माण झालेल्या मक्तेदारीला 'कायदेशीर मक्तेदारी' असे म्हणतात.

४. ऐच्छिक मक्तेदारी : बाजारातील नफा कमी होत असल्यास विविध उद्योग आपले स्वतंत्र अस्तित्व नाहीसे करून ते एकच मक्तेदारी संघटना स्थापन करतात. त्याला न्यास (ट्रस्ट) म्हणतात. काही वेळेस उत्पादक विक्रेते आपले स्वतंत्र अस्तित्व टिकवून ठेवून एकमेकांच्या सहकार्याने सामाजिक उपक्रम (पूल) व्यापार संघ स्थापन करतात. थोडक्यात, स्पर्धा टाळून नफा वाढविण्याच्या हेतूने उत्पादक विक्रेत्यांनी स्वखुशीने निर्माण केलेली मक्तेदारी म्हणजे 'ऐच्छिक मक्तेदारी' होय.

५. वित्तीय मक्तेदारी : सरकार जेव्हा काही वस्तूंवर ताबा मिळवून वस्तूंची निर्मिती स्वतःकडे घेते, तेव्हा अशा मक्तेदारीस 'वित्तीय मक्तेदारी' असे म्हणतात. उदा. लोखंड-पोलाद उत्पादन

६. नावलौकिक मक्तेदारी : एखाद्या उद्योगसंस्थेचा नावलौकिक मोठ्या प्रमाणात वाढल्यामुळे त्या उद्योगाला मोठ्या प्रमाणावरील उत्पादनाचे सर्व फायदे मिळतात. त्यामुळे नवीन उद्योगसंस्थेला त्या उद्योगात प्रवेश करता येत नाही. मोठ्या प्रमाणावरील उत्पादनाचे फायदे, उत्पादनाची गुणवत्ता, मोठ्या प्रमाणावरील विक्री प्रयत्न, परिणामकारक

जाहिरात इ. मुळे एखाद्या उद्योगसंस्थेला आपल्या उत्पादनाच्या बाबतीत मक्तेदारी प्रस्थापित करता येते. अशा मक्तेदारीस 'नावलौकिक मक्तेदारी' असे म्हणतात.

७. पुरवठ्यानुसार मक्तेदारीचे प्रकार : बाजारातील वस्तूंच्या पुरवठ्यावर किती उत्पादकांचे नियंत्रण आहे, यावरून मक्तेदारीचे पुढील प्रकार आढळतात.

(अ) पूर्ण मक्तेदारी : जेव्हा बाजारात एकाच उत्पादकाचे किंवा उद्योगसंस्थेचे पुरवठ्यावर पूर्ण नियंत्रण असते तेव्हा त्यास 'पूर्ण मक्तेदारी' असे म्हणतात.

(ब) द्वयाधिकार मक्तेदारी : द्वयाधिकार म्हणजे दोघांची मक्तेदारी होय. बाजारातील एखाद्या वस्तू वा सेवेच्या पुरवठ्याचा पूर्ण ताबा वा अधिकार दोन व्यक्तींनी किंवा संस्थांनी मिळविलेला असेल, तर त्यास 'दोघांची मक्तेदारी' वा 'द्वयाधिकार मक्तेदारी' असे म्हणतात.

(क) अल्पाधिकार मक्तेदारी : बाजारात जेव्हा दोनपेक्षा जास्त परंतु फार मोठी संख्या नाही, इतक्या थोड्या व्यक्तींच्या किंवा संस्थांच्या हातात वस्तू वा सेवांचा पुरवठा करण्याची सत्ता एकवटलेली असते तेव्हा अशा मक्तेदारीस 'अल्पाधिकार मक्तेदारी' असे म्हणतात.

५.५.२ मक्तेदारीत वस्तूची किंमतनिश्चिती (Price Determination Under Monopoly)

मक्तेदारीत वस्तूची किंमत हीसुद्धा मागणी-पुरवठ्याच्या संतुलनानेच निश्चित होते. परंतु मक्तेदार प्राप्त परिस्थितीत जास्तीतजास्त नफा मिळविण्यात यशस्वी होतो. मक्तेदारीत मागणीवर कोणत्याही प्रकारचे नियंत्रण नसते. मात्र, त्याचे पुरवठ्यावर पूर्ण नियंत्रण असल्यामुळे तो किंमत कमी-जास्त करून नफा मिळवितो. मक्तेदार आपल्या उत्पादनाचा सीमान्त खर्च हा सीमान्तप्राप्तीबरोबर होईपर्यंत उत्पादन करून जास्तीतजास्त नफा मिळवितो. सीमान्त खर्च आणि सीमान्त प्राप्ती ज्या उत्पादनाला समान होतात तेवढे उत्पादन मक्तेदार करतो आणि या उत्पादनास जी किंमत प्रस्थापित होते तीच किंमत मक्तेदार आकारतो. त्यामुळे त्याला जास्तीतजास्त नफा होतो.

मक्तेदारीत किंमत व उत्पादननिश्चिती म्हणजेच समतोल प्रस्थापित होण्यासाठी :

अ) सीमान्त खर्च आणि सीमान्त प्राप्ती समान असावी लागते.

ब) सीमान्त खर्चवक्र सीमान्त प्राप्तिवक्राला खालच्या बाजूने छेदून गेला पाहिजे.

क) सीमान्त खर्चवक्राने सीमान्त प्राप्तिवक्राला खालच्या बाजूने छेदून जात असताना सीमान्त खर्चवक्र वाढता असावा.

जास्तीतजास्त नफा मिळविण्याचा मक्तेदाराचा हेतू साधला जाण्यासाठी वस्तूचा सीमान्त खर्च आणि सीमान्त-प्राप्ती हे दोन्ही समान झाले पाहिजेत. जेव्हा सीमान्त खर्च आणि सीमान्तप्राप्ती हे दोन्ही समान होतात, त्यावेळी मक्तेदाराला जास्तीतजास्त नफा मिळतो, म्हणून ज्या उत्पादनाला सीमान्त खर्च आणि सीमान्तप्राप्ती हे समान होतात तेवढे उत्पादन मक्तेदाराच्या हिताचे असते आणि अशा उत्पादनाला जी किंमत प्रस्थापित होते, तीच मक्तेदारी किंमत होय.

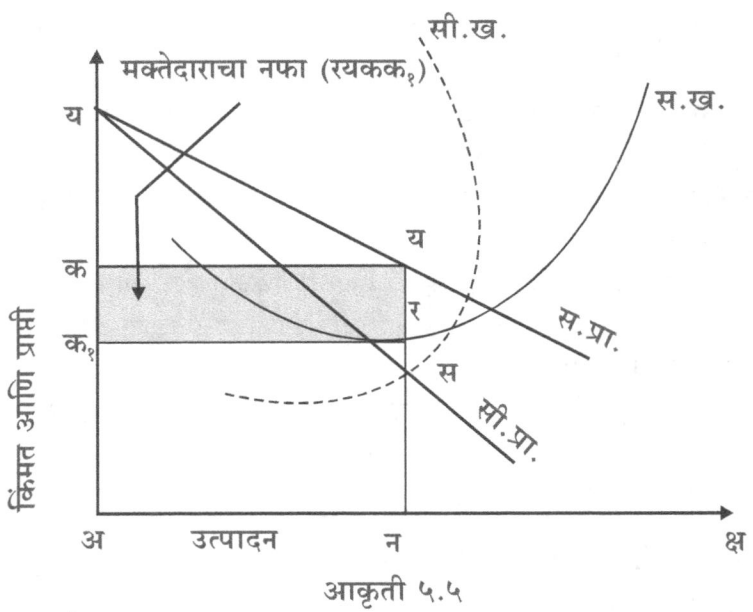

आकृती ५.५

आकृती ५.५ मध्ये **अय** अक्षावर किंमत आणि प्राप्ती तर **'अक्ष'** अक्षावर नग संख्येचे उत्पादन दर्शविले आहे. **सप्रा** हा सरासरी प्राप्तिवक्र असून तो वरून खाली व डावीकडून उजवीकडे खाली येणारा आहे, कारण मक्तेदारीत जेव्हा वस्तूचा पुरवठा वाढतो तेव्हा वस्तूची किंमत कमी होते. **सीप्रा** हा सीमान्त प्राप्तिवक्र आहे. हा वक्र नेहमी **सप्रा** या वक्राच्या खालच्या बाजूला असतो, कारण मक्तेदारीत सीमान्त प्राप्ती ही नेहमीच सरासरी प्राप्ती वा किमतीपेक्षा कमी असते. **सी ख** हा सीमान्त खर्च वक्र आहे. **'सख'** हा सरासरी खर्चाचा वक्र आहे. या आकृतीवरून असे दिसून येते की, **सीप्रा** आणि **सीख** हे दोन वक्र एकमेकांना **'स'** बिंदूत छेदत आहेत. म्हणजेच **'स'** बिंदूत सीमान्त प्राप्ती आणि सीमान्त खर्च हे दोन्ही समान होतात. या अवस्थेत मक्तेदार **'अन'** इतके उत्पादन करीत आहे व प्रत्येक नगाची **'अक'** इतकी किंमत आकारीत आहे. **अन** इतके उत्पादन विकले असता मक्तेदाराला **'अनयक'** या चौरसाइतके उत्पन्न मिळेल. परंतु **'अन'** इतक्या उत्पादनास प्रत्यक वस्तूचा सरासरी खर्च **'नर'** इतका आहे. त्यामुळे **'अन'** इतक्या उत्पादनाचा एकूण खर्च **'अनरक१'** इतका होईल. आता मक्तेदाराला **'अन'** उत्पादन विकून **'अनयक'** इतके विक्रीचे उत्पन्न झाले. परंतु **'अन'** उत्पादनाचा एकूण उत्पादन खर्च **'अनरक'** इतकाच आहे, त्यामुळे **'अनयक'** या चौरसातून **'अनरक१'** हा चौरस वजा केला असता जो **'रयकक१'** चौरस राहतो, तो मक्तेदाराचा नफा होय. या स्थितीत मक्तेदार **'अक'** इतकी किंमत आकारून **'रयकक१'** इतका जादा नफा मिळवील.

थोडक्यात, आकृतीवरून असे दिसून येते की, **'अन'** इतके उत्पादन असताना **'कय'** इतकी सरासरी प्राप्ती-किंमत असून, **'क१र'** हा सरासरी खर्च आहे, त्यामुळे **'रय'** इतका नफा प्रत्येक नगामागे मक्तेदाराला मिळेल. मक्तेदारास एकूण मिळणारा नफा म्हणजे **'रयकक१'** इतका होय. **'अन'** पेक्षा अधिक उत्पादन केल्यास सीमान्त-खर्च सीमान्तप्राप्तीपेक्षा अधिक राहील. म्हणजेच प्राप्तीच्या मानाने खर्च अधिक वाढेल व त्यामुळे मक्तेदाराला तोटा सहन करावा लागेल. **'अन'** इतके समतोल उत्पादन केले जात असताना सीमान्त प्राप्ती आणि सीमान्त खर्च **'नस'** इतका असल्याचे दिसते, पण हा सीमान्त खर्च आणि सीमान्त प्राप्ती किमतीपेक्षा किंवा सरासरी प्राप्तीपेक्षा म्हणजे **'य'** पेक्षा कमी आहे. म्हणूनच मक्तेदारीतील किंमत सीमान्त खर्चापेक्षा अधिक असते. आकृतीवरून असे दिसून येते की, मक्तेदारी उद्योगसंस्थेचे संतुलन, किंमत निश्चिती आणि उत्पादन निश्चिती या एकाच वेळी स्पष्ट होतात.

५.५.३ मक्तेदारीतील अल्पकालीन समतोल (Short period Equilibrium Under Monopoly):

उत्पादनसंस्था एकच असल्यामुळे मक्तेदारीत उद्योगसंस्था आणि उद्योग यांत फरक केला जात नाही, त्यामुळे उद्योगाचा मागणीवक्र हाच उद्योगसंस्थेचा मागणीवक्र असतो. उद्योगाचा मागणीवक्र हा डावीकडून उजवीकडे उतरणारा असतो. जास्तीतजास्त नफा मिळविणे हा मक्तेदाराचा हेतू असतो. मागणीची लवचिकता विचारात घेऊन, कृत्रिमरीत्या वस्तूच्या पुरवठ्यात बदल करून, वस्तूची किंमत कमी-जास्त करून नफ्याचे उद्दिष्ट साध्य करतो.

मक्तेदारीतील अल्पकालीन समतोल :

अल्प कालावधी म्हणजे असा कालावधी की, ज्या कालावधीत फक्त बदलणाऱ्या घटकात बदल करता येतो. स्थिर उत्पादन घटकात यंत्रे सयंत्रे इ. बदल करता येत नाही. अल्पकालीन समतोल होण्यासाठी सीमान्त खर्च आणि सीमान्त प्राप्ती समान होणे आवश्यक असते. परंतु अल्पकाळात पुरवठ्यामध्ये फेरफार करण्यावर पडणाऱ्या मर्यादेमुळे अल्पकाळात सरासरी प्राप्ती सरासरी खर्चाहून जास्त, सरासरी खर्चाएवढी अथवा सरासरी खर्चाहून कमी असणे शक्य असते. त्यामुळे अल्पकाळात असाधारण नफा, सर्वसाधारण नफा अगर तोटा होणे शक्य असते.

आकृती ५.६ (अ) मध्ये **'अत'** या उत्पादनाला समतोल निर्माण होतो, म्हणजेच **'य'** बिंदूत मक्तेदारीचा अल्पकालीन समतोल होतो. कारण येथे सीख व सीप्रा. समान आहेत. येथे **अक** ही किंमत ठरेल. **अख** हा सरासरी खर्च वक्र किमतीपेक्षा अथवा सरासरी प्राप्तीपेक्षा कमी आहे. **क र न ख** हा असाधारण नफा मिळतो.

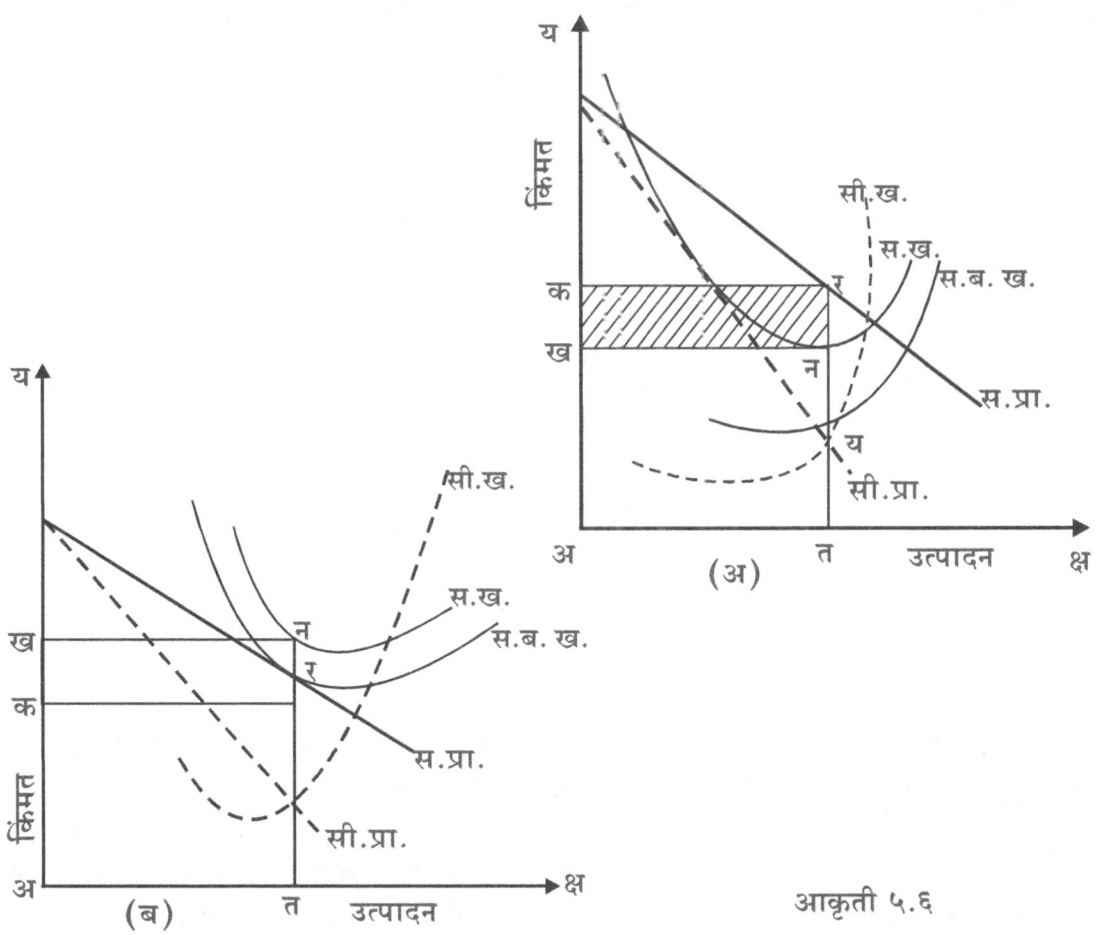

आकृती ५.६

आकृती **ब** मध्ये सरासरी खर्चवक्र सरासरी प्राप्तिवक्राच्या वर आहे. '**र**' बिंदूत सरासरी बदलत्या खर्चाचा वक्र सरासरी प्राप्तिवक्राला स्पर्श करतो म्हणजे येथे सरासरी बदलता खर्च भरून निघतो. येथे **अक** ही किंमत '**अख**' या सरासरी खर्चाहून कमी असल्याने **क र न ख** एवढा तोटा होतो. येथे सी. प्रा. = सी. ख. असल्याने **क र न ख** हा किमान तोटा आहे. ज्या वेळेस नफा होत नाही त्या वेळेस कमी तोटा करण्याचा प्रयत्न केला जातो आणि सीमान्त प्राप्ती व सीमान्त खर्च समान असतात तेव्हा तोटा किमान असतो.

५.५.४ मक्तेदारीतील दीर्घकालीन समतोल (Long period Equilibrium Under Monopoly) :

दीर्घकालीन समतोल

पूर्ण स्पर्धेत उद्योगसंस्थेला दीर्घकालावधीत केवळ सामान्य नफा मिळतो; परंतु मक्तेदारी उद्योगसंस्थेला दीर्घकालावधीत नेहमीच असाधारण नफा (Super normal profit) मिळतो. मक्तेदारीचा दीर्घकालीन समतोल होण्यासाठी सीमान्त खर्च आणि सीमान्त प्राप्ती यांतील समानता ही अट पूर्ण व्हावी लागते, त्यासाठी दीर्घकालीन सीमान्त खर्चाच्या वक्राने सीमान्तप्राप्तीच्या वक्राला छेदून जाणे आवश्यक असते. दीर्घकाळात मागणी अधिक लवचीक असल्याने प्राप्तीचे वक्रसुद्धा अधिक उथळ असतात. दीर्घकाळात मक्तेदाराला सर्वसाधारण नफा मिळण्याची शक्यता असली तरी साधारण नफा मिळविण्यात मक्तेदाराला स्वारस्य नसते. त्यामुळे मक्तेदार दीर्घकालावधीत असाधारण नफा मिळविण्याचा प्रयत्न करतो म्हणजेच तो सरासरी खर्चापेक्षा अधिक किंमत आकारतो.

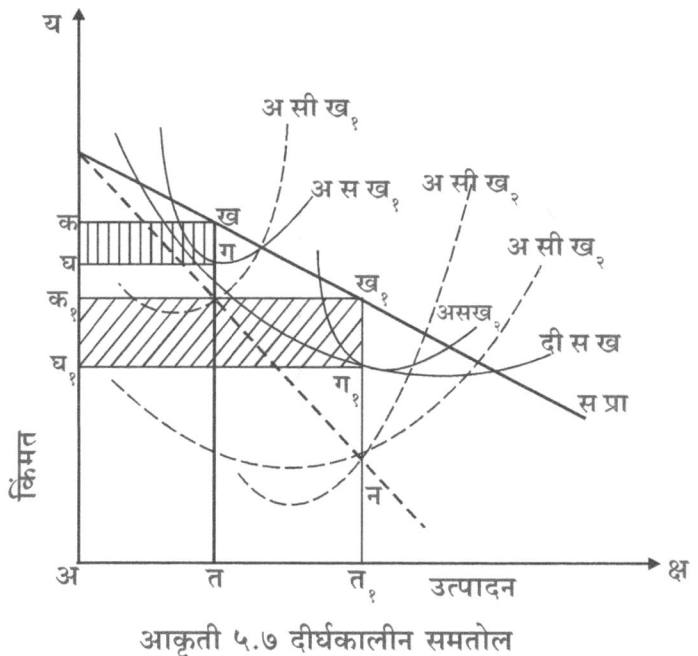

आकृती ५.७ दीर्घकालीन समतोल

आकृती ५.७ मध्ये दीर्घकालीन समतोल स्पष्ट होतो. अल्पकालीन व दीर्घकालीन समतोल यांच्यामधील फरक दिसून येतो. '**दी स ख**' ही दीर्घकालीन सरासरी खर्च वक्र व '**दी सी ख**' ही दीर्घकालीन सीमान्त खर्च वक्र आहे. **त** बिंदूत दीर्घकालीन सीमान्त खर्च सीमान्त प्राप्तीएवढा होतो म्हणून **अ त₁** एवढे उत्पादन करताना दीर्घकालीन समतोल निर्माण होईल व **अक** ही किंमत ठरेल. अल्प व दीर्घकालीन मागणीचे स्वरूप कायम मानल्यास अल्पकालीन व दीर्घकालीन समतोल बदलतो. मक्तेदारीत अल्पकालीन समतेचा विचार करता **अ सी ख₁** हे अनुक्रमे सीमान्त व

सरासरी खर्चवक्र काढले आहेत. **सी.प्रा. = अ सी ख$_{१}$** समान होतात तेथे म्हणजेच, **अ त** उत्पादनात समतोल होतो व **अ क** ही किंमत ठरते. दीर्घकाळात **सी स ख** या दीर्घकालीन वक्रावर येणे मक्तेदाराला शक्य असते म्हणून उत्पादन वाढवून तो खर्च कमी करतो. अल्पकालीन किमतीपेक्षा दीर्घकालीन किंमत **अ क** पेक्षा **अ क$_{१}$** कमी आहे. तसेच पुरवठा **अ त** पेक्षा **अ त$_{१}$** जास्त आहे. किमती कमी होऊनही अल्पकालीन नफ्यापेक्षा **क ख द घ** पेक्षा दीर्घकालीन नफा **क$_{१}$ ख$_{१}$ ग$_{१}$ घ$_{१}$** जास्त आहे. कारण उत्पादनवाढ आणि सरासरी खर्चातील घट होय.

५.६ मक्तेदारीयुक्त स्पर्धा (Monopolistic Competition)

पूर्ण स्पर्धा आणि मक्तेदारी हे दोन्हीही टोकाचेच बाजारप्रकार आहेत. १९३२ पर्यंत बाजारात पूर्ण स्पर्धा वा पूर्ण मक्तेदारी असते असेच मानले जात असे, आणि तशा परिस्थितीत वस्तूचे मूल्य, उत्पादनाची निश्चिती आणि उद्योगसंस्थेचा समतोल इ. कसे ठरते याचे अर्थशास्त्रीय विश्लेषण मूल्य सिद्धान्तान्तर्गत केले जात असे. परंतु या विचाराला वेगळी दिशा देण्याचे कार्य १९३३ मध्ये अमेरिकेतील हॉर्वर्ड विद्यापीठातील प्रा. एडवर्ड चेंबरलीन आणि इंग्लंडमधील श्रीमती जोन रॉबिन्सन या प्रमुख अर्थशास्त्रज्ञांनी केले. या दोघांनी वास्तविक जीवनात पूर्ण स्पर्धा आणि पूर्ण मक्तेदारी या दोन बाजारपेठांची मिश्रित अशी अवस्था असते, असे दाखवून दिले. प्रा. चेंबरलीन यांच्या मते, प्रत्यक्ष बाजारात ज्या वस्तू उपलब्ध असतात त्या एकजिनसी असू शकत नाहीत. त्या वस्तूंमध्ये वेगळेपणा असतो. बाजारात पूर्ण स्पर्धा व पूर्ण मक्तेदारी नसते तर मक्तेदारीयुक्त स्पर्धा असते.

अमेरिकन अर्थशास्त्रज्ञ प्रा. इ. एच. चेंबरलीन यांनी 'दि थिअरी ऑफ मोनोपोलिस्टिक कॉम्पिटिशन' म्हणजे मक्तेदारीयुक्त स्पर्धेचा सिद्धान्त या आपल्या १९३३ मध्ये प्रसिद्ध केलेल्या पुस्तकात 'मक्तेदारीयुक्त स्पर्धे'ची संकल्पना मांडली आहे तर ब्रिटिश अर्थशास्त्रज्ञ श्रीमती जोन रॉबिन्सन यांनी १९३३ साली 'दि थिअरी ऑफ इम्परफेक्ट कॉम्पिटिशन' म्हणजे अपूर्ण स्पर्धेचा सिद्धान्त या प्रसिद्ध केलेल्या पुस्तकात अपूर्ण स्पर्धेची संकल्पना मांडली.

अ) व्याख्या (Definition)

प्रा. चेंबरलीन यांच्या मते, 'मक्तेदारी आणि स्पर्धा या दोन्हींचे मिश्रण असणारी जी बाजारपेठ प्रत्यक्षात उपलब्ध असते, त्या बाजारपेठेला मक्तेदारीयुक्त स्पर्धा असे म्हणतात.'

मिसेस जोन रॉबिसन्स यांच्या मते, 'प्रत्यक्ष बाजारपेठेत संपूर्ण स्पर्धा किंवा संपूर्ण मक्तेदारी अशी असूच शकत नाही; जर संपूर्ण स्पर्धा हे एक टोक व संपूर्ण मक्तेदारी हे दुसरे टोक मानले, तर या दोन टोकांच्या मधील जी परिस्थिती असते त्यास 'अपूर्ण स्पर्धा' असे म्हणतात.'

प्रा. रॉबर्ट हेलरी हॅवमन यांच्या मते, 'ज्यावेळी अनेक उद्योगसंस्था एकमेकांना पर्यायी ठरणाऱ्या वस्तूंची निर्मिती करीत असतात आणि इतर उद्योगसंस्थांनाही त्यासारख्या; परंतु निराळ्या वस्तू तयार करून त्या बाजारात प्रवेश करण्याचे मुक्त स्वातंत्र्य असते, अशी स्थिती म्हणजे मक्तेदारीयुक्त स्पर्धा होय.'

प्रत्येक विक्रेता हा थोड्याफार प्रमाणात मक्तेदार असतो. सर्व वस्तू मूलत: एकाच प्रकारच्या असल्या तरी काल्पनिक गुणभेद निर्माण करून एकाच प्रकारच्या वस्तू एकमेकांना पर्यायी बनविल्या जातात. विक्री वाढविण्यासाठी मोठ्या प्रमाणात जाहिरात केली जाते. ग्राहकांच्या मनात काल्पनिक वस्तुभेद निर्माण केला जातो. अशा वेळी प्रत्येक बाजारात मक्तेदारी व पूर्ण स्पर्धा या दोहोंची वैशिष्ट्ये काही प्रमाणात आढळतात. मक्तेदारीयुक्त स्पर्धा ही पूर्ण स्पर्धा आणि मक्तेदारी यांची एक संमिश्र अवस्था होय. ज्या बाजारात निकटचे पर्याय असलेल्या पण भिन्नतादर्शक वस्तूंचे अनेक विक्रेते एकमेकांशी स्पर्धा करीत असतात, त्या बाजारपेठेस मक्तेदारीयुक्त बाजारपेठ असे म्हणतात. अपूर्ण स्पर्धेपेक्षा मक्तेदारीयुक्त स्पर्धा ही संकल्पना अधिक वास्तववादी व प्रत्यक्ष बाजारात आढळणारी अशी आहे.

उदा. भारतीय बाजारपेठेतील वॉशिंग मशीन्स, दूरचित्रवाणी संच, स्कूटर्स, मोटारसायकली, सिगारेट्स, टूथपेस्ट, ब्लेड्स, शर्टिंग-सूटिंग, कपडे, चहा, बिस्किटे, चारचाकी वाहने इ. विविध उत्पादने पाहिली तर त्या प्रत्येक उत्पादनाच्या बाबतीत उत्पादक विक्रेता मक्तेदार ठरतो, परंतु प्रत्यक्ष बाजारात त्याच्या उत्पादनाला इतर उत्पादकांच्या उत्पादनाच्या स्पर्धा व ग्राहकांसाठी जवळचा पर्याय उपलब्ध असतो, म्हणजेच उत्पादक-विक्रेत्यांमध्ये प्रत्यक्ष बाजारात पूर्ण स्पर्धाही नसते व पूर्ण मक्तेदारीदेखील नसते, तर या दोहोंची संमिश्र अशी मक्तेदारीयुक्त स्पर्धा असते. मक्तेदारीयुक्त स्पर्धेची वैशिष्ट्ये पुढीलप्रमाणे सांगता येतात.

५.६.१ मक्तेदारीयुक्त स्पर्धेची वैशिष्ट्ये (Features of Monopolistic Competition)

मक्तेदारीयुक्त स्पर्धेची वैशिष्ट्ये अथवा लक्षणे पुढीलप्रमाणे :

१) अनेक उद्योगसंस्था : मक्तेदारीयुक्त स्पर्धेचे महत्त्वाचे वैशिष्ट्य म्हणजे बाजारात अनेक उद्योगसंस्था असतात. पूर्ण स्पर्धेप्रमाणे असंख्य नसतात, तसेच मक्तेदारीपण नसते. विक्रेत्यांची संख्या जास्तही नसते आणि कमीही नसते, त्यामुळे प्रत्येक उत्पादकाचा एकूण पुरवठ्यात अत्यल्प वाटा असतो. त्यामुळे पुरवठ्यात कमी-जास्तपणा केला तरी एकूण पुरवठ्यावर परिणाम होत नाही. प्रत्येक उत्पादन आपले किंमतधोरण ठरवते, त्यामुळे इतर उत्पादकांवर त्याचा परिणाम होत नाही. अशा रीतीने मक्तेदारीयुक्त स्पर्धेत अनेक उत्पादक असल्यामुळे एखादा विक्रेता वस्तूच्या पुरवठ्यावर आणि किमतीवर प्रभाव पाडू शकत नाही.

२) वस्तुभेद :- मक्तेदारीयुक्त स्पर्धेचे दुसरे वैशिष्ट्य म्हणजे वस्तुभेद होय. प्रत्येक उत्पादनसंस्था इतर उत्पादन-संस्थेपेक्षा आपली वस्तू वेगळी दाखविण्याचा प्रयत्न करते. वस्तू एक असली तरी स्वत:चे वेगळेपण दाखविण्यासाठी वस्तूमध्ये रंग, आकार, दर्जा, टिकाऊपणा, चव इत्यादीमध्ये फरक केला जातो. उदा. टूथपेस्ट, तेल, साबण इत्यादींमध्ये वस्तुभेद करण्यासाठी आकर्षक आवरण, जाहिरात, ट्रेडमार्क, सोयी व सवलती, भेटवस्तू इत्यादींचा अवलंब केला जातो. वस्तुभेदामुळे विशिष्ट ट्रेडमार्कची विशिष्ट विक्रेत्याकडून विशिष्ट वस्तू घेण्याची ग्राहकांची सवय असते. अशा रीतीने मक्तेदारीयुक्त स्पर्धा अस्तित्वात येते.

३) आगमन आणि निर्गमनाचे स्वातंत्र्य : कोणतीही उद्योगसंस्था नव्याने उत्पादनक्षेत्रात येऊ शकते, तसेच कोणत्याही उद्योगसंस्थेला आपला उद्योग बंद करण्याचे अथवा उत्पादनक्षेत्रातून बाहेर पडण्याचेही स्वातंत्र्य असते. मक्तेदारीयुक्त स्पर्धेत वस्तूंत विविधता दिसून येते. एखादी उत्पादनसंस्था बंद पडल्यास त्याचा व्यवसायावर कोणताही परिणाम होत नाही.

४) मागणीची लवचिकता : मक्तेदारीयुक्त स्पर्धेत वस्तूची मागणी अधिक लवचिक असते. उद्योगसंस्थेने वस्तूची किंमत कमी केल्यास वस्तूची मागणी वाढते. त्याला स्वयंलवचीक मागणी असे म्हणतात. आणि उद्योगसंस्थेने किंमत बदलल्यास त्याचा परिणाम होऊन इतर उद्योगसंस्थांच्या वस्तूंच्या मागणीवर परिणाम होतो, त्याला छेदक अथवा तिरकस लवचिकता म्हणतात. म्हणजेच बाजारात स्वयंलवचिकता आणि तिरकस लवचिकता दिसून येते. म्हणून मागणीवक्र डावीकडून उजवीकडे, वरून खाली उतरत जातो.

५) बिगर किंमत स्पर्धा : मक्तेदारीयुक्त स्पर्धेत उद्योगसंस्था बिगर किंमत स्पर्धेवर भर देतात. म्हणजे वस्तूची किंमत ठरविताना त्या वस्तूच्या उत्पादनात काही खर्चाचा समावेश केला जात नाही. जाहिरातीचा अवलंब केल्यास त्यामुळे वस्तूचा उत्पादनखर्च वाढेल, नफ्यावर परिणाम होईल इत्यादीवर विचार केला जात नाही. उदा. शिलाईमशिन खरेदी केल्यास टेप, कात्री, स्क्रूड्रायव्हर इत्यादी तर फर्निचर खरेदी करतानी टीपॉय मोफत देणे अशा वस्तू मोफत देऊन विक्रेते बिगर किंमत स्पर्धा करतात.

६) किंमतभिन्नता :- प्रत्येक उत्पादनसंस्थेला आपल्या वस्तूची किंमत ठरविण्याचे स्वातंत्र्य असते. त्यामुळे

प्रत्येक उत्पादक स्वत: किंमतविषयक धोरण राबवितो. उत्पादकसंस्थेला वाहतूकखर्च, जाहिरात, उत्पादनघटकांची गतिहीनता यांमुळे बाजारात एकच किंमत प्रस्थापित करत येत नाही, त्यामुळे वस्तूच्या किंमती वेगवेगळ्या असतात.

७) विक्रीखर्च : मक्तेदारीयुक्त स्पर्धेत उत्पादक आपली विक्री वाढवण्यासाठी वस्तू भेदाबरोबरच मोठ्या प्रमाणावर जो खर्च करतो त्याला विक्रीखर्च म्हणतात. ग्राहकांना आकर्षित करण्यासाठी उत्पादक विक्रीखर्च करतो. या खर्चामध्ये जाहिरात, विक्रीप्रतिनिधींचा पगार, प्रदर्शने इ. खर्चाचा समावेश होतो.

८) जाहिरात : उत्पादक आपली वस्तू इतरांपेक्षा कशी वेगळी आहे हे दाखविण्यासाठी जाहिरातीचा आधार घेतात. त्यासाठी दूरदर्शन, रेडिओ, इंटरनेट, चित्रपटगृहे, वर्तमानपत्रे, मासिके, बोर्ड, कार्यक्रमांचे प्रायोजकत्व इत्यादी साधने व मार्गांचा अवलंब केला जातो. त्याचा मुख्य उद्देश म्हणजे उत्पादनाची विक्री वाढविणे हा होय. थोडक्यात, जाहिरातबाजी हे मक्तेदारीयुक्त स्पर्धेचे वैशिष्ट्य आहे.

९) विक्रेत्याचे स्वतंत्र धोरण : विक्रेता आपले स्वत:चे विक्रीचे धोरण ठरवितो. उत्पादन किती करावयाचे, वस्तूचा आकार, रचना, वेष्टन किंमत, विक्रीव्यवस्था इत्यादींबाबत उत्पादक स्वत:चे स्वतंत्र असे धोरण आखत असतो.

१०) ग्राहकांची संख्या : मक्तेदारीयुक्त बाजारात ग्राहकांची संख्या फारच मोठी असते. त्यामुळे ग्राहक स्वतंत्रपणे मागणी कमी अथवा जास्त करून किमतीत बदल घडवून आगू शकत नाही. मात्र विशिष्ट ब्रँडची वस्तू हवी असणाऱ्या ग्राहकांचा एक गट निर्माण होतो.

११) बाजारपेठेविषयीचे ग्राहकांचे अज्ञान : मक्तेदारीयुक्त स्पर्धेत ग्राहकांना बाजारपेठेच्या परिस्थितीचे पूर्ण ज्ञान नसते. कोणता विक्रेता किती किमतीला वस्तू विकतो याची माहिती ग्राहकाला नसते, त्यामुळे ग्राहक अज्ञानामुळे खरेदी करू शकत नाही. जाहिरातीमुळे ग्राहक विशिष्ट वस्तूकडे आकर्षित होण्याची शक्यता असते. थोडक्यात, ग्राहकाला बाजारपेठेचे पूर्ण ज्ञान असत नाही.

१२) नावलौकिक : जाहिरातीमुळे अथवा विक्री वाढविण्याच्या प्रयत्नामुळे वस्तूची मागणी टिकून राहते. व्यवसायात टिकून राहण्यासाठी नावलौकिक महत्त्वाचा असतो. विशिष्ट ट्रेडमार्कच्या नावाखाली देशभर किंवा जगभर विकल्या जाणाऱ्या वस्तूंच्या बाबतीत नावलौकिकाची किंमत मोठ्या प्रमाणात वाढते.

५.६.२ मक्तेदारीयुक्त स्पर्धेतील उद्योगसंस्थेचा समतोल (Equilibrium of the Firm in Monopolistic Competition)

मक्तेदारीयुक्त स्पर्धेत उद्योगसंस्थेचा अल्पकालीन व दीर्घकालीन समतोल पुढीलप्रमाणे :

अ) उद्योगसंस्थेचे अल्पकालीन समतोल :

बाजारात वस्तूची किंमत व उद्योगसंस्थेचा उत्पादनखर्च यांचा मेळ घालून प्राप्त परिस्थितीत जास्तीतजास्त नफा मिळवून देणारी उत्पादनाची जी स्थिती असते तिला उद्योगसंस्थेचा समतोल असे म्हणतात. म्हणजेच ज्या प्रमाणात सीमान्त प्राप्ती व सीमान्त खर्च समान होतात तेवढे उत्पादन केल्यास उद्योगसंस्थेचा समतोल प्रस्थापित होतो.

गृहीते

अ) उद्योगसंस्थेचा अल्पकालीन मागणी वक्र लवचीक असतो.

ब) अल्पकाळात उत्पादनक्षेत्रात नवीन उद्योगसंस्था प्रवेश करीत नाहीत.

क) प्रत्येक उद्योगसंस्थेचे अल्पकालीन उत्पादनखर्चाचे वक्र इतर उद्योगसंस्थांपेक्षा वेगळे असतात.

ड) प्रत्येक उद्योगसंस्था वेगळ्या स्वरूपाच्या वस्तूचे उत्पादन करीत असते.

इ) विक्रेत्यांची संख्या अधिक असते. प्रत्येक उत्पादक आपल्या क्षेत्रात मक्तेदार असतो.

अल्पकाळात उद्योगसंस्थेला फक्त बदलणाऱ्या घटकांतच बदल करता येतो. स्थिर उत्पादनघटकांत उदा. यंत्रे, संयंत्रे इ. बदल करणे शक्य नसते. त्यामुळे आहे त्या संयंत्राच्या साहाय्याने उत्पादन करावे लागते. अल्पकालावधीत मक्तेदारीयुक्त स्पर्धेत उद्योगसंस्थांना असाधारण फायदा, साधारण फायदा किंवा तोटा होण्याची शक्यता असते. मक्तेदारीयुक्त स्पर्धेतील उद्योगसंस्थेचे सरासरी आणि सीमान्त प्राप्तिवक्र डावीकडून उजवीकडे उतरत जाणारे असतात. हे दोन्ही वक्र एकाच बिंदूत सुरू होत असले तरी त्यांच्यातील अंतर उत्तरोत्तर वाढत जाते.

अल्प कालखंड - असाधारण नफा :

मक्तेदारीयुक्त स्पर्धेत उद्योगसंस्थेला अल्प कालावधीत असाधारण नफा मिळतो. अनेक उद्योगसंस्था उत्पादन करत असतात. प्रत्येकाची किंमत वेगवेगळी असते, तसेच खर्चही वेगवेगळे असतात. त्यामुळे एका संस्थेला असाधारण नफा मिळतो म्हणून सर्वच संस्थांना मिळेल असे नाही. जुन्या संस्थांना अल्पकाळात असाधारण नफा मिळतो तर काही नव्या संस्थांना तोटा होण्याची शक्यता असते.

आकृतीत अल्पावधीत उद्योगसंस्थेचा नफा दर्शविलेला आहे.

अल्पकाळात उद्योगसंस्थेने समतोल प्राप्त करण्यासाठी सीप्रा = सीख आणि सी.ख. वक्र सी.प्रा. वक्राला खालून छेदून गेला पाहिजे. या दोन्ही अटी पूर्ण केल्या पाहिजेत.

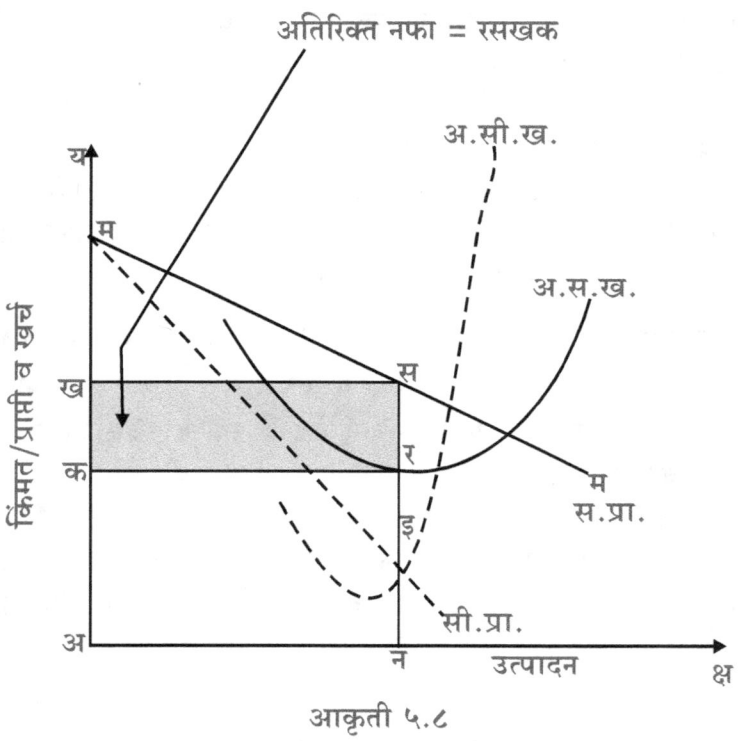

आकृती ५.८

आकृती ५.८ मध्ये 'अक्ष' अक्षावर उत्पादन व अय अक्षावर किंमत प्राप्ती व खर्च दर्शविला आहे. 'मम' हा अल्पकालीन मागणी वक्र आहे आणि सरासरी प्राप्तिवक्रही आहे. हा अल्पकालीन सरासरी खर्चवक्र आहे. असीख हा अल्पकालीन सीमान्त खर्च वक्र आहे. सी.प्रा. हा सीमान्त प्राप्तिवक्र आहे.

वरील आकृतीत सी.प्रा. हा सीमान्त वक्र **इ** बिंदूत छेदत आहेत. **इ** हा बिंदू संतुलनबिंदू आहे. **'अन'** ही उत्पादनपातळी आहे. **'अन'** हे उत्पादन **'नस'** या किमतीला विकले जाते. उत्पादनाचा सरासरी खर्च **'नर'** इतका आहे. त्यामुळे उत्पादनसंस्थेला **'अन'** इतके उत्पादन केल्यास **'रस'** इतका नफा प्राप्त होतो, तर उद्योग संस्थेला **र स ख क** इतका असाधारण नफा प्राप्त होतो. अल्पकाळात इतर कोणतीही नवीन उद्योगसंस्था उत्पादनक्षेत्रात प्रवेश करीत नाही, त्यामुळे उद्योगसंस्थेला नफा मिळू शकतो. ज्यावेळी उद्योगसंस्थेच्या वस्तूला चांगली मागणी असते, अशावेळी त्या उद्योगसंस्थेला अल्पकाळात असाधारण नफा मिळतो.

अल्पकालखंड - सर्वसाधारण नफा :

साधारण नफा मिळविण्यासाठी सरासरी प्राप्ती आणि सरासरी खर्च यांच्यात समानता निर्माण व्हावी लागते. त्यासाठी सरासरी खर्चाच्या वक्राने सरासरी प्राप्तीच्या वक्राला स्पर्श करून जाणे आवश्यक असते. अल्पकाळात मक्तेदारीयुक्त स्पर्धेतील उद्योगसंस्थेचा सर्वसाधारण नफा आकृती ५.९ च्या साहाय्याने स्पष्ट केला आहे.

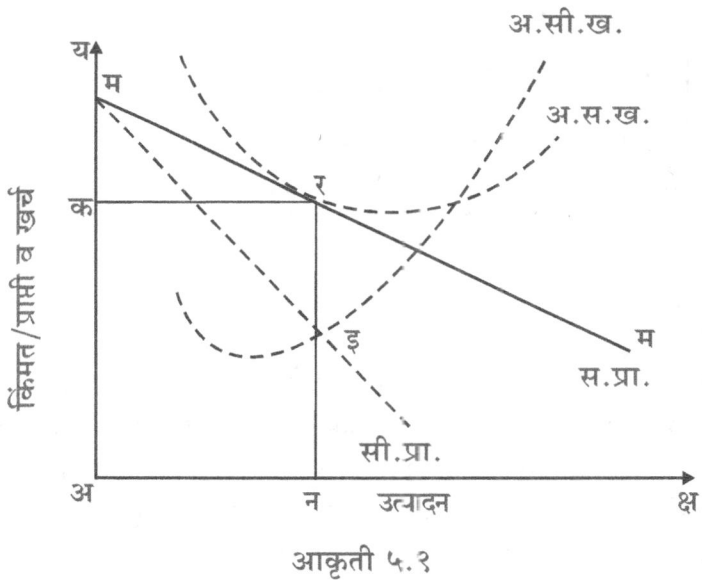

आकृती ५.३

आकृती ५.९ मध्ये **'अक्ष'** अक्षावर उत्पादन, तर **'अय'** अक्षावर प्राप्ती खर्च दर्शविला आहे. **सीप्रा** हा सीमान्त प्राप्तिवक्र आहे. **मम** हा मागणीवक्र व सरासरीवक्र आहे. **'असख'** हा अल्पकालीन सरासरी खर्चाचा वक्र आहे, तर **असीख** हा अल्पकालीन सीमान्त खर्चवक्र आहे. **'इ'** हा उद्योगसंस्थेच्या **'अन'** या उत्पादनाचा संतुलन-बिंदू आहे, कारण येथे **'सीप्रा'** व **'सीख'** हे समान आहेत. सरासरी प्राप्ती वक्रास अल्पकालीन सरासरी खर्चवक्र **'र'** या बिंदूत स्पर्श करतो. **'अन'** उत्पादनाला **'नर'** हा उत्पादनखर्च आहे. म्हणजेच खर्चाइतकीच किंमत आहे. त्यामुळे उद्योगसंस्थेचा उत्पादनखर्च हा किमतीबरोबर राहून तिला सरासरी खर्चात समाविष्ट असणारा सर्वसाधारण नफाच मिळतो. थोडक्यात, वरील आकृतीमध्ये दर्शविल्याप्रमाणे **'अन'** उत्पादनाला उद्योगसंस्थेचा सर्वसाधारण नफ्यासह अल्पकालीन समतोल स्पष्ट होतो. कारण या उत्पादनाला **'नर'** इतकी किंमत व **'अक'** इतका उत्पादन-खर्च हे समान होतात, त्यामुळे प्रत्येक उत्पादनाच्या सरासरी खर्चात समाविष्ट करणारा नफा फक्त मिळतो. अशा नफ्याला सर्वसाधारण नफा असे म्हणतात.

अल्प कालावधी - तोटा

मक्तेदारीयुक्त स्पर्धेत ज्या उद्योगसंस्थेच्या बाबतीत मागणी अनुकूल नसेल त्या उद्योगसंस्थेला तोटा सहन करावा लागतो. कोणत्याही उद्योगसंस्थेच्या बाबतीत नफा किंवा तोटा होईल ही माहिती सरासरी खर्च व प्राप्ती किंमत या आधारे मिळू शकते. मक्तेदारीयुक्त स्पर्धेत अल्प काळात ज्या उद्योगसंस्थेच्या बाबतीत सरासरी प्राप्तिवक्र हा किमतीपेक्षा वरच्या बाजूस असतो त्यावेळी उद्योगसंस्थेस तोटा होतो.

मक्तेदारीयुक्त स्पर्धेतील अल्प काळातील तोटा पुढील आकृतीत दर्शविला आहे.

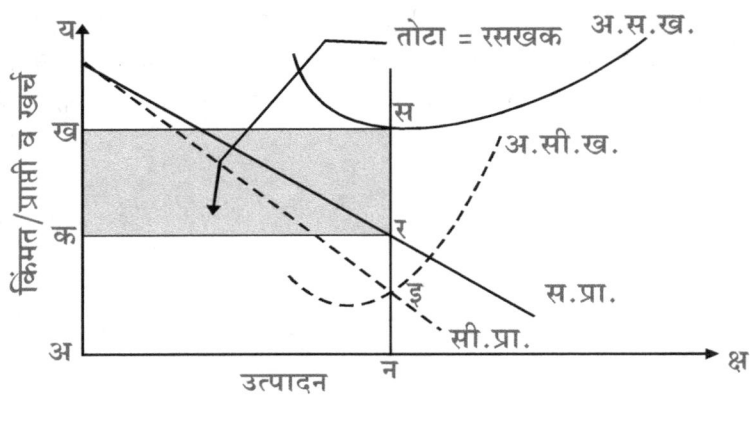

आकृती ५.१०

आकृती ५.१० मध्ये **'अक्ष'** अक्षावर उत्पादन व **'अय'** अक्षावर किंमत प्राप्ती आणि खर्च दर्शविले आहेत. **'सप्रा'** हा सरासरी प्राप्ती तर **'सीप्रा'** हा सीमान्त प्राप्तीचा वक्र आहे. **'असीख'** हा अल्पकालीन सीमान्त खर्च वक्र तर **'असख'** हा अल्पकालीन सरासरी खर्च वक्र आहे. **'इ'** हा संतुलनबिंदू आहे. या अवस्थेत **'नर'** ही संतुलित किंमत आहे आणि **'अन'** इतके उत्पादन आहे. सरासरी उत्पादन खर्च 'नस' इतका आहे आणि किंमत **'नस'** इतकी आहे. याचा अर्थ **'रस'** इतका तोटा होत आहे. या अवस्थेत उद्योगसंस्थेला **'रसखक'** इतका तोटा होतो.

ब) मक्तेदारीयुक्त स्पर्धेत उद्योगसंस्थेचा दीर्घकालीन समतोल :

दीर्घकाळात उद्योगसंस्थेस उपलब्ध असलेला वेळ पुरेसा असल्यामुळे उत्पादनाच्या तंत्रात आवश्यक ते फेरबदल घडवून आणता येतात, उत्पादनसामग्री बदलता येते, तसेच स्पर्धेत प्रवेश करणे अथवा स्पर्धेतून बाहेर पडणे याविषयीचे पूर्ण स्वातंत्र्य उद्योगसंस्थेस असते. मक्तेदारीयुक्त स्पर्धेत अल्पकाळात उद्योगसंस्थेचा समतोल होत असला तरी समूहाचा (Group) समतोल होत नाही, कारण समूहातील उद्योगसंस्थेच्या संख्येत वारंवार बदल होतो. समूहाचा समतोल होण्यासाठी व समूहातील उद्योगसंस्थांची संख्या कायम राहण्यासाठी दीर्घकाळात प्रत्येक उद्योगसंस्थेला साधारण नफा मिळणे आवश्यक असते, त्यामुळे उद्योगसंस्थेचा दीर्घकालीन समतोल होण्यासाठी मक्तेदारीयुक्त स्पर्धेत दोन अटी पूर्ण व्हाव्या लागतात.

समतोलाच्या अटी - १. सीमान्त खर्च आणि सीमान्त प्राप्ती यांच्यातील समानता २. उद्योगसंस्थेला साधारण नफा मिळण्यासाठी सरासरी खर्च व सरासरी प्राप्ती समान व्हाव्यात.

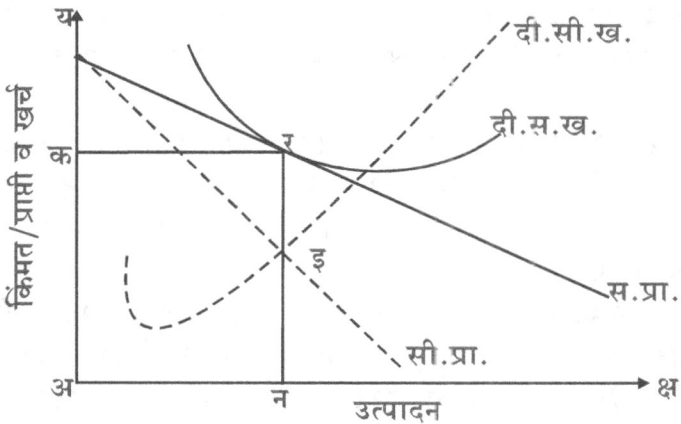

मक्तेदारीयुक्त स्पर्धेतील दीर्घकालीन उद्योगसंस्थेचा समतोल
आकृती ५.११

आकृती ५.११ मध्ये दीर्घकालीन सरासरी खर्चवक्र आणि दीर्घकालीन सीमान्त खर्चवक्र तसेच दीर्घकालीन सरासरी प्राप्ती व दीर्घकालीन सीमान्त प्राप्तिवक्र आहेत. **'अन'** हे दीर्घकालीन समतोल उत्पादन असून **'नर'** किंवा **'अक'** ही उद्योगसंस्थेची दीर्घकालीन किंमत आहे. **'नर'** ही उद्योगसंस्थेची किंमत किंवा सरासरी प्राप्ती आणि सरासरी खर्चसुद्धा आहे. त्यामुळे उद्योगसंस्थेला सर्वसाधारण नफा मिळत आहे हे स्पष्ट होते.

यावरून असे स्पष्ट होते की, १. सीमान्त प्राप्ती = सीमान्त खर्च आणि सरासरी प्राप्ती = सरासरी खर्च या दोन अटी एकाच वेळी ज्या उत्पादनाने साधल्या जातात (आकृतीत **'अन'** उत्पादन) त्या उत्पादनास समतोल साधला जातो. २. दीर्घकाळात प्रत्येक उद्योगसंस्थेला सर्वसाधारण नफा मिळतो. ३. समतोलावस्थेत मागणीवक्र (म्हणजे सरासरी प्राप्तीचा वक्र) सरासरी खर्चाच्या वक्राला स्पर्श करून जातो.

अशा प्रकारे मक्तेदारीयुक्त स्पर्धेत उद्योगसंस्थेचा दीर्घकालीन समतोल साधला जाऊन उत्पादन व किंमत निश्चिती होते.

५.६.३ मक्तेदारीयुक्त स्पर्धेतील समूहाचा समतोल (Group Equilibrium under Monopolistic Competition)

प्रा. चेंबरलीन यांच्या मते जवळचा पर्याय असलेल्या वस्तूंचे उत्पादन करणाऱ्या अनेक उद्योगसंस्थांचा समूह होतो. अनेक समूह मिळून उद्योग होतो. समूह ही संकल्पना मक्तेदारीयुक्त स्पर्धेचे प्रमुख वैशिष्ट्य आहे. समूहातील उद्योगसंस्था एकमेकींशी तीव्र स्पर्धा करती असतात. उदा. सिमेंट उत्पादन करणाऱ्या उद्योगसंस्थांचा समूह, टी.व्ही. उत्पादन करणाऱ्या उद्योगसंस्थांचा समूह. अशा समूहातील प्रत्येक उत्पादनसंस्था ही मक्तेदार असते. तिला स्पर्धेला तोंड द्यावे लागते. प्रत्येक उद्योगसंस्था जवळच्या पर्यायी वस्तूचे उत्पादन करते. प्रत्येक उद्योगसंस्थेचे स्वतंत्र असे किंमतविषयक धोरण असते. त्यांचा मागणीवक्र लवचीक स्वरूपाचा असतो. प्रत्येक उद्योगसंस्थेचा विक्रीखर्च, जाहिरातखर्च भिन्न असतो. असे असताना संपूर्ण उद्योगसंस्थेच्या समूहाचा समतोल कसा साध्य करावयाचा हा गहन प्रश्न आहे. तो सोडविण्यात अनेक अडचणी असतात.

उद्योगसमूहाचा समतोल अल्प व दीर्घ कालावधीच्या संदर्भात स्पष्ट करता येतो.

अ) समूहाचा अल्पकालीन समतोल : समूहाच्या अल्पकालीन समतोलाचे वर्णन 'अल्पकालीन अस्थिर असमतोल' असे केले जाते, कारण उद्योगसंस्थांना असाधारण नफा होतो किंवा तोटा होतो, त्यामुळे उद्योगसंस्थांची संख्या वारंवार बदलते.

मक्तेदारीयुक्त स्पर्धेत अल्पकाळात उद्योगसंस्था सीमान्त खर्च व सीमान्त प्राप्ती समान करण्याचा प्रयत्न करते. समूहातील प्रत्येक उद्योगसंस्थेच्या सीमान्त खर्च व सीमान्त प्राप्ती समान करणाऱ्या समतोल उत्पादनाची बेरीज केली की, समूहाचा एकूण पुरवठा होतो. हा एकूण पुरवठा व समूहाच्या उत्पादनासाठीची एकूण मागणी समान झाली की, समूहाचा अल्पकालीन तात्पुरता समतोल निर्माण होतो.

समूहाचा दीर्घकालीन समतोल : समूहाच्या दीर्घकालीन समतोलाचे वर्णन 'समूहाचा दीर्घकालीन स्थिर समतोल' असाही केला जातो. मक्तेदारीयुक्त स्पर्धेत उद्योगसंस्थांच्या उत्पादनाची वैशिष्ट्ये, उत्पादनखर्च, किमती यांत भिन्नता असते. त्यामुळे समूहाचा समतोल करण्यात अडचणी येतात. म्हणून प्रा. चेंबरलीन पुढील गृहीतकांचा विचार करून समतोल स्पष्ट करतात.

गृहीते

१. एकरूपतेचे गृहीतक : समूहातील सर्व उद्योगसंस्थांचे मागणीवक्र आणि खर्चवक्र यांबाबतीतील परिस्थिती संपूर्ण सारखी वा समान आहे. म्हणजेच या गृहीतकाप्रमाणे मक्तेदारीयुक्त स्पर्धेतील सर्व उद्योगसंस्थांचे मागणी व खर्चवक्र सर्व समूहांसाठी सारखेच असतात. ग्राहकांच्या आवडी-निवडी आणि पसंतीनुसार असलेली मागणीची भिन्नता एकसारखी विभागली जावी, त्यामुळे त्यांच्या पसंतीतील फरकामुळे उत्पादनखर्चात फार मोठा फरक पडू नये. एकरूप म्हणजेच सारखेपणा होय. हे गृहीतक धाडसाचे आहे हे स्वतः चेंबरलीनने मान्य केले आहे.

२. गौण परिमाण एकरूपतेचे गृहीतक : मक्तेदारीयुक्त स्पर्धेत उद्योगसंस्थांची संख्या फार मोठी असते. मात्र, एखाद्या उद्योगसंस्थेने किंमत व उत्पादन यांत फेरबदल केला, तर त्याचा इतर स्पर्धक उद्योगसंस्थांवर होणारा परिणाम फारसा असणार नाही. तो दुर्लक्ष करण्याइतपत राहील. एखाद्या उद्योगसंस्थेने किंमत व उत्पादन यात फेरबदल केल्यास त्याचा परिणाम दुर्लक्षिण्यासारखा असल्याने अन्य स्पर्धक उद्योगसंस्था त्या फेरबदलाची दखल घेणार नाहीत वा त्यानुसार स्वतःच्या धोरणात बदल करणार नाहीत.

३. मक्तेदारीयुक्त स्पर्धेत उद्योगसंस्थेला नवीन समूहात प्रवेश करण्याचे किंवा पूर्वीच्या समूहातून बाहेर पडण्याचे पूर्ण स्वातंत्र्य असते.

समतोलाची अट : समूहाला फक्त सर्वसाधारण नफा मिळणे आवश्यक असते. तसेच सरासरी प्राप्ती व सरासरी खर्च यांच्यात समानता व्हावी लागते. साधारण नफ्यामुळे कोणत्याही उद्योगसंस्थेला समूह सोडून जाण्याची व समूहात प्रवेश करण्याची इच्छा नसते. परिणामी, समूहात उद्योगसंस्थांची संख्या स्थिर राहते.

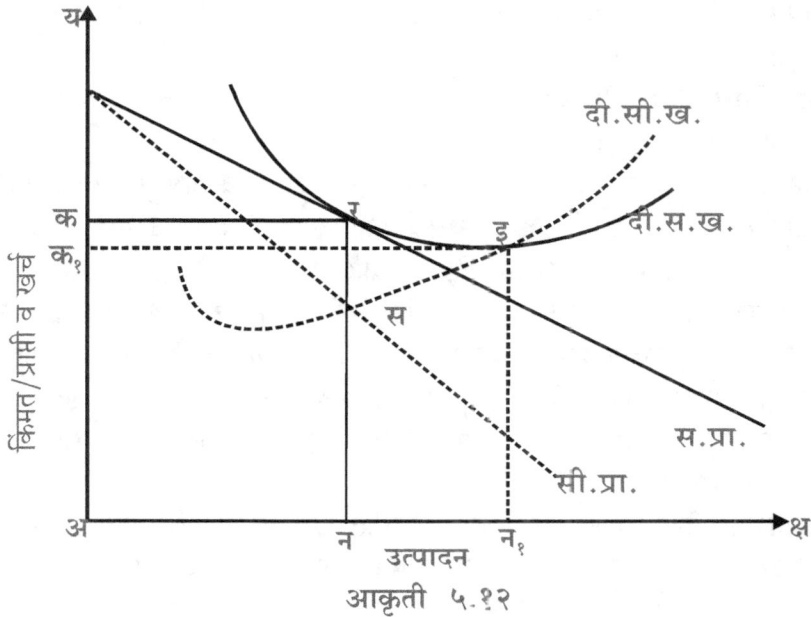

आकृती ५.१२

आकृती ५.१२ मध्ये **'अन'** या उत्पादनाला **सीप्रा** वक्रास **दीसीख** वक्र **स** बिंदूत छेदून जातो. **सप्रा** वक्राला **र** या बिंदूत **दीसख** वक्र स्पर्शून जातो. यावरून असे स्पष्ट होते की, **नर** किंवा **अक** ही दीर्घकालीन किंमत राहील आणि या किमतीला **'अन'** इतके उत्पादन केले जाईल. या परिस्थितीत सरासरी प्राप्ती आणि सरासरी खर्च समान झाल्यामुळे त्या उद्योगसमूहाला सर्वसाधारण नफा मिळेल.

एकरूप व समरूपता गृहीतकाप्रमाणे सर्व उद्योगसंस्था मागणीवक्राच्या बाबतीत आणि उत्पादनखर्चाच्या बाबतीत सारख्याच असल्यामुळे त्याचे सरासरी प्राप्तिवक्र त्यांच्या सरासरी खर्चवक्राला स्पर्श करणारे असतील, याचाच अर्थ सर्व उद्योगसंस्थांना केवळ सर्वसाधारण नफा प्राप्त होईल. प्रत्येक उद्योगसंस्थेला असा सर्वसाधारण नफा मिळत असल्यामुळे या समूहात नवीन उद्योगसंस्थांना प्रवेश करण्याची इच्छा असणार नाही. अशा रीतीने सबंध समूहाच्या दृष्टीने समतोल प्रस्थापित होईल.

आकृती ५.१२ मध्ये दाखविल्याप्रमाणे पूर्ण स्पर्धेच्या परिस्थितीत दीर्घकाळात **'अन१'** इतके उत्पादन केले जाईल. परंतु मक्तेदारीयुक्त स्पर्धेत उद्योगसंस्थांचे दीर्घकालीन उत्पादन **'अन'** इतके म्हणजे **'अन१'** पेक्षा कमी राहील. म्हणजेच मक्तेदारीयुक्त स्पर्धेत उद्योगसंस्थेला **'अन'** ऐवजी **'अन१'** इतके उत्पादन करता येणे शक्य असूनही तेवढे जादा उत्पादन ती उद्योगसंस्था करीत नाही; कारण तेवढे उत्पादन केल्यास वस्तूची किंमत कमी होईल.

आकृतीत दर्शविल्याप्रमाणे मक्तेदारीयुक्त स्पर्धेत **अन१**, इतके उत्पादन करण्याऐवजी **अन** इतकेच उत्पादन केले जात असल्याने त्या उद्योगसंस्थेच्या प्रस्थापित उत्पादनक्षनतेचा पुरेपूर वापर न होता काही क्षमता न वापरलेल्या स्थितीत राहते. न वापरलेली उत्पादनक्षमता व अतिरिक्त क्षमता आकृतीत दर्शविल्याप्रमाणे **नन१** इतकी पडून राहते. यालाच जादा क्षमता असे म्हणतात. अशी अतिरिक्त वा जादा क्षमता हे मक्तेदारीयुक्त स्पर्धेच्या दीर्घकाळात समूह समतोलाचे एक खास वैशिष्ट्यच आहे.

५.७ अल्पविक्रेताधिकार (Oligopoly)

अपूर्ण स्पर्धा असलेल्या बाजारात अल्पविक्रेताधिकार हा एक महत्त्वाचा प्रकार आहे. अल्पविक्रेताधिकाराला

'अल्पाधिकार' असाही पर्यायी शब्द वापरला जातो, मर्यादित स्पर्धेचा बाजार असेही म्हटले जाते.

अ) व्याख्या (Definition)

१. प्रा. स्टोनियर व प्रा. हेग यांच्या मते, 'जेथे काही थोडेच विक्रेते अस्तित्वात असतात तेथे अल्पविक्रेताधिकार बाजार निर्माण होतो.'

प्रा. हॅवमन व प्रा. नॉक यांच्या मते, 'थोडे विक्रेते म्हणजे अल्पविक्रेताधिकाराची बाजारपेठ होय.'

'ज्या बाजारपेठेत एकजिनसी वस्तूंचे किंवा जवळचे पर्याय ठरणाऱ्या वस्तूंचे उत्पादन करणाऱ्या उत्पादन-संस्था अल्पसंख्येने असतात त्या बाजारपेठेला अल्पविक्रेताधिकार बाजारपेठ असे म्हणतात.'

वरील व्याख्यांवरून असे दिसून येते की, ज्या बाजारात काही मोजकेच उत्पादक किंवा विक्रेते असतात त्या बाजारपेठेस अल्पविक्रेताधिकार बाजारपेठ म्हणता येईल. किंवा ज्या बाजारपेठेत काही मोजकेच उत्पादक वा विक्रेते स्पर्धा करतात ती बाजारपेठ म्हणजे अल्पविक्रेताधिकार बाजारपेठ होय. अशी बाजारपेठ प्रत्यक्षात दिसून येते. उदा. भारतात पोलाद, रासायनिक खते, मोटारी, ट्रॅक्टर्स, दुचाकी वाहने, तीनचाकी वाहने इ.ची बाजारपेठ ही अल्पविक्रेताधिकाराची बाजारपेठ होय.

या बाजारपेठेत मक्तेदारीप्रमाणे एकच व्यवसायसंस्थाही नसते, तसेच मक्तेदारीयुक्त स्पर्धेप्रमाणे अनेक व्यवसाय-संस्थाही नसतात, तर काही थोड्या व्यवसायसंस्था अथवा विक्रेते मिळून हा बाजार होतो.

५.७.१ अल्पविक्रेताधिकाराची वैशिष्ट्ये (Features of Oligopoly)

१) अल्प विक्रेते : उत्पादनसंस्थांची अल्प संख्या हे एक अल्पविक्रेताधिकाराचे मुख्य वैशिष्ट्य आहे. या बाजारात काही ठरावीक उत्पादनसंस्था असतात. बाजारात चार उत्पादनसंस्था, सात उत्पादनसंस्था असे आपण म्हणतो तेव्हा बाजार हा काही उत्पादनसंस्थांच्याच नियंत्रणात असतो. काही लहान उत्पादनसंस्था उत्पादन करीत असल्या तरी तो बाजार 'अल्पविक्रेताधिकार' यामध्ये धरला जातो.

२) परस्परावलंबित्व : अल्पविक्रेताधिकार बाजारपेठेत काही थोड्या उत्पादनसंस्था एकजिनसी वस्तूंचे उत्पादन करतात. त्यांचे उत्पादनाचे स्वरूप मोठे असते. त्याचा आकारही मोठा असतो, त्यामुळे त्यांचे बाजारावर नियंत्रण असते. एक उत्पादनसंस्था उत्पादनावर किंवा किमतीवर अथवा दोहोवर परिणाम करते, त्यामुळे प्रत्येक व्यवसायसंस्थेला प्रतिस्पर्ध्याच्या धोरणाकडे लक्ष द्यावे लागते. वस्तूची गुणवत्ता, किंमत, जाहिरातीवरील खर्च इत्यादींविषयी प्रतिस्पर्धी उत्पादनसंस्थांच्या संदर्भातील ध्येयधोरणांचा विचार करावा लागतो, त्यामुळे अल्पविक्रेताधिकार बाजारपेठेत उत्पादनसंस्था परस्परांच्या ध्येयधोरणावर अवलंबून असतात.

३) किंमतविषयक ताठरपणा : अल्पविक्रेताधिकार बाजारपेठेत किमतीचे धोरण एकच ठरविले जाते. उत्पादनसंस्था किमतीवर नियंत्रण ठेवू शकतात. त्यामुळे या बाजारपेठेत किंमती ताठर असतात. त्या इतर स्पर्धेतील किंमतीप्रमाणे सहजपणे बदलत नाहीत. बाजारात उत्पादनसंस्थांची संख्या अल्प असल्याने ते बाजारावर नियंत्रण ठेवू शकतात.

४) मागणीवक्राची अनिश्चितता : अल्पविक्रेताधिकार बाजारातील उद्योगसंस्थांच्या परस्परावलंबित्वामुळे अनिश्चिततेचे वातावरण असते. किंमतविषयक धोरणाचे परिणाम कोणत्याही उत्पादनसंस्थेला माहीत नसतात. तसेच वस्तूची किंमत कमी केल्यास मागणी किती राहील याचा अंदाज येत नाही, त्यामुळे मागणीवक्रात अनिश्चितता असते त्यामुळे उद्योगसंस्थेचा मागणीवक्र कसा असेल हे निश्चित सांगता येत नाही.

५) परस्परविरोधी वृत्ती : प्रत्येक उत्पादनसंस्था अधिक मोठे होण्याचा प्रयत्न करते. तसेच मोठी बाजारपेठ मिळविण्याचा प्रयत्न करते. त्यातून गळेकापू स्पर्धा निर्माण होते, त्यामुळे ग्राहकांना आकर्षित करण्यासाठी किंमत-

कपातीचे धोरण ठरविले तर नफ्याची पातळी घटते. त्यामुळे उद्योगसंस्था एकमेकांशी संगनमत करतात आणि नफा वाढविण्याचा प्रयत्न करतात. मात्र नफा मिळविणे, अथवा बाजारपेठ काबीज करण्यासाठी त्यांच्यात संघर्ष होतात. म्हणजेच बाजारात परस्परविरोधी प्रवृत्ती दिसून येते.

६) जाहिरात : आपली वस्तू इतरांपेक्षा कशी चांगली आहे हे पटवून देण्याचा प्रयत्न जाहिरातीद्वारे केला जातो. उदा. टूथपेस्ट, साबण, सिमेंट कंपन्या, खत कंपन्यांच्या जाहिराती पाहिल्यास हे लक्षात येते. मुख्यत: वस्तुभेद केला जातो. अल्पाधिकाराच्या स्थितीत विक्रीला प्रोत्साहन देण्यासाठी जाहिरात केली जाते.

७) मक्तेदारीचा अंश : प्रत्येक उत्पादनसंस्थेची वस्तू वेगळी असल्याने प्रत्येक उत्पादक मागणीच्या काही भागावर अधिकार प्राप्त करतो. अल्पविक्रेताधिकाराच्या परिस्थितीत प्रत्येक उत्पादनसंस्था वस्तुभेदाद्वारे उत्पादन करते त्यामुळे प्रत्येक उत्पादनसंस्था आपल्या उत्पादनापुरती मक्तेदारी ठरते. अशावेळी उत्पादनसंस्था आपल्या इच्छेप्रमाणे उत्पादनसंस्था आणि किंमत ठरविते, म्हणजेच बाजारपेठेत मक्तेदारीचा अंश असतो.

अल्पविक्रेताधिकार बाजारपेठेत विक्रेते अल्प असतात, त्यांच्यात स्पर्धा असते. नवीन उद्योगांच्या प्रवेशावर बंधने असतात. अशी विविध वैशिष्ट्ये दिसून येतात.

प्रश्न

प्रश्न १ : खालील प्रश्नांची २० शब्दांत उत्तरे लिहा.

१. बाजाराची व्याख्या सांगा.
२. पूर्ण स्पर्धा म्हणजे काय?
३. मक्तेदारी म्हणजे काय?
४. मक्तेदारीयुक्त स्पर्धा म्हणजे काय?
५. अल्पविक्रेताधिकाराची व्याख्या सांगा.

प्रश्न २ : खालील प्रश्नांची ५० शब्दांत उत्तरे लिहा.

१. पूर्ण स्पर्धेची वैशिष्ट्ये सांगा.
२. मक्तेदारीची वैशिष्ट्ये सांगा.
३. अल्पविक्रेताधिकार म्हणजे काय ते थोडक्यात सांगा.
४. मक्तेदारीयुक्त स्पर्धेची वैशिष्ट्ये सांगा.

प्रश्न ३ : खालील प्रश्नांची १५० शब्दांत उत्तरे लिहा.

१. पूर्ण स्पर्धेत किंमतनिश्चिती कशी होते ते सांगा.
२. पूर्ण स्पर्धेत उद्योगसंस्था आणि उद्योगाचा अल्पकालीन समतोल स्पष्ट करा.
३. मक्तेदारीत वस्तूची किंमत कशी निश्चित होते ते स्पष्ट करा.
४. मक्तेदारीयुक्त स्पर्धेतील उद्योगसंस्थेचा अल्पकालीन समतोल स्पष्ट करा.
५. अल्पविक्रेताधिकाराची वैशिष्ट्ये स्पष्ट करा.

प्रश्न ४ : खालील प्रश्नांची ३०० ते ५०० शब्दांत उत्तरे लिहा.

१. पूर्ण स्पर्धेतील अल्पकाळातील उद्योगसंस्था आणि उद्योगाचा समतोल स्पष्ट करा.

२. पूर्ण स्पर्धेतील उद्योगसंस्था आणि उद्योगाचा दीर्घकालीन समतोल स्पष्ट करा.

३. मक्तेदारीतील अल्पकालीन आणि दीर्घकालीन समतोल स्पष्ट करा.

४. मक्तेदारीयुक्त स्पर्धेतील समूहाचा समतोल स्पष्ट करा.

५. अल्पविक्रेताधिकाराची वैशिष्ट्ये विशद करा.

६
उत्पादनघटकांची मूल्यनिश्चिती
(Factor Pricing)

६.१ प्रास्ताविक (Introduction)

६.१ प्रास्ताविक (Introduction)

उत्पादनघटकांना त्यांच्या कामाबद्दल खंड, वेतन व्याज व नफा या स्वरूपात जे मोबदले दिले जातात, त्यांना उत्पादनघटकांच्या किमती असे म्हणतात. उत्पादनघटकांच्या किमती समाजात उत्पन्नाचे वाटप घडवून आणण्यामध्ये महत्त्वपूर्ण भूमिका बजावतात. हे उत्पादनघटक अर्थव्यवस्थेतील वेगवेगळ्या विभागांत वाटले जातात. उत्पादनघटकांचे मोबदले म्हणजे उद्योगसंस्थांचा उत्पादनखर्च असतो, तर उत्पादनघटकांची प्राप्ती असते. म्हणून उत्पादनघटक सिद्धान्तालाच विभाजनाचा सिद्धान्त म्हणून ओळखले जाते. विभाजन म्हणजे देशात निर्माण झालेल्या संपत्तीचे समाजातील प्रत्येक घटकात होणारे वाटप किंवा उत्पादनघटक ज्याच्या मालकीचे असतात त्यांना राष्ट्रीय संपत्तीत मिळणारा वाटा होय.

विभाजन म्हणजे कार्यात्मक विभाजन होय, व्यक्तिगत विभाजन नव्हे. राष्ट्रीय संपत्तीचे वाटप हे व्यक्ती-

व्यक्तींमध्ये नव्हे तर उत्पादनघटकांमध्ये घडून येणारे संपत्तीचे वाटप होय. उत्पादनात उत्पादनघटकांचा वापर केला जात असल्यामुळे त्यांना राष्ट्रीय संपत्तीत वाटा मिळत असतो.

अर्थव्यवस्थेमध्ये संपत्तीचे विभाजन विविध उत्पादनघटकांमध्ये कसे होते, हे स्पष्ट करण्यासाठी विभाजनविषयक सर्वसाधारण सिद्धान्त मांडला गेला. त्यालाच विभाजनाचा सीमान्त उत्पादकता सिद्धान्त असे म्हणतात.

६.२ विभाजनाचा सीमान्त उत्पादकता सिद्धान्त (Marginal Productivity Theory of Distribution)

विभाजनाच्या सीमान्त उत्पादकता सिद्धान्तामध्ये उत्पादनघटकांचे मोबदले कसे ठरतात हे सांगण्याचा प्रयत्न केला आहे. या सिद्धान्ताची मूलभूत संकल्पना सर एडवर्ड वेस्ट (West) यांनी मांडली. डॉ. जेव्हान्स यांनी सीमान्त उत्पादकतेची कल्पना श्रम व भांडवलाचा मोबदला ठरविण्याच्या दृष्टिकोनातून मांडली. १९ व्या शतकाच्या शेवटी (१८८०-१८९०) विकस्टीड, मार्शल, क्लार्क ह्या विचारवंतांनी या सिद्धान्ताचे आपल्या लिखाणातून सविस्तर विश्लेषण केले.

संयोजक उत्पादनघटकांच्या सेवा विकत घेतो. उत्पादनघटकांनी केलेल्या कामाबद्दल किमतीच्या रूपाने मोबदले देतो. हे मोबदले त्यांच्या सीमान्त उत्पादकतेनुसार दिले जातात. बाजारात खुली स्पर्धा असते. संयोजक उत्पादनघटकांना त्यांच्या सीमान्त उत्पादकतेपेक्षा अधिक मोबदले देत नाही. उत्पादनघटकांचे मोबदले त्यांच्या सीमान्त उत्पादकतेवरून कसे ठरतात, ते हा सिद्धान्त स्पष्ट करतो.

सीमान्त उत्पादकता म्हणजे सीमान्त भौतिक उत्पादन होय. सीमान्त भौतिक उत्पादन म्हणजे वस्तुरूपी उत्पादन होय. उत्पादनघटकाने ज्या वस्तूंचे उत्पादन केलेले असते, त्यास त्यांच्या किमतीने गुणल्यास सीमान्तमूल्य- उत्पादन मिळते, त्यालाच सीमान्त प्राप्ती उत्पादन असेसुद्धा म्हणतात किंवा एका उत्पादनघटकाची वाढ केल्यामुळे एकूण प्राप्तीत जी वाढ होते, ती वाढ म्हणजे सीमान्त प्राप्ती उत्पादन होय, त्यालाच दुसऱ्या भाषेत सीमान्त उत्पादकता असे म्हणतात.

सीमान्त उत्पादकता म्हणजे संयोजकाने एक उत्पादनघटक (मजूर/कामगार) कामावर घेतल्यामुळे एकूण उत्पादनात होणारी वाढ होय.

तक्ता ६.१

मजूर	एकूण वस्तुरूप	नगाची किंमत (रुपये)	सीमान्त उत्पादकता (नगात)	सीमान्त उत्पादकता (रुपयांत)
१.	३२	५	-	-
२.	७२	५	४०	२००
३.	१२२	५	५०	२५०
४.	१७६	५	५४	२७०
५.	२३६	५	६०	३००
६.	२८६	५	५०	२५०
७.	३३२	५	४६	२३०
८.	३७०	५	३८	१९०
९.	३९८	५	२८	१४०
१०.	४१८	५	२०	१००

तक्ता ६.१ मध्ये पाचव्या रकान्यावरून बदलत जाणारी सीमान्त उत्पादकता स्पष्ट होते. वरील तक्त्यात प्रत्येक घटकाच्या परिमाणाने एकूण उत्पादनात घातलेली भर कशी बदलत जाते, ते लक्षात घेणे महत्त्वाचे आहे. उत्पादनघटकाच्या (मजुराच्या) पाचव्या परिमाणापर्यंत प्रत्येक मजुराची उत्पादनक्षमता वाढत असलेली दिसून येते, परंतु त्यानंतर मात्र उत्पादनक्षमता घटलेली दिसते. वरील तक्त्यात दाखविलेल्या उत्पादनप्रक्रियेत केवळ मजूर हाच घटक बदलता ठेवून इतर घटक स्थिर आहेत असे मानले आहे. सहाव्या मजुरामुळे पूर्वीच्या २३६ नगांच्या उत्पादनात ५० नगांची भर पडली. आठव्या मजुराच्या मात्रेमुळे मात्र ३८ नगांचीच भर पडली. ५० नग, ३८ नग ही त्या त्या उत्पादनघटकाची (मजुराची) सीमान्त उत्पादकता झाली. उदाहरणात फक्त मजुराचाच विचार केलेला आहे, परंतु प्रत्यक्षात उत्पादनप्रक्रियेत 'मजूर' या घटकाबरोबर अन्यही उत्पादनघटकांचा वापर केला जातो.

सीमान्त उत्पादकता सिद्धान्ताप्रमाणे असे मानण्यात येते की, उत्पादनघटकाला मिळणारा मोबदला हा त्याच्या सीमान्त उत्पादकतेइतका असतो. वरील उदाहरणातील मजुराला मिळणारे वेतन त्याच्या सीमान्त उत्पादकतेइतके असते. ही उत्पादकता पैशामध्ये व्यक्त केली जाते; त्याकरिता त्या त्या परिमाणांच्या सीमान्त उत्पादनफलाला त्या वस्तूंच्या किमतीने गुणले की, सीमान्त उत्पादकता मिळू शकते. वरील तक्त्यामधील ५व्या मजुराची सीमान्त उत्पादकता = ६० x ५ = ३०० रुपये आहे, तर ९ व्या मजुराची सीमान्त उत्पादकता २८ x ५ = १४० आहे. सीमान्त उत्पादकतेमध्येही सीमान्त उत्पादकफलाप्रमाणे प्रवृत्ती दिसते - ती म्हणजे सीमान्त उत्पादकता प्रथम वाढताना दिसते आणि नंतर घटत जाताना दिसते.

सीमान्त उत्पादकता ही संकल्पना ६.१ तक्त्यावरून स्पष्ट होते. **आता सीमान्त उत्पादकता सिद्धान्त पुढीलप्रमाणे स्पष्ट करता येतो.**

उत्पादक किंवा उत्पादनसंस्था उत्पादनघटकांचा वापर करीत असताना उत्पादनघटकांचे प्रमाण किती वापरेल व त्यांना किती मोबदला देईल हे सीमान्त उत्पादकता सिद्धान्त सांगतो. हा सिद्धान्त काही गृहीतकांवर आधारित आहे. ती गृहीते पुढीलप्रमाणे -

गृहीतके :

१) प्रत्येक उत्पादनघटकाचे निरनिराळे नग एकसारखे म्हणजे सर्व बाबतींत सारखे आहेत.

२) एका घटकाऐवजी दुसरा घटक वापरता येण्यासारखी परिस्थिती आहे.

३) उत्पादनघटकांची उत्पादकता मोजता येते.

४) एखाद्या उत्पादनघटकाचे प्रमाण वाढवत गेल्यास त्याची सीमान्त उत्पादकता कमी होत जाते.

५) बाजारात पूर्ण स्पर्धा आहे.

६) अर्थव्यवस्थेत पूर्ण रोजगार आहे.

७) उत्पादनघटक पूर्णपणे अविभाज्य असतात.

८) संयोजकाचा उद्देश नफा मिळविणे हा असतो.

९) उत्पादनघटक गतिशील असतात.

१०) हा सिद्धान्त दीर्घ काळ गृहीत धरतो.

आकृतीत ६.१ मध्ये 'अक्ष' अक्षावर कामगारसंख्या आणि 'अय' अक्षावर सीमान्त उत्पादकता दर्शविली आहे.

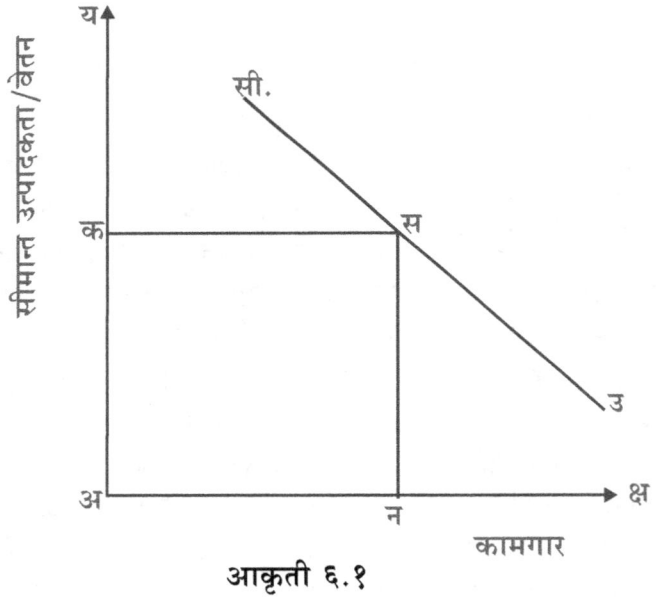

आकृती ६.१

'अक' या सीमान्त उत्पादकता (अक=अन) समान होत असल्याने उत्पादकाचा समतोल होऊन 'अन' एवढ्या श्रमिकांना रोजगार मिळतो. उत्पादक 'अन'पेक्षा अधिक कामगारांना रोजगार देणार नाही, कारण वेतनदारापेक्षा (अक) सीमान्त उत्पादकता कमी होऊन उत्पादकाला तोटा होईल. अशा प्रकारे जेव्हा सीमान्त उत्पादकता व वेतन दोन्ही समान होतात, त्या ठिकाणी तो कामगारांना कामावर घेणे थांबवतो. अशा रीतीने कामगारांचे वेतन सीमान्त उत्पादकतेवरून ठरते. ह्या आकृतीत 'सीउ' हा सीमान्त उत्पादकतावक्र आहे.

किंवा

वरील गृहीतकांची परिस्थिती असताना एखादा उत्पादकघटक जेव्हा उत्पादनघटकांची मागणी करतो, तेव्हा त्या घटकाला किंवा घटकाच्या एका नगाला द्यावा लागणारा मोबदला आणि त्या नगापासून उत्पादनात होणारी

वाढ म्हणजेच त्या नगाची उत्पादकता याची तुलना करीत असतो. ज्यावेळी मोबदला कमी आणि उत्पादकता जास्त असेल, त्यावेळी जास्त उत्पादनघटकांची मागणी करणे फायदेशीर असते, म्हणून उत्पादनघटकांची मागणी वाढते. ज्या ठिकाणी उत्पादनघटकांची उत्पादकता व उत्पादनघटकांना द्यावा लागणारा मोबदला समान होतात त्या ठिकाणी मागणी थांबते, तर ज्या वेळी सीमान्त उत्पादन कमी व द्यावा लागणारा मोबदला जास्त असतो त्यावेळी उत्पादकाचा तोटा होतो. अशा वेळी जास्त उत्पादनघटक कामावर घेणे बंद केले जाते. उत्पादनघटकांच्या नगात जसजशी वाढ केली जाते, तसतशी त्यांची सीमान्त उत्पादकता घटत जाते.

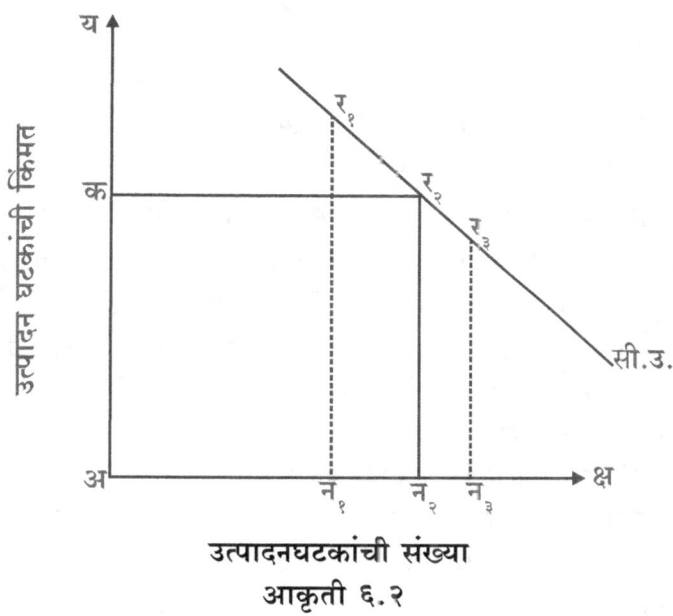

उत्पादनघटकांची संख्या

आकृती ६.२

आकृती ६.२ मध्ये **'सीउ'** हा सीमान्त उत्पादकता वक्र आहे. **'अक'** इतकी किंमत असताना त्या विशिष्ट उत्पादनघटकाचे **'$अन_२$'** इतके नग वापरले जातात, कारण इतके नग वापरले, तरच बाजारातील उत्पादनघटकाला मिळणारा मोबदला आणि उत्पादनघटकाची सीमान्त उत्पादकता या दोन्ही गोष्टी समान राहातात. पण संयोजकाने उत्पादनघटकाची संख्या **$अन_३$** पर्यंत वाढविली, तर त्या घटकाचे सीमान्त उत्पादन **$र_३$, $न_३$** पर्यंत घटेल. पण त्या घटकाला द्यावा लागणारा मोबदला म्हणजे किंमत त्या बदललेल्या परिस्थितीत, उत्पादनघटकाच्या कमी झालेल्या सीमान्त उत्पादनापेक्षा जास्त राहील. त्यामुळे उत्पादकाला किंवा उत्पादनसंस्थेला पूर्वीच्या मानाने कमी नफा मिळेल. म्हणून उत्पादक **$अन_३$** या नगसंख्येपेक्षा उत्पादनघटकाची कमी नगसंख्या वापरेल, त्यामुळे उत्पादनघटकांचे उत्पादन वाढेल. अशा रीतीने विशिष्ट उत्पादनघटकाला मिळणारा मोबदला आणि उत्पादनघटकाचे सीमान्त उत्पादन यात समानता राहील. याउलट समजा, उत्पादकाने उत्पादनघटकांची संख्या **$अन_२$** पेक्षा कमी केली, म्हणजेच आकृतीत दाखविल्याप्रमाणे **$अन_१$** पर्यंत केली, तर या बदललेल्या परिस्थितीत उत्पादनघटकाचे सीमान्त उत्पादन **$र_१$, $न_१$** इतके म्हणजेच बाजारातील वेतनदरापेक्षा म्हणजेच **'अक'** पेक्षा अधिक राहील. अशा परिस्थितीत **$अन_१$** पेक्षा अधिक नग किंवा संख्या वापरून उत्पादकाला आपला नफा वाढविता येणे शक्य आहे, म्हणून उत्पादक उत्पादनघटकांची **'$अन_१$'** पेक्षा अधिक नग किंवा संख्या वापरून उत्पादकाला आपला नफा वाढविता येणे शक्य आहे. म्हणून उत्पादक, उत्पादनघटकांची **'$अन_१$'** पेक्षा अधिक नगसंख्या वापरण्याचा प्रयत्न करेल. त्यामुळे या उत्पादनघटकाचे

अन$_1$ इतके नग किंवा संख्या वापरेल, त्यावेळी उत्पादनघटकाचे सीमान्त उत्पादन आणि त्या उत्पादनघटकाला बाजारात मिळणारा मोबदला या गोष्टी समान राहातील.

उत्पादनप्रक्रियेमध्ये उत्पादक निरनिराळे उत्पादनघटक अशा प्रमाणात वापरतो की, त्यामुळे प्रत्येक घटकाची किंमत आणि सीमान्त उत्पादकता समान होईल. जर त्याने असे केले नाही, तर एखाद्या घटकाची उत्पादनात मदत कमी, परंतु त्या घटकाला द्यावा लागणारा मोबदला जास्त अशी परिस्थिती निर्माण होऊन उत्पादकाचा तोटा होईल. उदा. मानवी श्रमाला द्यावा लागणारा मोबदला जास्त, परंतु त्याची उत्पादनाला मदत कमी आणि यंत्र वापरण्याचा खर्च कमी; परंतु यंत्राची मदत जास्त; अशी स्थिती असेल तर उत्पादक, कामगारांना नोकरीवरून कमी करेल आणि त्याऐवजी भांडवल हा घटक वाढवून यंत्राचा वापर करेल. म्हणजेच एका घटकाऐवजी दुसऱ्या घटकाचा वापर करण्यास सुरुवात करेल. या क्रियेला पर्यायता नियम असे म्हणतात. या नियमानुसार उत्पादक उत्पादनात निरनिराळे घटक अशा तऱ्हेने वापरतो किंवा त्यांच्या प्रमाणात असे बदल करतो की, प्रत्येक उत्पादनघटकाची सीमान्त उत्पादकता व त्यांना द्यावा लागणारा मोबदला यांचे गुणोत्तर समान राहील.

परीक्षण किंवा विभाजनाच्या सीमान्त उत्पादकता सिद्धान्ताचे टीकात्मक मूल्यमापन

१. **अवास्तव गृहीते :** या सिद्धान्तातील स्थिर अर्थव्यवस्था, पूर्ण स्पर्धा, उत्पादनघटकांची पूर्ण गतिशीलता, उत्पादनघटक एकसारखे इ. गृहीते प्रत्यक्षात दिसत नसल्याने ती अवास्तव व काल्पनिक आहेत.

२. **पुरवठा दुर्लक्षित :** हा सिद्धान्त फक्त उत्पादनघटकांच्या मागणीचे विश्लेषण करतो; परंतु उत्पादनघटकांच्या पुरवठ्याचे विश्लेषण करीत नाही, म्हणून हा सिद्धान्त एकांगी आहे.

३. **उत्पादनाचे मोजमाप अशक्य :** उत्पादन हे अनेक उत्पादनघटकांच्या मदतीने होत असल्याने प्रत्येक घटकाचे निरनिराळे उत्पादन किती हे ठरविता येणे अवघड आहे.

४. **सीमान्त उत्पादकता मोजणे अवघड :** इतर घटक स्थिर ठेवून एक घटक बदलायचा म्हटले तरी सीमान्त उत्पादकता मोजणे अवघड असते. उदा. एका कारखान्यात १०,००० कामगार काम करत आहेत, त्यात एका कामगाराची वाढ झाली म्हणजे १०,००१ कामगार झाले. अशा वेळी त्या एका मजुरामुळे उत्पादनात होणारा बदल मोजणे अवघड असते.

५. **हा सिद्धान्त गतिशील नाही :** या सिद्धान्तात उत्पादनतंत्रातील बदलांचा विचार केलेला नाही, म्हणून सिद्धान्त स्थितिशील आहे, गतिशील नाही, असे म्हटले जाते.

६. **एकजिनसीचे स्पष्टीकरण नाही :** उत्पादनघटकांची सर्व परिमाणे एकजिनसी असतात, असे ह्या सिद्धान्तात गृहीत मानले, परंतु हे वस्तुस्थितीला धरून नाही. उदा. श्रम या घटकाची सर्व परिमाणे म्हणजेच सर्व श्रमिक सारख्याच कार्यक्षमतेचे व गुणवत्तेचे नसतात.

७. **घटकाच्या किमतीचे स्पष्टीकरण नाही :** प्रत्यक्षात उत्पादनघटकाची किंमत कशी ठरते, याचे उत्तर या सिद्धान्तातून मिळत नाही. उत्पादनघटकाची किंमत डोळ्यांपुढे ठेवून संयोजक त्या उत्पादनघटकांची सीमान्त उत्पादकता आणि प्रत्यक्षातील किंमत यांमध्ये समानता कशी राखता येईल हे पाहतो, एवढेच या सिद्धान्तात सांगितले आहे.

८. **अल्पकाळाचा विचार नाही :** हा सिद्धान्त फक्त दीर्घकाळाचाच विचार करतो. अल्पकाळात उत्पादक घटकांची किंमत कशी ठरते, याचे स्पष्टीकरण हा सिद्धान्त देऊ शकत नाही.

९. **कामगार संघटनांची भूमिका दुर्लक्षित :** कामगार संघटना वेतन वाढविण्यात यशस्वी होतात, त्यामुळे श्रमिकांचे शोषण कमी होते. कामगार संघटनांच्या या भूमिकेकडे हा सिद्धान्त दुर्लक्ष करतो.

१०. **वेतन-उत्पादकता संबंध दुर्लक्षित :** सीमान्त उत्पादकतेवरून वेतन ठरते, असे या सिद्धान्तात स्पष्ट केले, परंतु वेतनवाढीचा श्रमिकाच्या सीमान्त उत्पादकतेवर अनुकूल परिणाम होतो, याकडे दुर्लक्ष केले. वेतन वाढल्यामुळे आरोग्य, राहणीमान सुधारून उत्पादकता वाढते.

११. **नफ्याचे स्पष्टीकरण मिळत नाही :** संयोजक किंवा उद्योजकाला नफा हा मोबदला मिळतो. उद्योजक हा एकमेव घटक स्थिर घटक असतो. इतर घटक स्थिर ठेवून उद्योग कमी केला, तर उत्पादनाची प्रक्रिया विस्कळीत होईल. नफा हा मोबदला, सीमान्त उत्पादकतेपेक्षा धोका पत्करण्याच्या प्रवृत्तीमुळे मिळतो. त्यामुळे विभाजनाच्या सीमान्त सिद्धान्तामुळे ठरविता येत नाही.

वरीलप्रमाणे जरी सिद्धान्तावर टीका केली गेली तरी या सिद्धान्ताचे महत्त्व कमी होत नाही. उत्पादनघटकाचा मोबदला ठरविताना घटकांची मागणी आणि घटकांचा पुरवठा या दोन्ही गोष्टी जरी महत्त्वाच्या असल्या, तरी उत्पादनघटकांची किंमत ठरविण्यात त्या घटकांची सीमान्त उत्पादकता हा घटक महत्त्वाचा आहे, हे या सिद्धान्ताने दाखवून दिले आहे.

६.३ खंड (Rent)

सर्वसाधारणपणे जमिनीच्या अथवा इमारतीच्या भाड्याला खंड असे म्हणतात. जमिनीच्या मालकाला अथवा इमारतीच्या मालकाला खंडरूपाने उत्पन्न मिळते. जमिनीच्या उत्पादनशक्तीचा विचार केल्यास जमिनीच्या मूलभूत व अविनाशी गुणांबद्दल जमीनमालकाला मिळणारा मोबदला म्हणजे खंड होय. अर्थशास्त्रीय विश्लेषणात खंड म्हणजे फक्त भाडे असा अर्थ अभिप्रेत नाही. खंड हा शब्द विशिष्ट अर्थाने वापरला जातो. फ्रान्समधील निसर्गवादी अर्थशास्त्रज्ञांना खंडाची कल्पना १८ व्या शतकात होती. मात्र १९ व्या शतकाच्या सुरुवातीस खंडविषयक सिद्धान्ताला विशेष महत्त्व प्राप्त झाले.

सुरुवातीच्या काळात खंडाचे विश्लेषण जमिनीच्या संदर्भात केले जात असे, परंतु आधुनिक आर्थिक विश्लेषणात खंड ही संकल्पना केवळ जमिनीच्या संदर्भात वापरली न जाता इतर घटकांच्या बाबतीतही वापरली जाते. पूर्वीच्या काळी खंड ही संकल्पना व संज्ञा 'जमिनीच्या वापराकरिता दिली जाणारी किंमत' या अर्थाने वापरली जात असे, तर सद्य:काळात खंड ही संज्ञा 'आर्थिक वाढावा' या अर्थाने वापरली जाते.

६.३.१ खंडाचा अर्थ व व्याख्या (Meaning & Definition of Rent) :

विविध अर्थशास्त्रज्ञांनी खंड ही संकल्पना वेगवेगळ्या व्याख्या देऊन स्पष्ट केली आहे. काही व्याख्या पुढीलप्रमाणे :

१. **डेव्हिड रिकार्डो** यांनी सर्वप्रथम खंडाची व्याख्या केली. त्यांच्या मते, 'जमिनीच्या उपजत आणि अविनाशी स्वरूपाच्या शक्तीचा वापर केल्याबद्दल जमिनीमधून निघणाऱ्या उत्पन्नापैकी जो भाग जमिनीच्या मालकाला मोबदला म्हणून दिला जातो, त्या भागास खंड असे म्हणतात.'

   रिकार्डोच्या मते, खंड हा फक्त जमिनीलाच मिळतो, इतर घटकांना मिळत नाही, त्यामुळे खंडाची व्याख्या संकुचित वाटते.

२. **डॉ. मार्शल यांच्या मते,** 'खंड म्हणजे नैसर्गिक साधनांच्या वापरापासून मिळालेले उत्पन्न होय.'

३. **निसर्गवादी अर्थशास्त्रज्ञांच्या मते,** 'निसर्गाच्या उदारतेमुळे शेती उत्पादनात जे आधिक्य निर्माण होते त्यास खंड असे म्हणतात.'

   आधुनिक अर्थशास्त्रज्ञांनी खंडाचा व्यापक अर्थ विचारात घेतला. त्यांच्या मते, उत्पादनाच्या सर्वच

घटकांना खंड मिळतो.

४. **प्रा. मिसेस जोन रॉबिन्स यांच्या मते,** 'कोणत्याही उत्पादक घटकाला सध्या मिळत असलेले उत्पन्न व तो घटक पर्यायी उद्योगधंद्यात गेला, तर त्याला तेथे मिळू शकणारे उत्पन्न यांमधील फरक म्हणजे खंड होय.'

अशा प्रकारे खंड या संकल्पनेच्या विविध अर्थशास्त्रज्ञांनी व्याख्या केल्या आहेत.

आर्थिक खंड

श्रीमती जोन रॉबिन्सन यांच्या मते, उत्पादनाच्या कोणत्याही घटकाला त्याच्या बदली उत्पन्नापेक्षा मिळालेले जादा उत्पन्न म्हणजे आर्थिक खंड होय. आर्थिक खंड ही संकल्पना समजण्यासाठी बदली उत्पन्न समजून घेणे आवश्यक असते.

बेनहॅम म्हणतात, 'एखाद्या उपयोगाकरिता एखादा घटक प्राप्त करावयाचा असेल, तर त्या घटकाला त्याच्या इतर उपयोगांकरिता असलेल्या मागणीमुळे जेवढा सर्वांत अधिक मोबदला मिळू शकेल, तो दिल्याशिवाय असा घटक मिळू शकणार नाही. तो मिळविण्यासाठी अथवा टिकवून ठेवण्यासाठी जो मोबदला देणे आवश्यक असते, तेवढी त्याची बदली किंमत असते.'

जोन रॉबिन्सन यांच्या मते, 'एखादा उत्पादक घटक विशिष्ट उद्योगात राहावा म्हणून त्याला जी किंमत देणे आवश्यक असते त्या किमतीला बदली उत्पन्न अथवा बदली किंमत म्हणतात.'

एखादा घटक एका उपयोगातून दुसऱ्या उपयोगात जाऊ नये म्हणून त्याला देण्यात येणारा मोबदला त्याच्या बदली उत्पन्नाबरोबर असावा लागतो. या बदली उत्पन्नापेक्षा प्रत्यक्ष मोबदला जेवढा जास्त असतो, तो आर्थिक खंड होय.

उदा. प्राध्यापकाला महाविद्यालयात काम करण्याबद्दल ४०,००० दरमहा मोबदला मिळतो. समजा, त्याने दुसरा व्यवसाय केला असता त्याला दरमहा रुपये ३०,०००/- इतका मोबदला मिळणार असेल, तर त्याचे बदली उत्पन्न रु. १०,०००/- राहील.

खंड = प्रत्यक्ष उत्पन्न - बदली उत्पन्न

रु. ४०,००० - रुपये ३०,०००

रुपये १०,००० इतका आर्थिक खंड राहील.

६.३.२ खंडाचे सिद्धान्त

१) रिकार्डोचा खंड सिद्धान्त (Ricardian Theory of Rent)

डेव्हिड रिकार्डो या इंग्लंडमधील सनातनवादी अर्थशास्त्रज्ञाने १९ व्या शतकाच्या सुरुवातीस (१८१५-१८१७) आपल्या **'प्रिन्सिपल ऑफ पोलिटिकल इकॉनॉमी'** या ग्रंथात खंडविषयक सिद्धान्ताची सविस्तर मांडणी केली.

रिकार्डोच्या खंडविषयक सिद्धान्ताची मांडणी इंग्लंडमधील त्यावेळच्या विशिष्ट परिस्थितीतून झाली. इंग्लंडमध्ये अन्नधान्याच्या किमती त्या काळात सातत्याने वाढत होत्या. त्याची अनेकांनी अनेक कारणे सांगितली. काहींच्या मते, अन्नधान्याच्या किमती वाढण्याचे कारण म्हणजे जमीनदार जास्त खंड घेतात, हे होय, परंतु ही विचारसरणी रिकार्डोला मान्य नव्हती. खंड वाढल्याने अन्नधान्याच्या किमती वाढत नाहीत हे त्याला पटवून द्यावयाचे होते. म्हणून खंडाची निर्मिती कशी होते, खंडाची रक्कम कशी ठरते, खंड व किंमत यांचा संबंध काय आहे हे स्पष्ट

करण्यासाठी रिकार्डोने खंडविषयक सिद्धान्त मांडला. रिकार्डोपूर्वीच्या अर्थशास्त्रज्ञांनी केलेले खंडाविषयीचे विश्लेषण अमान्य केले. रिकार्डोच्या मते, निसर्ग हा उदार नसून कंजूष आहे, कारण खंड हा निसर्गाने चांगली जमीन मर्यादित प्रमाणात दिली असल्यामुळे निर्माण होतो.

गृहीते

डेव्हिड रिकार्डोने खंडविषयक सिद्धान्त मांडताना पुढील विशिष्ट परिस्थिती गृहीत धरली आहे.

१. खंडविषयक सिद्धान्ताची चर्चा दीर्घकाळाच्या संदर्भात केली आहे.

२. बाजारात पूर्ण स्पर्धेची परिस्थिती अस्तित्वात आहे.

३. सर्व सीमान्त जमीन ही खंड न देणारी जमीन असून, सीमान्तान्तर्गत जमिनीवर खंड प्राप्त होतो.

४. जमिनीच्या मागणीच्या मानाने तिचा पुरवठा हा मर्यादित आहे व जमीन दुर्मिळ आहे.

५. जमिनीच्या अंगी काही मूलभूत आणि अविनाशी शक्ती असून, त्यांच्या वापराबद्दल जमिनीला खंडाच्या स्वरूपात मोबदला दिला जातो.

६. जमिनीचे तुकडे हे भिन्न-भिन्न सुपीकतेचे असतात.

७. प्रथम सुपीक जमीन लागवडीखाली आणली जाते व त्यानंतर सुपीकतेच्या दृष्टीने उतरत्या क्रमाने जमिनी लागवडीखाली आणल्या जातात आणि शेतीक्षेत्रातील उत्पादनात घटत्या फलाचा नियम प्रत्ययास येतो.

८. लोकसंख्या वाढत जाण्याची प्रवृत्ती असते.

रिकार्डोच्या खंडविषयक सिद्धान्ताचे विश्लेषण

व्याख्या : जमिनीच्या एकूण उत्पन्नापैकी जो भाग जमिनीच्या उपजत व अविनाशी गुणाबद्दल जमिनीच्या मालकाला दिला जातो, त्यास खंड असे म्हणतात.

रिकार्डोच्या मते, लोकसंख्येच्या अन्नधान्यविषयक गरजा भागविण्यासाठी भिन्न भिन्न प्रतींच्या अथवा सुपीकता असलेल्या जमिनीची लागवडीसाठी निवड केली जाते. जमिनीमध्ये सुपीकतेच्या दृष्टीने गुण-भिन्नता असल्याने खंड निर्माण होत असतो, म्हणजेच खंडाचे स्वरूप गुणभेदजन्य वाढावा अशा प्रकारचे असते. लोकसंख्येच्या अन्नधान्यविषयक गरजा पूर्ण करण्यासाठी प्रकर्षित अथवा 'सखोल शेती' आणि 'विस्तीर्ण शेती' या दोन्ही प्रकारांचा स्वीकार करता येतो. शेतजमिनीचे क्षेत्र कायम ठेवून त्या जमिनीच्या तुकड्यावर वापरल्या जाणाऱ्या भांडवलाचे व श्रमाचे प्रमाण वाढवून उत्पादन वाढविण्याचा प्रयत्न म्हणजे प्रकर्षित अथवा सखोल शेती होय. तर सुपीक, मध्यम सुपीक आणि कमी सुपीक अशा क्रमवारीने जमिनी लागवडीखाली आणल्या जात असतील, तर त्यास 'विस्तीर्ण शेती' असे म्हणतात. यांपैकी कोणत्याही पद्धतीने शेती केली तरी खंड निर्माण होत असतोच.

रिकार्डोच्या मते, जमिनीची लागवड प्रकर्षित पद्धत व विस्तृत पद्धत अशा दोन्ही पद्धतींनी करता येते. कोणत्याही पद्धतीने जमीन लागवडीखाली आणली तरी खंडाची निर्मिती होते.

१. प्रकर्षित लागवडपद्धतीत खंडाची निर्मिती

प्रकर्षित पद्धतीने शेती करणे म्हणजे जमिनीचे क्षेत्र कायम ठेवून फक्त श्रम व भांडवलाचे प्रमाण वाढवीत जाणे होय. जर एकाच प्रकारच्या जमिनीवर अधिकाधिक श्रम व भांडवलाचे प्रमाण वाढविले तर नंतरच्या मात्रेपासून मिळणारे सीमान्त उत्पादन घटत जाते. लोकसंख्या वाढल्यामुळे अन्नधान्याचा पुरवठा वाढविण्यासाठी प्रकर्षित पद्धतीने शेती केली जाते. श्रम व भांडवलाच्या शेवटच्या मात्रेपासून खंड मिळत नाही. कारण या मात्रेपासून मिळणारे उत्पादन आणि मात्रेचा उत्पादनखर्च समान असतो. सीमान्तपूर्व मात्रेपासून खंड मिळतो. जमिनीचे क्षेत्र कायम ठेवून श्रम व भांडवलाच्या मात्रा जसजशा वाढत जातील, तसतसे नंतरच्या मात्रेपासून मिळणारे सीमान्त उत्पादन घटत

जाते. श्रम व भांडवलाच्या शेवटच्या मात्रेपासून खंड मिळत नाही, कारण या मात्रेचा उत्पादनखर्च व उत्पादन समान राहते. उदाहरणाच्या साहाय्याने ते स्पष्ट होते.

तक्ता ६.२ गहू उत्पादन

श्रम व भांडवलाची मात्रा	उत्पादन क्विंटल	उत्पादनखर्च (रु.)	प्रतिक्विंटल किंमत (रु.)	एकूण उत्पन्न (रु.)	खंड (रु.)
१	९	४५००	१५००	१३५००	९०००
२	७	४५००	१५००	१०५००	६०००
३	३	४५००	१५००	४५००	०

तक्ता ६.२ मध्ये दर्शविल्याप्रमाणे विशिष्ट क्षेत्राच्या जमिनीत गव्हाचे उत्पादन केले जाते. उत्पादनखर्च ४५०० रुपये येतो. श्रम व भांडवलाची पहिली मात्रा वापरल्यास १० क्विंटल गहू उत्पादन होते, म्हणजेच रुपये १३५०० उत्पन्न मिळते. उत्पादनखर्च वजा जाता ९००० रु. एवढे जादा उत्पन्न खंड रूपात मिळते. श्रम व भांडवलाची दुसरी मात्रा वापरली असता ७ क्विंटल गहू उत्पादन होते. त्यातून उत्पादनखर्च वजा केला जाता ६००० रु. जादा उत्पन्न, खंड रूपात मिळते. तिसरी श्रम भांडवलाची मात्रा वापरल्यास ३ क्विंटल गव्हाचे उत्पादन होते. म्हणजेच ४५०० उत्पन्न मिळते. तेथे उत्पन्न खर्च ४५०० रु. येतो. उत्पन्न खर्च आणि उत्पन्न समान असल्याने श्रम भांडवलाच्या सीमान्त मात्रेला खंड मिळत नाही.

२. विस्तृत लागवड पद्धतीत खंडाची निर्मिती

रिकार्डोच्या मते, खंड उद्‌भवण्याचे महत्त्वाचे कारण म्हणजे जमिनीमध्ये असणारी गुणभिन्नता हे होय. निसर्गाने मानवाला जी जमीन देणगी म्हणून दिलेली आहे, त्या जमिनीबाबत सारखेपणा कधीच असू शकत नाही. ज्याप्रमाणे हाताची बोटे सारखी असू शकत नाहीत, त्याचप्रमाणे सर्व जमीन सारखी असू शकत नाही. काही जमीन जास्त सुपीक तर काही जमीन मध्यम सुपीक, तर काही जमीन अगदी कमी सुपीक असते. जमिनीत सुपीकतेच्या दृष्टीने अशी गुणभिन्नता असते, म्हणजेच जमिनीच्या बाबतीत असलेल्या गुणभिन्नतेमुळे खंड उद्‌भवतो.

लोकांच्या अन्नधान्यविषयक गरजा भागविण्यासाठी भरपूर प्रमाणात उपलब्ध जमिनीपैकी प्रथम सुपीक जमीन लागवडीखाली आणली जाते. अशा वेळी लोकांना उपलब्ध असलेल्या भांडवलाच्या साहाय्याने एकूण उपलब्ध जमिनीपैकी काही थोड्या भागाचीच मशागत करणे त्यांना शक्य असते. अशा स्थितीत खंडाचा उद्‌भव होणे शक्य नसते, कारण बरीचशी जमीन लागवडीशिवाय पडून राहिलेली असते, त्यामुळे जमिनीच्या वापराबद्दल कोणी मोबदला देण्यास तयार नसते. थोडक्यात, जमिनीच्या वैपुल्यामुळे जमिनीच्या वापरासाठी कोणी खंड देत नाही, परंतु जमिनीचा एकूण पुरवठा मर्यादित असतो आणि सर्व जमिनी उत्पादनक्षमतेच्या दृष्टीने सारख्या प्रतीच्या नसतात. लोकसंख्यावाढीबरोबर जमिनीची मागणी वाढत जाते, त्यामुळे उत्कृष्ट सुपीक जमिनीचा पुरवठा संपुष्टात येऊन कमी प्रतीच्या जमिनी लागवडीखाली आणणे भाग पडते. असे सतत घडत राहते. असे जेव्हा घडते तेव्हा खंडाची निर्मिती होते. उत्कृष्ट वा सुपीक जमिनीपासून मालकाला खंडाची प्राप्ती होते. त्याला मिळणाऱ्या खंडाची रक्कम ही पहिल्या व दुसऱ्या प्रतीच्या जमिनींमधील गुणभिन्नतेवर अवलंबून असते. त्यानंतर तिसऱ्या दर्जाची जमीन जेव्हा लागवडीखाली आणली जाते, तेव्हा दुसऱ्या दर्जाच्या जमिनीपासूनही खंड मिळू लागतो आणि त्याचबरोबर पहिल्या दर्जाच्या जमिनीस मिळणाऱ्या खंडाच्या रकमेत वाढ घडून येते.

उदाहरणाद्वारे स्पष्टीकरण

'अ' प्रतीची जमीन अधिक सुपीक अथवा उच्च प्रतीची, 'ब' प्रतीची जमीन मध्यम सुपीक आणि 'क' प्रतीची जमीन कमी सुपीक अथव कनिष्ठ प्रतीची आहे.

तक्ता ६.३

जमिनीचा प्रकार	उत्पादनखर्च (रु.)	उत्पादन (क्विंटल)	एकूण उत्पादन (रु.)	खंड (रु.)
'अ' उच्च प्रत	४५००	९	१३५००	९०००
'ब' मध्यम प्रत	४५००	७	१०५००	६०००
'क' कनिष्ठ प्रत	४५००	३	४५००	०

रिकार्डोच्या मते, सुरुवातीला 'अ' प्रतीची जमीन लागवडीखाली आणली जाते. कालांतराने लोकसंख्या वाढून अन्नधान्याची मागणी वाढल्याने 'ब' आणि 'क' प्रतीची जमीन लागवडीखाली आणली जाते.

त्यामुळे 'अ' या उच्च प्रतीच्या जमिनीला रु. ९००० आणि 'ब' या मध्यम जमिनीला ६००० रु. इतका खंड मिळतो. 'क' या कनिष्ठ प्रतीच्या जमिनीला उत्पादन आणि खर्च समान होत असल्याने या सीमान्त जमिनीला खंड मिळत नाही. हे आकृती ६.३ च्या साहाय्याने दाखविता येते.

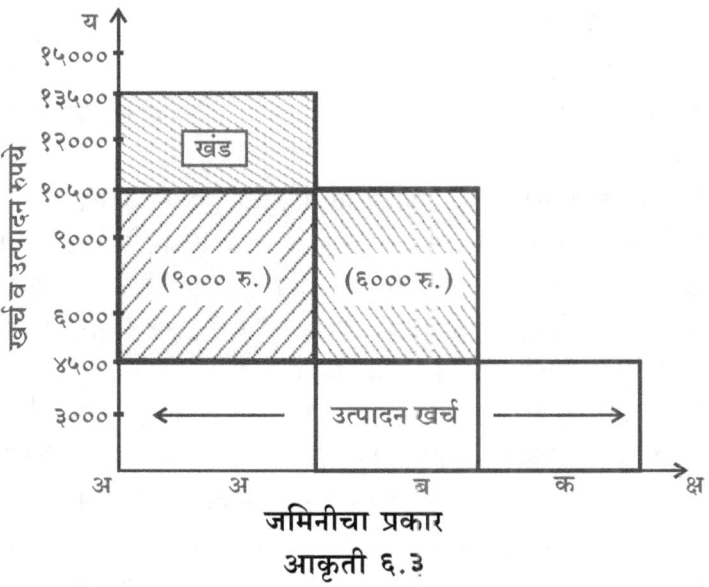

जमिनीचा प्रकार

आकृती ६.३

आकृती ६.३ मध्ये **'अक्ष'** अक्षावर जमिनीचा प्रकार आणि **'अय'** अक्षावर उत्पादन व खर्च दर्शविला आहे. **अबक** हे जमिनीचे तीन तुकडे आहेत. **अ** ही जमीन **ब** आणि **क** या जमिनीपेक्षा अधिक सुपीक आहे, तर **'क'** ही सीमान्त जमीन किंवा कनिष्ठ जमीन आहे. **अ, ब** आणि **क** या तीनही प्रकारच्या जमिनींवरील उत्पादनखर्च समान म्हणजे **'अख'** (४५०० रु.) इतका आहे, परंतु त्यांच्यातील गुणभिन्नतेमुळे उत्पादनाचे प्रमाण मात्र भिन्न आहे, त्यामुळे उत्पादनखर्च समान असला तरी **'अ'** या सर्वांत सुपीक जनिनीतील ब आणि क जमिनींपेक्षा जास्त

उत्पादन होते व **'ब'** या जमिनीत **'क'** या जमिनीपेक्षा जास्त उत्पादन होते. **'अ'** आणि **'ब'** जमिनींना मिळणारा वाढावा म्हणजे खंड (९००० रु. व ६००० रु.) आकृतीत रेखांकित केला आहे. रिकार्डोच्या मते **'क'** जमिनीला खंड मिळत नाही कारण उत्पन्न व खर्च समान आहे.

किंमत आणि खंड यातील संबंध

लोकसंख्येच्या वाढीमुळे पूर्वीपेक्षा निकृष्ट, कमी प्रतीच्या आणखी जमिनी लागवडीखाली आणणे आवश्यक ठरते. त्या प्रत्येक वेळी पूर्वी लागवडीखाली आलेल्या प्रत्येक प्रतीच्या जमिनीवरील खंडाची रक्कम वाढत जाते.

थोडक्यात, रिकार्डोच्या मते, खंड हा जमिनीच्या गुणभिन्नतेतून निर्माण होणारा वाढावा आहे. खर्चात निकृष्ट जमीन म्हणजेच सीमान्त जमीन होय. या सीमान्त जमिनीला खंड मिळत नाही. खंड हा वाढावा आहे. म्हणजेच ते एक अनर्जित उत्पन्न आहे. रिकार्डोच्या मते, खंडाचा उत्पादनखर्चात समावेश होत नाही, तसेच खंडाचा किमतीत समावेश होत नाही. तसेच किमतीवरून खंड ठरत नाही. धान्याची किंमत वाढल्यामुळे खंड उद्भवतो. खंड वाढल्यामुळे किंमत वाढत नाही. खंड हा किंमत ठरल्यावर उद्‌भवणारा वाढावा आहे. देशाची लोकसंख्या जसजशी वाढत जाते, तसतशी अन्नधान्याची मागणी वाढत जाते व त्यामुळे कमी प्रतीची जमीन लागवडीखाली आणली जाते. अशा कमी प्रतीच्या जमिनीवर अन्नधान्याचा उत्पादनखर्च जास्त येतो, त्यामुळे देशातील अन्नधान्याच्या किमती वाढतात. दुसऱ्या शब्दात, लोकसंख्या वाढल्यावर सीमान्तान्तर्गत जमिनीला वा जमिनीच्या मालकाला खंडाची रक्कम वाढवून मिळते.

रिकार्डोच्या खंड सिद्धान्तावरील टीका अथवा आक्षेप

डेव्हिड रिकार्डो याच्या खंडविषयक सिद्धान्तावर विविध अर्थशास्त्रज्ञांनी टीका करून त्याचा हा सिद्धान्त चुकीचा असल्याचे दाखवून देण्याचा प्रयत्न केलेला आहे. रिकार्डोच्या खंडविषयक सिद्धान्तावरील काही महत्त्वाची टीका पुढीलप्रमाणे :

१) भूमीमध्ये उपजत व अविनाशी गुण नसतात : जमिनीमध्ये असलेल्या मूलभूत व अविनाशी शक्तीबद्दल जमीनमालकास मिळणारा मोबदला म्हणजे खंड होय, अशी रिकार्डोने खंडाची व्याख्या केलेली आहे. या व्याख्येवरच अनेकांनी टीका केली. टीकाकारांच्या मते जमिनीच्या सर्व शक्ती या उपजत आणि अविनाशी नसतात. शिवाय जमिनीत खत, पाणी, तंत्रविषयक सुधारणांचा अवलंब करून तिची सुपीकता वाढविता येते. तसेच जमिनीकडे दुर्लक्ष केल्यास, त्याचबरोबर वारा, पाऊस, पूर इ. मुळे जमिनीची सुपीकता कमी होते. जमिनीत पाण्याचा वापर योग्य प्रमाणात केला नाही, तर ती नापीक होते इ. गोष्टींची दखल रिकार्डोने घेतली नाही.

२) बाजारात पूर्ण स्पर्धा नसते : खंडविषयक सिद्धान्त मांडताना रिकार्डोने विशिष्ट परिस्थिती गृहीत धरलेली आहे. बाजारात पूर्ण स्पर्धा असते हे गृहीत त्याच्या सिद्धान्ताचा प्रमुख आधार आहे, परंतु प्रत्यक्षात बाजारात पूर्ण स्पर्धा अस्तित्वात नसते हे चेंबरलीन, मिसेस रॉबिन्सन यांनी सिद्ध केले आहे. म्हणजेच त्याचा सिद्धान्त चुकीच्या वा सदोष गृहीतांवर आधारित आहे. तसेच त्याने दीर्घ कालावधी गृहीत धरून खंड सिद्धान्ताचे विश्लेषण केले आहे, परंतु प्रत्यक्षात मात्र अल्पकालीन परिस्थितीत खंड कसा ठरतो हे जास्त महत्त्वाचे असते. त्यामुळे रिकार्डोचा सिद्धान्त वस्तुस्थितीला धरून नाही, अशी टीका केली जाते.

३) प्रथम सुपीक जमिनीवर लागवड केली जात नाही : रिकार्डोच्या मते, शेतीच्या बाबतीत लागवडीचा क्रम जास्त सुपीकतेकडून कमी सुपीकतेकडे असा असतो, परंतु ऐतिहासिकदृष्ट्या तो चुकीचा आहे. टीकाकारांच्या मते, तसा आधार आर्थिक इतिहासात नाही. लोकवस्ती झाल्यावर जी जमीन सोयीची आहे, वसाहतीजवळची

आहे तीच जमीन लागवडीखाली आणतात असा इतिहास आहे, मग ती जमीन खूप सुपीक असो वा कमी सुपीक असो. म्हणजेच लागवडीसंदर्भात सुपीकतेपेक्षा इतर बाबीही महत्त्वाच्या ठरतात, त्याकडे रिकार्डोने दुर्लक्ष केले, अशी टीका करण्यात येते.

४) सीमान्त जमिनीलाही खंड मिळतो : रिकार्डोच्या मते, सीमान्त जमिनीस खंड मिळत नाही, कारण तिच्यावर होणारे उत्पादन हे उत्पादनखर्चाइतके असते. मात्र, टीकाकारांच्या मते सीमान्त जमिनीलाही खंड मिळतो, कारण आधुनिक तंत्राने शेती केल्यास उत्पादनात मोठ्या प्रमाणात वाढ होते. शिवाय रिकार्डोची खंडाची व्याख्या पाहिली तर असे स्पष्ट होते की, सीमान्त जमीन ही कमी सुपीक असली तरी तिच्यात थोडेतरी उपजत, मूलभूत व अविनाशी गुण असतातच. मग या जमिनीला थोडा तरी खंड का मिळू नये? रिकार्डोच्या व्याख्येप्रमाणे सीमान्त जमिनीला खंड मिळाला पाहिजे, असे टीकाकारांचे मत आहे.

५) इतर उत्पादनघटकांकडे दुर्लक्ष : खंड हा फक्त जमिनीलाच मिळतो असे रिकार्डोने म्हटले. त्यामुळे त्याने उत्पादनाच्या इतर घटकांकडे दुर्लक्ष केले, अशी टीका करण्यात येते. आधुनिक अर्थशास्त्रज्ञांच्या मते, उत्पादनघटकांचा पुरवठा मागणीच्या मानाने कमी असतो आणि म्हणून त्यामुळे खंड उद्‌भवतो. मिसेस जोन रॉबिन्सन यांच्या मते, केवळ जमिनीलाच खंड स्वरूपाचे उत्पन्न मिळते असे नाही, तर अन्यही उत्पादनघटकांना, मागणीच्या मानाने त्यांचा पुरवठा अलवचीक वा कमी लवचीक असेल तर खंड मिळतो.

६) खंडाचा किमतीवर होणारा परिणाम : रिकार्डोच्या मते, खंडाचा समावेश किमतीवर होत नाही. म्हणजे आधी किंमत ठरते व त्यानंतर खंड ठरतो, त्यामुळे खंड किमतीवर अवलंबून असतो, परंतु किंमत खंडावर अवलंबून नसते. मात्र, खंडामुळे किंमत ठरत नाही हे त्याचे म्हणणे मान्य केले जात नाही. आधुनिक अर्थशास्त्रज्ञांच्या मते खंड हा उत्पादनखर्चाचा एक भाग असल्यामुळे खंडाचा किमतीवर निश्चितपणे परिणाम होतो, म्हणजेच खंडाचा समावेश किमतीत होतो.

७) दुर्मिळतेमुळे खंडाचा उद्भव होतो : डेव्हिड रिकार्डोच्या मते, जमिनीच्या भिन्न भिन्न सुपीकतेमुळे खंड निर्माण होतो. टीकाकारांच्या मते, जमिनीच्या दुर्मीळतेतून खंड निर्माण होतो. खंड हा जमिनीच्या सुपीकतेवर अवलंबून असत नाही, तर तो जमिनीच्या दुर्मीळतेवर अवलंबून असतो. आधुनिक आर्थिक विश्लेषणात खंडाचा उद्‌भव जमिनीच्या या गुणामुळे होतो, असे मत मांडले जाते.

८) भूमीच्या व्यापक वापराकडे दुर्लक्ष : रिकार्डोच्या मते, जमिनीचा वापर फक्त शेतीसाठीच होतो, परंतु रिकार्डोचे हे म्हणणे योग्य आहे असे म्हणता येत नाही, कारण जमिनीचा वापर शेती व्यवसायाबरोबरच कारखानदारी, घरबांधणी यांसारख्या विविध व्यवसायांसाठी होतो.

थोडक्यात, रिकार्डोच्या खंडविषयक सिद्धान्तावर वरीलप्रमाणे टीका करण्यात आली असली तरी त्याच्या सिद्धान्ताचे महत्त्व कमी होत नाही. अर्थशास्त्रीय विचारात व विवेचनात अजूनही रिकार्डोचा खंडविषयक सिद्धान्त महत्त्वाचा मानला जातो. वाढत्या लोकसंख्येमुळे अन्नधान्याची गरज भागविण्यासाठी कमी सुपीक जमीन लागवडीखाली आणली जाते किंवा जाईल हे रिकार्डोचे मत आजही खरे ठरत आहे. शिवाय जमीनदारी पद्धती कायद्याने नष्ट करण्यात आली आहे, त्याच्या मुळाशी खंडसिद्धान्ताची विचारसरणी आहे. रिकार्डोच्या खंडविषयक सिद्धान्तामुळे नंतरच्या अर्थशास्त्रज्ञांच्या विचाराला तसेच उत्पादनघटकांच्या मूल्यनिश्चितीच्या आर्थिक सैद्धान्तिक विवेचनाला चालना मिळाली हे आपणास नाकारता येणार नाही.

२) खंडाचा आधुनिक सिद्धान्त (Modern Theory of Rent) :

आधुनिक खंडविषयक सिद्धान्त, प्रा. मार्शल, प्रा. एफ.ए.वॉकर, प्रा. बेनहॅम, मिसेस जोन रॉबिन्सन इ.

अर्थशास्त्रज्ञांनी रिकार्डोच्या खंडविषयक सिद्धान्तातील दोष, उणिवा टाळून अधिक वस्तुनिष्ठ, व्यापक आणि तर्कसंगत पद्धतीने मांडला. त्यामुळे हा सिद्धान्त जास्त शास्त्रीय आहे. आधुनिक अर्थशास्त्रज्ञांच्या मते, जमीन या उत्पादनघटकालाच खंड मिळतो असे नाही, तर उत्पादनाच्या सर्वच घटकांना खंडस्वरूपाचे उत्पन्न मिळते (भांडवल, श्रम, संयोजन या घटकांनासुद्धा खंड मिळतो.).

प्रा. वॉकर यांच्या मते, जमिनीत जशी गुणभिन्नता असते तशीच ती मजूर, संयोजक या उत्पादक घटकांतही असते. मजूर हे कमी-अधिक कार्यक्षम असतात. तसेच संयोजकसुद्धा कमी-अधिक चतुर, कौशल्यवान असतात. म्हणजेच त्यांच्यात गुण-भिन्नता असते. म्हणून गुण-भिन्नतेमुळे खंड फक्त जमिनीलाच मिळतो असे नाही, तर खंड हा श्रम, संयोजन या इतर उत्पादनघटकांनाही मिळतो.

प्रा. डॉ. मार्शल यांच्या मते, दुर्मीळतेमुळे उत्पादनघटकांना खंड मिळतो. उत्पादनघटकास मागणी जास्त असेल व त्यांचा पुरवठा कमी असेल, पुरवठा मानवी प्रयत्नाने सहजतेने वाढविता येत नसेल तर खंड उद्भवतो. मिसेस जोन रॉबिन्सन यांच्या मतेही उत्पादनाच्या कोणत्याही घटकाची, मागणीच्या मानाने असणारी दुर्मीळता हे खंड उद्‌भवण्याचे महत्त्वाचे कारण असते.

अशा प्रकारे रिकार्डोच्या खंडविषयक सिद्धान्तातील गुण-भिन्नता व दुर्मीळता या तत्त्वांचा आधार घेऊन डॉ. मार्शल, प्रा. वॉकर, रॉबिन्सन यांनी खंड हा इतर घटकांनाही मिळतो असे म्हटले आहे. खंड हा केवळ भूमी या घटकाचीच मक्तेदारी नसून उत्पादनाच्या इतर घटकांनाही खंड मिळतो, असे खंडविषयक आधुनिक सिद्धान्तात दिसून येते.

जमिनीला असलेली मागणी अप्रत्यक्ष किंवा अपरोक्ष व व्युत्पन्न मागणी असते. म्हणजे जमिनीतून निर्माण होणाऱ्या अन्नधान्याची मागणी वाढली म्हणजे जमिनीला असलेली मागणीसुद्धा वाढते व त्यामुळे खंडसुद्धा वाढतो. याउलट अन्नधान्याची मागणी कमी झाली, तर जमिनीची मागणी कमी होईल व खंडसुद्धा कमी होईल. समाजाच्या दृष्टीने जमिनीचा पुरवठा हा मर्यादित असतो, न बदलणारा असतो, मात्र व्यक्तिगत दृष्टीने आपली जमीन इतरांना विकून वा इतरांची जमीन विकत घेऊन जमिनीचा मागणी-पुरवठा कमी-जास्त करता येतो. मात्र, एकूण जमिनीचा पुरवठा हा स्थिर, न बदलणारा असतो. तो पूर्णपणे अलवचीक असतो. म्हणजेच जमिनीचा पुरवठा स्थिर राहिला व जमिनीची मागणी वाढली, तर खंडाची रक्कम वाढेल, याउलट जमिनीच्या मागणीत घट झाली तर खंड कमी होईल. अशा प्रकारे मागणी-पुरवठ्याच्या संदर्भात इतर उत्पादनघटकांचे मोबदले जसे ठरतात, त्याप्रमाणे खंडसुद्धा जमिनीच्या मागणी पुरवठ्याच्या संदर्भात ठरतो, असा विचार खंडविषयक आधुनिक सिद्धान्तात मांडला आहे. मात्र, जमिनीचा पुरवठा हा स्थिर असल्याने जमिनीला असलेली मागणी खंड ठरविण्याच्या दृष्टीने जास्त प्रभावी ठरते. थोडक्यात, खंडविषयक आधुनिक सिद्धान्तानुसार खंडाचा उद्भव होण्यासाठी उत्पादनघटकांचा पुरवठा अलवचीक असला पाहिजे आणि उत्पादनघटकांत कार्यक्षमतेच्या दृष्टीने भिन्नता असली पाहिजे.

मिसेस जोन रॉबिन्सन यांनी आपल्या **'दी इकॉनॉमिक्स ऑफ इम्परफेक्ट कॉंपिटिशन'** या पुस्तकात खंडविषयक आधुनिक सिद्धान्ताची मांडणी बदली उत्पन्नाच्या संदर्भात केली आहे.

मिसेस जोन रॉबिन्सन यांच्या मते, एखादा उत्पादनघटक विशिष्ट उद्योगधंद्यात राहावा म्हणून त्याला जी कमीतकमी किंमत देणे आवश्यक असते, त्या किमतीला बदली उत्पन्न किंवा बदली किंमत असे म्हणतात. बदली उत्पन्न या संकल्पनेच्या आधारे एखाद्या उत्पादनघटकाला मिळणाऱ्या खंडाचे मोजमाप करता येते. खंडविषयक आधुनिक सिद्धान्ताप्रमाणे प्रत्यक्ष मिळणारा मोबदला आणि बदली किंमत यांतील फरकाइतका खंड उत्पादनघटकाला मिळतो, म्हणजेच प्रत्यक्ष मिळणाऱ्या मोबदल्यातून व उत्पन्नातून बदली उत्पन्न वजा केले असता राहिलेल्या रकमेइतका खंड त्या उत्पादनघटकास मिळेल. थोडक्यात, कोणत्याही विशिष्टोपयोगी

व अलवचीक पुरवठा असलेल्या घटकास बदली उत्पन्नापेक्षा मिळणारे आधिक्य म्हणजे खंड होय. उदा. एका कामगारास ५००० रु. पगार मिळत आहे, जर त्याने दुसऱ्या कंपनीत कमा करावयाचे ठरविले, तर त्यास ४००० रु. पगार मिळणार असेल, तर वास्तविक उत्पन्न हे बदली उत्पन्नापेक्षा १००० रु. नी जास्त आहे. अशा स्थितीत खंड हा एक हजार रुपये होईल.

खंड = प्रत्यक्ष उत्पन्न - बदली उत्पन्न
= ५००० रु. - ४००० रु.
= १००० रु. इतका आर्थिक खंड राहील.

जर सदर कामगाराला इतका कामातसुद्धा दरमहा रु. ५००० इतका मोबदला मिळणार असेल तर तेथे खंड मिळणार नाही. तसेच कामगाराने नोकरी सोडल्यानंतर त्याला दुसरी नोकरी मिळणार नसेल किंवा त्याला दुसरा व्यवसाय करणे शक्य नसेल, तर त्याला मिळणारे चालू उत्पन्न रु. ५००० ही सर्व रक्कम खंड असेल. रिकार्डोच्या मते, जादा उत्पन्न किंवा खंड म्हणजे बदली उत्पन्नापेक्षा जादा असलेले उत्पन्न होय.

खंडविषयक आधुनिक सिद्धान्तानुसार खंडाचा उद्भव कसा होतो ते आकृतीच्या साहाय्याने अधिक स्पष्ट होईल.

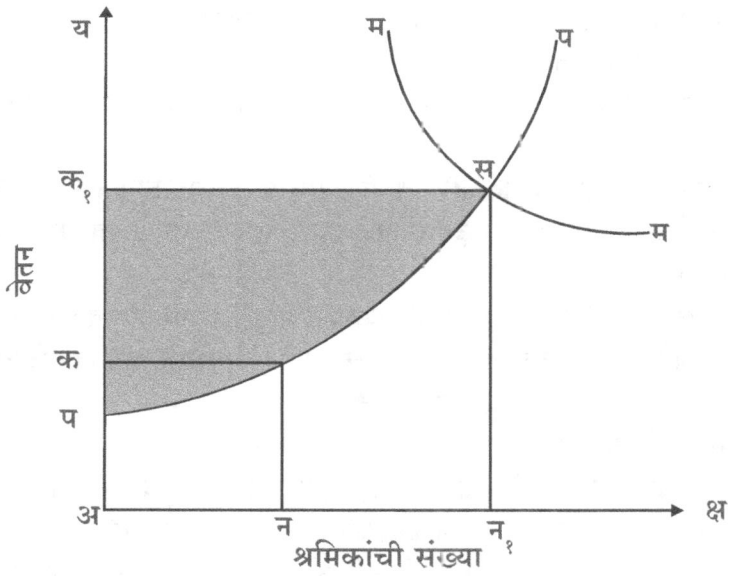

आकृती ६.४ : आधुनिक सिद्धान्तानुसार खंडाचा उद्भव

आकृती ६.४ मध्ये **'अक्ष'** अक्षावर श्रमिकांची संख्या आणि **'अय'** अक्षावर वेतन दर्शविले आहे. **'पप'** हा पुरवठावक्र आहे. तर **'मम'** हा मागणीवक्र आहे. **'अप'** इतके वेतन असताना श्रमिकांचा पुरवठा शून्य असतो. वेतनदरात वाढ झाली असता आपोआप श्रमिकांची संख्या वाढते, पुरवठा वाढतो. **'अक'** इतका वेतनदर असताना **'अन'** इतका श्रमिकांचा पुरवठा होतो. उत्पादनासाठी अधिक श्रमिकांचा पुरवठा व्हावा, अशी उत्पादकांची अपेक्षा असेल, तर वेतनाच्या दरात वाढ करावी लागेल. वेतनाचे दर **'अक'** पर्यंत वाढले असता श्रमिकांचा पुरवठा **'अन१'** इतका होतो. अशा प्रकारे श्रमिकांना असणारी मागणी व त्यांचा पुरवठा यांच्यात **'स'** या ठिकाणी संतुलन होते. अशा स्थितीत सुरुवातीला कमी वेतन असतानाही काही श्रमिक काम करावयास तयार होतात. म्हणूनच

त्यांच्या बाबतीत वाढलेले वेतन हे खंडासारखे असते. वेतनाचे दर जरी **'अक$_{१}$'** वरून **'अक'** पर्यंत कमी करण्यात आले तरी, **'अन'** इतके श्रमिक काम करण्याचे पसंत करतात. **'अक'** पेक्षा कमी वेतन दिले, तर श्रमिक काम न करणेच अधिक पसंत करतील. अशा प्रकारे श्रमिकांना व्यवसायात त्यांनी काम करण्यासाठी टिकून राहावे म्हणून जो किमान मोबदला द्यावा लागतो, त्यालाच बदली उत्पन्न असे म्हणतात. प्रत्यक्षात मिळणारे उत्पन्न हे बदली उत्पन्नापेक्षा अधिक कमी असू शकत नाही. मात्र, काही वेळा प्रत्यक्षात उत्पन्न व बदली उत्पन्न हे समान असू शकते.

थोडक्यात, खंडविषयक आधुनिक सिद्धान्तानुसार पुढील निष्कर्ष काढता येतात.

१. खंडविषयक आधुनिक सिद्धान्तानुसार खंड हा भूमीप्रमाणे इतर उत्पादनघटकांनाही मिळतो.

२. कोणत्याही विशिष्टोपयोगी व अलवचीक पुरवठा असलेल्या घटकास बदली उत्पन्नापेक्षा मिळणारे आधिक्य म्हणजे खंड होय.

३. एखाद्या उत्पादनघटकाचा एखाद्या उद्योगधंद्यातील खंड हा त्या घटकाचे वस्तुस्थितीतील उत्पन्न आणि बदली उत्पन्न यांतील फरकाइतका असतो.

४. खंडाचा उद्‌भव होण्यासाठी उत्पादनघटकाचा पुरवठा अलवचीक असला पाहिजे.

५. जमिनीच्या संदर्भात विचार करता व समाजाच्या दृष्टिकोनातून विचार केल्यास जमिनीचा पुरवठा हा स्थिर वा न बदलणारा असतो. जमिनीचा पुरवठा हा तिच्या मागणीच्या मानाने कमी असतो, त्यामुळे जमिनीच्या बाबतीत नेहमीच खंडाचा उद्‌भव होतो.

थोडक्यात, रिकार्डोच्या खंडविषयक सिद्धान्तापेक्षा आधुनिक सिद्धान्त हा जास्त व्यापक, वस्तुनिष्ठ आणि तर्कसंगत आहे.

क) आभास खंड (Quasi Rent) : भूमीशिवाय संयंत्र, यंत्रसामुगी, इमारत इत्यादींचा पुरवठा अल्पकाळात वाढविता येत नाही. या घटकांना दुर्मीळतेमुळे जे अधिक स्वरूपाचे उत्पन्न मिळते त्याला आभास खंड मिळतो असे मार्शलने स्पष्ट केले.

प्रा. डॉ. मार्शल यांनी 'आभासी खंडा'ची संकल्पना मांडली. आभासी खंडालाच 'खंडसदृश उत्पन्न' किंवा 'तात्पुरता खंड' असेही म्हटले जाते. डॉ. मार्शल यांच्या मते, **'आभासी खंड म्हणजे असे उत्पन्न की, जे खंडासारखे वाटते पण आर्थिक खंड अशा स्वरूपाचे नसते.'**

जमिनीचा पुरवठा तिच्या मागणीच्या मानाने अलवचीक असला की खंडाचा उद्‌भव होतो. जमिनीचा पुरवठा वाढविता येत नसल्यामुळे, म्हणजेच तिच्या दुर्मीळतेमुळे खंडाचा उद्‌भव होतो. उत्पादनाची बरीच साधने अशी असतात, की त्यांचा पुरवठा मागणीच्या मानाने त्वरित, अल्प काळात वाढविता येत नाही. म्हणजे अशा साधनांच्या बाबतीत काही काळापुरती अशी स्थिती आढळते की, त्या साधनांच्या मागणीच्या मानाने त्यांचा पुरवठा हा अलवचीक राहतो. जेवढ्या काळापुरता त्यांचा पुरवठा हा अलवचीक राहात असेल, म्हणजे त्याचा पुरवठा वाढविता येत नसेल, तेवढ्या काळापुरते त्या उत्पादनाच्या साधनांना त्यांच्या वाजवी उत्पन्नापेक्षा जादा उत्पन्न मिळते. हे जादा उत्पन्न वाढाव्याच्या स्वरूपाचे असते. त्यालाच 'आभासी खंड खंडसदृश उत्पन्न तात्पुरता खंड' असे म्हणतात. याला तात्पुरता खंड म्हणण्याचे कारण असे की, काही काळानंतर उत्पादनसाधनांचा पुरवठा वाढला की, त्यांच्या मागणी-पुरवठ्याचा मेळ बसून त्यांना पूर्वी जे त्यांच्या वाजवी उत्पन्नापेक्षा जादा उत्पन्न मिळत होते ते मिळेनासे होते. म्हणजे हे जादा उत्पन्न तात्पुरता खंड हा मागणी-पुरवठ्याचा मेळ बसेपर्यंतच्या मधल्या काळात म्हणजे तात्पुरत्या काळात मिळतो. म्हणून त्याला तात्पुरता खंड असे म्हटले जाते.

तात्पुरत्या काळात मागणी व पुरवठा यांचा मेळ घालता न आल्यामुळे जे जादा उत्पन्न किंवा वाढावा मिळतो, त्याला तात्पुरता खंड असे म्हणतात. केवळ अल्पकाळातच आभासी खंडाची निर्मिती होते. दीर्घकाळात

आभासी खंडाची शक्यता नसते. विशिष्ट अशा स्थितीत खंड मिळतो, अशा प्रकारचा भास निर्माण होतो, म्हणूनच डॉ. मार्शलने त्यास 'आभासी खंड' असे म्हटले आहे. मानवनिर्मित दुर्मीळ घटकांचा पुरवठा हा अल्पकाळात स्थिर असतो. त्यावेळी त्या घटकांना जे उत्पन्न मिळते, त्याला आभासी खंड म्हणतात. अल्पकाळात जमिनीव्यतिरिक्त अन्य उत्पादनघटकांचा पुरवठा पूर्ण अलवचीक असतो, तेव्हा खंडसदृश उत्पन्न मिळू शकते. खंडसदृश उत्पन्न हे केवळ अल्पकाळातच उद्‌भवते.

आभास खंडाची संकल्पना भूमीव्यतिरिक्त अन्य सर्व साधनांना लागू असली तरी मार्शल यांच्या मते, मनुष्याने निर्माण केलेल्या व उत्पादनाच्या प्रक्रियेमध्ये उपयोगी पडणाऱ्या यंत्र व इतर भांडवली वस्तूंच्या बाबतीत ती विशेष करून खरी ठरते.

६.४ वेतन (Wages)

श्रमिक आपले शारीरिक व बौद्धिक श्रम विकतो. त्याबद्दल त्याला जो मोबदला मिळतो त्यास वेतन अथवा मजुरी असे म्हणतात.

श्रम हा उत्पादनाचा एक महत्त्वाचा घटक आहे. श्रम या उत्पादनघटकाने म्हणजेच श्रमिकाने उत्पादनकार्यात भाग घेतल्याबद्दल त्याला जो मोबदला दिला जातो, त्यास वेतन असे म्हणतात. **डॉ. मार्शल यांच्या मते,** आनंद मिळविण्याव्यतिरिक्त कोणतातरी आर्थिक मोबदला मिळविण्याच्या हेतूने केलेले कोणतेही शारीरिक अथवा बौद्धिक प्रयत्न म्हणजे श्रम होय. यावरून असे म्हणता येते की, शेतमजूर, हमाल, कारखान्यामध्ये काम करणारे कामगार यांच्याबरोबरच शिक्षक, वकील, डॉक्टर, व्यवस्थापक इ.च्या सेवांचाही समावेश श्रमात करावा लागतो, परंतु मित्र, समाजसेवक यांनी कोणताही आर्थिक मोबदला अपेक्षिलेला नसल्यामुळे त्यांच्या मदतीला किंवा सहकार्यास श्रम म्हणता येत नाही.

वेतन अथवा मजुरीचा (Wages) अर्थ :

बेनहॅम यांच्या मते, 'श्रमिकाने केलेल्या कार्याबद्दल किंवा दिलेल्या सेवेबद्दल मालकाने करारानुसार दिलेला एकूण पैसारूपी मोबदला म्हणजे वेतन होय.'

'वेतन म्हणजे श्रमिकाला त्याच्या शारीरिक किंवा मानसिक कार्याबद्दल किंवा वेळेनुसार आणि कामानुसार मिळणारा मोबदला होय.'

'श्रमिकाला त्याच्या श्रमाबद्दल जो मोबदला दिला जातो त्याला वेतन अथवा मजुरी म्हणतात.'

श्रमाचा पुरवठा (Supply of Wages) :

श्रमाचा पुरवठा अन्य कोणत्याही उत्पादनघटकाप्रमाणे मजुरीवर अवलंबून असतो. मजुरीचे दर वेगवेगळे असतात. दिलेल्या मजुरीच्या दरास किती तासांसाठी, किती दिवसांसाठी विशिष्ट प्रकारचे श्रम उपलब्ध आहेत, यालाच श्रमाचा पुरवठा म्हणतात. श्रम हा उत्पादनप्रक्रियेत महत्त्वाचा घटक आहे. भांडवलाबरोबर श्रमाचा किती वापर वस्तुउत्पादनात केला जाणार आहे, त्यावर श्रमाचा पुरवठा अवलंबून असतो. उत्पादनवाढीबरोबर श्रमाचा पुरवठा अवलंबून असतो. उत्पादनवाढीबरोबर श्रमाचा पुरवठा वाढतो. तो केवळ लोकसंख्येवर अवलंबून नसतो, तर प्रत्यक्ष कामात सहभागी होणाऱ्या श्रमिकाच्या दरावर आणि कामगारांकडून अपेक्षित असलेल्या कामाच्या तासांवर अवलंबून असतो. विविधतेच्या या आधारेच श्रमाचा पुरवठा निश्चित होतो.

वेतनाचा दर व श्रमिकांचा पुरवठा यांत प्रत्यक्ष संबंध आढळतो. वेतनाच्या दरात वाढ झाली, तर श्रमिकांचा पुरवठा जास्त राहील व वेतनदरात घट झाली, तर श्रमिकांचा पुरवठा कमी राहील.

श्रमाला आपण श्रमिकापासून वेगळे करू शकत नाही. श्रमिक आपल्या सेवेची विक्री करीत असतो.

श्रमिकांचा पुरवठा म्हणजे वेगवेगळ्या वेतनदराला विशिष्ट प्रकारचे काम करू इच्छिणाऱ्या कामगारांची एकूण संख्या होय किंवा विशिष्ट वेतनदरास किती तास अथवा आठवड्यातील किती दिवस श्रमिक काम करू इच्छितात ते श्रमतास अथवा श्रमदिवस म्हणजे श्रमाचा पुरवठा होय.

१) श्रमाचा मागे वळणारा/झुकणारा पुरवठावक्र (Backward Sloping Supply Curve)

श्रमाचा पुरवठा अन्य घटकांप्रमाणे त्याला मिळणाऱ्या मजुरीवर अवलंबून असतो. मजुरी जास्त असेल तर श्रमपुरवठा वाढतो आणि कमी मजुरी असेल, तर तो कमी असतो. श्रमाचा पुरवठा हा श्रमिक करतात. मात्र, श्रम हा सजीव घटक आहे. कामगाराला स्वतःचे मन आणि इच्छा असते, त्याचा पुरवठ्यावर परिणाम होतो.

श्रमिकांचा पुरवठा दोन प्रकारच्या घटकांवर अवलंबून असतो.

अ) आर्थिकेतर घटक : आर्थिकेतर घटकांत श्रमिकांची घरची आर्थिक परिस्थिती, तसेच रूढी, परंपरा, सांस्कृतिक व सामाजिक परिस्थिती, श्रमिकांचा अभाव इ. घटकांचा समावेश होतो व त्यांचा श्रमिकांच्या पुरवठ्यावर परिणाम घडून येतो. श्रमिकांचा पुरवठा लोकसंख्या, लोकसंख्येचे वयानुसार विभाजन, श्रमाची गतिशिलता, श्रमिकांची काम करण्याची इच्छा, श्रमिकांची कार्यक्षमता इ. घटकांवर अवलंबून असतो.

ब) आर्थिक घटक : वेतनाचा दर जास्त असेल, तर श्रमिकांचा पुरवठा वाढतो. याचाच अर्थ श्रमाचा पुरवठावक्र डावीकडून उजवीकडे चढत जाणारा असतो. आज श्रमिकांची आरामविषयक दृष्टी बदलली आहे. श्रमिकाच्या प्रवृत्तीवर पुरवठावक्राच्या मर्यादा येतात, त्यामुळे श्रमपुरवठावक्र विशिष्ट मर्यादेपर्यंत डावीकडून उजवीकडे चढत जातो व त्यानंतर तो पुन्हा डावीकडे वळतो. या पुरवठावक्रास श्रमाचा डावीकडे वळणारा पुरवठावक्र म्हटले जाते.

पुढील आकृतीत ६.५ मध्ये मागे वळणारा पुरवठावक्र दर्शवितो.

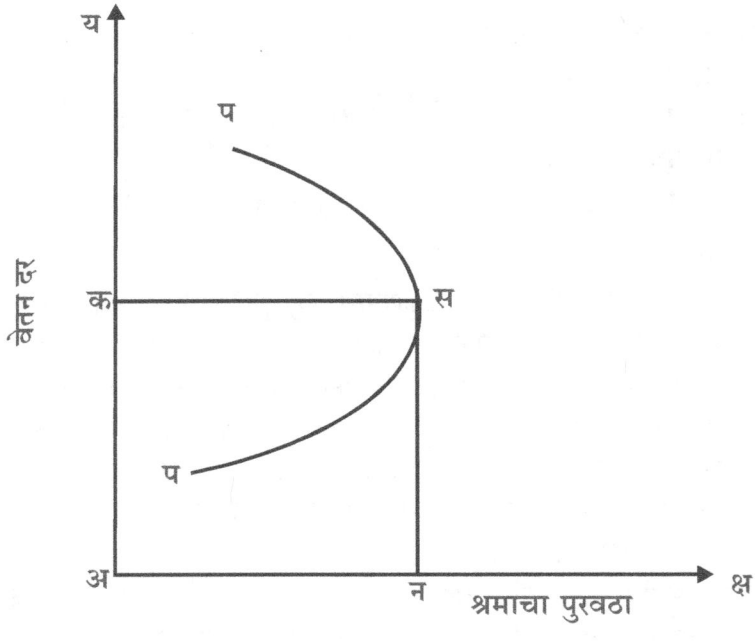

आकृती ६.५

आकृती ६.५ मध्ये **'अक्ष'** अक्षावर श्रमाचा पुरवठा व **'अय'** अक्षावर वेतनदर दर्शविला आहे. **'पप'** हा मागे वळणरा पुरवठावक्र काढला आहे. वेतनदर **'अक'** पेक्षा जास्त वाढल्यास श्रमिकांचा पुरवठा संपूर्ण लवचीक असतो. व्यक्तिगत उद्योगसंस्था श्रमिकांच्या वेतनावर प्रभाव पाडू शकत नाही. श्रमाचा पुरवठावक्र प्रथम डावीकडून उजवीकडे वर चढत जाणारा असतो व एका विशिष्ट मर्यादेपर्यंत तो डावीकडे मागे वळतो. म्हणजेच **'अय'** अक्षाकडे झुकू लागतो. यालाच श्रमाचा पाठीमागे झुकणारा पुरवठावक्र (Backward Sloping Supply Curve) असे म्हणतात.

श्रमाचा पुरवठावक्र मागे वळण्यास प्रामुख्याने पुढील घटक कारणीभूत ठरतात.

१) वाढणाऱ्या वयोमानानुसार वाढते उत्पन्न समाधानकारक, त्यानुळे कामाऐवजी विश्रांतीकडे कल असतो.

२) कुटुंबात मिळवते सदस्य वाढल्यास कामाऐवजी विश्रांतीचे तास वाढतात.

३) कुटुंबातील उत्पन्नपातळीत होणारा बदल : सुरुवातीच्या काळात उत्पन्न कमी असते, तर कामाचे तास जास्त, नंतर उत्पन्नपातळीत वाढ तर कामाचे तास कमी होतात.

४) कामाच्या ठिकाणच्या सुविधा महत्त्वाच्या असतात.

५) श्रमिकांची मानसिकता

६) कामगार संघटनांच्या साहाय्याने कमी काम आणि जास्त मोबदल्याची अपेक्षा असते.

२) सामूहिक सौदाशक्ती आणि कामगार संघटना (Collective Bargaining & Trade Union)

औद्योगिक क्रांतीनंतर मोठ्या प्रमाणावरील उत्पादनास सुरुवात झाली. मोठ्या कारखान्याद्वारे उत्पादन सुरू झाले. यातून पुढे मालक व मजूर असा प्रश्न निर्माण झाला. कामगारांची होणारी पिळवणूक, कमी वेतन देणे, अधिक काम करून घेणे, कामावरून काढून टाकणे यामुळे मालक आणि श्रमिक यांच्यातील संघर्षात श्रमिक कमी पडत होते. त्यावर उपाय म्हणून श्रमिकांनी कामगारसंघटना बांधायला सुरुवात केली. आज प्रत्येक देशात कामगार संघटना दिसून येतात.

कामगार संघटनांमुळे मजुरीच्या दरामध्ये वाढ होऊ शकते. **सामूहिक सौदा म्हणजे कामगारांनी एकत्र येऊन आपली संघटना स्थापन करून त्याद्वारे उत्पादकांशी केलेल्या वाटाघाटी होय.**

व्याख्या : ''मालक आणि कामगार यांच्यात वेतन, कामाचे तास, सुट्ट्या, बोनस, कामाच्या ठिकाणी एकमेकांशी असलेले संबंध याबाबत आपले मतभेद आपापसात समजुतीने व सहकार्याने मिटविण्याचे साधन म्हणजे सामुदायिक सौदा होय.''

श्रमिकांच्या वतीने कामगार संघटना वेतन, बोनस, कामाचे तास, कामावरून कमी करणे इ. बाबतींत सौदा करतात. हा सौदा कामगारांद्वारे एकत्रितपणे केला जात असल्यामुळे त्यास सामूहिक सौदा असे म्हणतात.

कारखान्याचे प्रतिनिधी आणि कामगार संघटनांचे प्रतिनिधी यांच्यात वाटाघाटी होतात.

कापड उद्योग, अभियांत्रिकी उद्योग, बँक व्यवसाय, रेल्वे इत्यादी उद्योगांतील कामगारांनी आपल्या संघटना स्थापन केल्या आहेत. त्यामुळे उद्योगातील, व्यवसायातील वेतन वाढवून घेण्यात संघटना यशस्वी झाल्या आहेत. करार ज्या पद्धतीने केला जातो, त्या पद्धतीला सामूहिक सौदा असे म्हणतात.

सामूहिक सौद्याची गरज :

भांडवलशाही देशात कामगारसंघटनांना फार महत्त्व आले असून सामूहिक सौदा ही एक गरज बनली आहे. सामूहिक सौद्याच्या फायद्यावरून त्याची गरज लक्षात येते.

१) सामूहिक सौद्यामुळे श्रमिकांची आपापसातील स्पर्धा नष्ट होऊन त्यांची सौदाशक्ती वाढते, त्यामुळे

श्रमिकांची पिळवणूक कारखानदार करू शकत नाही.

२) मृत्यू, अपंगत्व, बेकारी अशा प्रसंगी सामूहिक सौदा श्रमिकांना आर्थिक मदत करतो. त्यामुळे श्रमिकांच्या हाल-अपेष्टा कमी होतात. आर्थिक सौद्यामुळे त्यांचे वेतनासंबंधी सौदा करण्याचे सामर्थ्य वाढते.

३) सामूहिक सौद्यामुळे श्रमिकांचा पुरवठा, कारखान्यातील शिस्त व इतर त्रास कमी करणे तसेच यंत्रसामग्रीची व्यवस्था चांगली ठेवणे इत्यादींबाबत कारखान्याला साहाय्य होते, त्यामुळे कारखान्यातील उत्पादन वाढू शकते आणि श्रमिकांना अधिक वेतन द्यायला कारखाना तयार होतो.

४) जबाबदारीची जाणीव, व्यसनापासून संरक्षण, नैतिक दर्जा उंचावणे इ. बाबतीत सामूहिक सौदा कामगारांना मार्गदर्शन व मदत करू शकतो. त्यामुळे कुटुंबाचे जीवन सुखी होते.

५) कामगारसंघटना अनुकूल कायदे पास करवून घेतात, त्यामुळे श्रमिकांचे हित सामूहिक सौदा साधू शकतात.

कामगारसंघटना सामूहिक सौदा करत असल्याने कामगारांची सौदाशक्ती वाढते. तसेच त्यांची पिळवणूक थांबते. कामगारसंघटनेच्या वतीने मालक वर्गाशी जो सौदा होतो त्यामागे सर्व कामगार एकजुटीने उभे राहतात. सामूहिक सौद्यामुळे कामगारांची अडवणूक होत नाही.

कामगारसंघटनांनी वाटाघाटी करताना ताठर भूमिक स्वीकारू नये. मालकवर्गाने सुद्धा कामगारांच्या मागण्यांकडे सहानुभूतीने पाहणे गरजेचे आहे. एकमेकांचे विचार समजूतदारपणे अडचणी समजावून घेऊन सौदा केल्यास यशस्वी होतो.

कामगारसंघटना पुढील मार्ग वापरून वेतनदरात वाढ घडवून आणू शकतात :

१) कामगारसंघटना कामगारांची सीमान्त उत्पादकता अनेक मार्गांनी वाढवू शकतात. उदा. अत्याधुनिक उपकरणे, शिक्षण, प्रशिक्षण, प्रामाणिकपणा इत्यादीद्वारे सीमान्त उत्पादकता वाढविता येणे शक्य आहे.

२) कामगारांना त्यांच्या सीमान्त उत्पादनक्षमतेइतके वेतन देणे आवश्यक आहे. संपूर्ण स्पर्धेत कामगारांचे शोषण होते, कारण त्यांची सौदाशक्ती कमी असते.

कामगारसंघटनेमुळे सौदाशक्ती वाढते, त्यामुळे कामगारांचे शोषण थांबते.

३) उद्योगसंस्थांनी कामगारांची मागणी वाढवावी यासाठी कामगारसंघटना प्रयत्न करतात. कामगारांची मागणी वस्तूच्या मागणीवर अवलंबून असते, त्यामुळे कामगारसंघटना वस्तूंची मागणी जास्त ठेवण्याचा प्रयत्न करतात. कामगारांच्या कार्यक्षमतेत वाढ करण्याचा प्रयत्न केला जातो, त्यामुळे उत्पादनखर्चात घट होण्याला मदत होते व वस्तूच्या किमती कमी होऊन वस्तूची मागणी वाढते.

४) कायदे करताना कामगारसंघटना राजकीय दबाब वापरून वेतनात वाढ घडवून आणू शकतात.

थोडक्यात, वेतन, सीमान्त उत्पादकतेच्या पातळीपर्यंत कमी असेल तर कामगारसंघटनांमुळे ती पातळी सीमान्त उत्पादकतेपर्यंत आणू शकतात. तसेच कामगारांची सीमान्त उत्पादकता वाढवून वेतनात सर्वसामान्य वाढ करणे कामगारसंघटनेला शक्य होते.

६.५ व्याज (Interest) :

उत्पादनामध्ये भांडवल हा महत्त्वाचा घटक मानला जातो. भांडवल या घटकाच्या वापराबद्दल मोबदला म्हणून व्याज दिले जाते. **सेलिग्मन** यांच्या मते, भांडवलाच्या निधीमधून मिळणारे उत्पन्न म्हणजे व्याज होय.

कार्व्हर यांच्या मते, भांडवलाच्या मालकाला मिळणारे उत्पन्न म्हणजे व्याज होय. विकसेल यांच्या मते, भांडवलाच्या उत्पादकतेसाठी भांडवलाच्या मालकाच्या संयमाचे पारितोषिक म्हणून ऋणको जो मोबदला देतो

त्यालाच व्याज म्हटले जाते.

वरील व्याख्यांवरून असे दिसून येते की, भांडवल वापरासाठी जेव्हा ते उसनवार घेतले जाते तेव्हा भांडवलाच्या मालकाला त्याची किंमत दिली जाते त्याला व्याज म्हटले जाते.

व्याजाचे प्रकार : व्याजाचे दोन प्रकार आहेत. एक म्हणजे मिश्र व्याज आणि दुसरा म्हणजे शुद्ध व्याज होय.

भांडवल म्हणून कर्जाऊ रक्कम घेणाऱ्या व्यक्तीकडून धनकोला जी रक्कम दिली जाते त्या रकमेस मिश्र व्याज किंवा स्थूल व्याज असे म्हटले जाते.

निव्वळ व्याज म्हणजे फक्त कर्जाऊ रकमेचा मोबदला होय. यात इतर कोणत्याही कारणास्तव मोबदला आकारला जात नाही.

स्थूल व्याजामध्ये निव्वळ व्याज समाविष्ट असते व इतरही काही मोबदले असतात.

मिश्र व्याजात खालील घटकांचा समावेश होतो.

अ) धोका पत्करण्याचा मोबदला - भांडवल कर्जाऊ देताना धनको धोका पत्करतो. हा धोका पत्करल्याबद्दल धनको मोबदला आकारतो. उदा. दुष्काळ अथवा अतिपर्जन्यमानामुळे पिके बुडतात अथवा व्यवसाय-संस्थेला तोटा झाल्यास कर्जफेड वेळेत न करण्याची भीती असते. असा धोका धनको पत्करतो, त्यामुळे धनको शुद्ध व्याज घेतोच याशिवाय धोका पत्करल्याबद्दल मोबदला घेतो. स्थूल अथवा मिश्र व्याजात असा मोबदला समाविष्ट असतो.

ब) व्यवस्थापनाचा मोबदला : मिश्र व्याजात याचाही समावेश होतो. धनकोला कर्जाबाबत नोंदी ठेवाव्या लागतात. उदा. खातेवही, व्याज आकारणी, कर्जाच्या हप्त्याची नोंद, स्मरणपत्रे पाठविणे इ. प्रसंगी कोर्टात जावे लागते. त्यासाठी धनकोला कारकून, हिशोबनीस इत्यादींच्या नेमणुका कराव्या लागतात. त्यांचे पगार तसेच धनकोला वीजबिल, इमारतभाडे इत्यादी सर्व खर्च करावा लागतो. त्याचा समावेश मिश्र अथवा स्थूल व्याजात केला जातो.

क) गैरसोयीबद्दल मोबदला : धनको जेव्हा ऋणकोला कर्ज देतो तेव्हा त्याला गैरसोय सहन करावी लागते. त्या काळासाठी त्याला पैशाचा उपभोग घेता येत नाही. किंवा अधिक फायदेशीर गुंतवणुकीसाठी तो पैसा उपयोगात आणू शकत नाही या गैरसोयीबद्दल तो काही आकार घेत असतो.

यावरून असे दिसून येते की, व्याजाची एकूण रक्कम ही निव्वळ व्याज नसते. एकूण रकमेला स्थूल किंवा मिश्र व्याज म्हणतात. त्यामध्ये निव्वळ व्याजाशिवाय इतर मोबदले समाविष्ट असतात.

व्याजदर कसा ठरतो : येथे निव्वळ व्याज ही संकल्पना महत्त्वाची आहे. व्याजदराबाबत अनेक अर्थशास्त्रज्ञांनी अनेक विचार मांडले आहेत. अनेक विचारांपैकी काही विचारांचा येथे आपण अभ्यास करणार आहोत.

६.५.१. व्याजाचे सिद्धान्त (Theories of Interest)

१) व्याजाचा कर्जाऊ रकमेचा सिद्धान्त (Loanable Funds Theroy of Interest)

हा सिद्धान्त प्रथम स्वीडिश अर्थशास्त्रज्ञ विकसेल यांनी मांडला. ओहलिन, लिंडॉल, मिरडाल या स्वीडिश अर्थशास्त्रज्ञांनी आणि रॉबर्टसन या इंग्लिश अर्थशास्त्रज्ञाने या सिद्धान्ताचा अधिक विकास केला.

व्याजाचा कर्जाऊ रकमेच्या सिद्धान्तात व्याजाचा दर हा कर्जाऊ रकमेसाठी असणारी मागणी आणि कर्जाऊ रकमेचा पुरवठा या दोन घटकांवरून ठरतो. ज्या ठिकाणी कर्जाऊ रकमेला असलेली मागणी आणि कर्जाऊ रकमेचा पुरवठा समान होतात, त्या ठिकाणी व्याजाचा दर ठरतो.

सनातनवादी अर्थशास्त्रज्ञांनी मांडलेली सुधारित आवृत्ती म्हणजे व्याजाचा कर्जाऊ रकमेचा सिद्धान्त होय. **कर्जाऊ रकमेस असणारी मागणी पुढील घटकांवर अवलंबून असते.**

१) गुंतवणूक : उद्योगव्यवसायात गुंतवणूक करण्यासाठी कर्जाऊ रकमेची मागणी केली जाते. अशी गुंतवणूक यंत्रांची खरेदी करणे, कच्चा माल खरेदी करणे अथवा इतर कारणांसाठी करण्यात येते. अशी गुंतवणूक जेवढी जास्त तेवढी मागणी जास्त असते. यालाच गुंतवणुकीसाठी कर्जाऊ रकमेची मागणी म्हणतात.

२) उपभोग : उपभोग्य वस्तूंच्या खरेदीसाठी बरेचदा कर्जाऊ रकमेची मागणी केली जाते. घरबांधणी, रंगीत दूरदर्शन, लग्न इत्यादी कारणांसाठी कर्जाऊ रकमेची (टिकाऊ वस्तूंच्या खरेदीसाठी) मागणी केली जाते. उपभोग जेवढा जास्त तेवढी कर्जाऊ रकमेची मागणी जास्त उलट उपभोग कमी असल्यास कर्जाऊ रकमेची मागणी कमी असते.

३) संचय : पैसा संग्रही ठेवण्यासाठी कर्जाऊ निधीची मागणी केली जाते. बऱ्याचदा लोकांना गरजेपेक्षा जास्त पैसे स्वतःकडे रोख ठेवावेसे वाटतात. अशी संचयी वृत्ती असेल तर कर्जाऊ रकमेची मागणी जास्त असते. थोडक्यात, पैशाची साठवणूक करण्यासाठी कर्जाऊ रकमेला मागणी येते. अशा रीतीने गुंतवणूक, उपभोग आणि संचय या तीन कारणांनी कर्जाऊ रकमेसाठी मागणी असते.

कर्जाऊ रकमेचा पुरवठा पुढील घटकांवर अवलंबून असतो.

१) बचत – उपभोग्य वस्तू आणि इतर प्रकारचा खर्च वजा जाता शिल्लक राहिलेली रक्कम म्हणजे बचत होय. समाजाची बचत किती आहे त्यावरून कर्जाऊ रकमेचा पुरवठा ठरतो. व्याजाचा दर जास्त असतो त्यावेळी बचत जास्त होते तर व्याजाचा दर कमी असेल तर बचत कमी होते. समाजात श्रीमंतांचे प्रमाण जास्त असेल, बँकांसारख्या वित्तसंस्था जास्त असतील तर एकूण बचत जास्त राहते आणि त्यातून पुरवठा वाढतो; मात्र बचत कमी असेल तर कर्जाऊ रकमांचा पुरवठा कमी होतो.

२) पतपैसा – बँका ठेव म्हणून ठेवण्यात येणाऱ्या रकमेचा वापर पतपैसा निर्माण करण्यासाठी करतात. त्या दृष्टीने व्याजदराचा आणि बँकांच्या पतपुरवठ्याचा महत्त्वाचा संबंध असतो. व्यापारी आणि उद्योगसंस्थांचे कर्जाचे प्रमाण जास्त असेल तर पतपैसा अधिक निर्माण होतो; याउलट बँका कमी कर्जे देत असतील तर पतपैसा कमी प्रमाणात निर्माण होतो आणि कर्जाऊ रकमांचा पतपुरवठा कमी राहतो.

३) साठवून ठेवलेला पैसा – समाजात अनेक लोक पैसा साठवून ठेवतात. ज्यावेळी साठवून ठेवलेला पैसा बाहेर काढला जातो तेव्हा व्यवहारात पैसा येतो आणि त्यावेळी पैशाचा पुरवठा वाढतो. साठवून ठेवलेला पैसा म्हणजे संचय होय. व्याजदर जास्त असेल तर साठवून ठेवलेल्या पैशाचा पुरवठा वाढतो तर व्याजदर कमी झाल्यास पैशाचा पुरवठा कमी होतो.

नवसनातनवाद्यांच्या मते कर्जाऊ रकमेचा एकूण पुरवठा म्हणजे वरील तीन मार्गांनी होणाऱ्या कर्जाऊ रकमेच्या पुरवठ्याची बेरीज होय.

कर्जाऊ रकमेची मागणी आणि कर्जाऊ रकमेचा पुरवठा यांवरून व्याजदर ठरतो. कर्जाऊ रकमेची मागणी आणि कर्जाऊ रकमेचा पुरवठा यांचा समतोल ज्या ठिकाणी साधला जातो त्या ठिकाणी व्याजाचा दर निश्चित होतो. यासंबंधी अधिक माहिती पुढील आकृतीत दिली आहे.

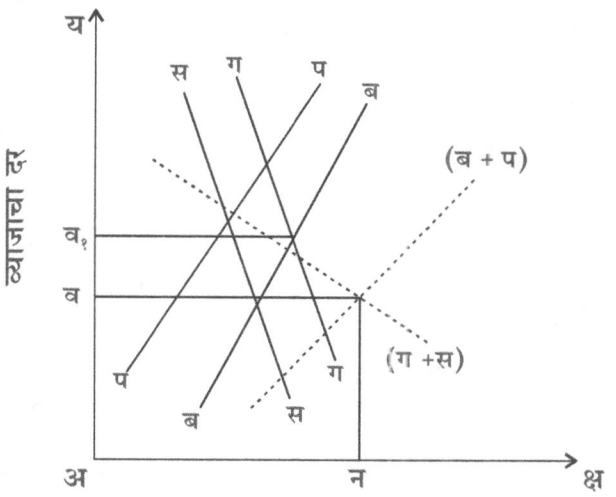

आकृती ६.६ : कर्जाऊ रकमेचा मागणी आणि पुरवठा

आकृती ६.६ मध्ये **पप** हा पैशाचा पुरवठावक्र आहे. व्याजाचा दर जसा वाढतो तशी पतनिर्मिती वाढत जाते, त्यामुळे हा वक्र उजवीकडे वर वाढत जातो. **बब** हा वक्र बचत दर्शवितो. **प प** हा वक्रसुद्धा उजवीकडे वर जाणारा असतो. **प** आणि **ब** ची बेरीज करून **ब + प** हा वक्र काढला आहे. **ब + प** हा वक्र कर्जाऊ रकमेचा पुरवठावक्र आहे. मागणीच्या बाजूला **ग ग** हा वक्र गुंतवणुकीसाठी असणारी कर्जाऊ रकमेची मागणी दर्शवितो. तर **स स** हा वक्र रोख पैशाच्या संचयासाठी कर्जाऊ रकमेची मागणी दर्शवितो. **ग** आणि **स** ची बेरीज करून **ग + स** हा वक्र कर्जाऊ रकमेची एकूण मागणी दर्शवितो. **ब + प** आणि **ग + स** य पुरवठा आणि मागणीवक्राच्या छेदाने **अ व** हा बाजारातील व्याजाचा दर ठरतो.

वरील आकृतीवरून असे स्पष्ट होते की, सनातनवादी सिद्धान्तात फक्त बचत आणि गुंतवणूक यांचाच विचार केला असल्याने **ब** आणि **ग** या दोन वक्रांवरून **अ व**, हा व्याजाचा दर ठरतो असे मानले जाते, मात्र नवसनातनवादी सिद्धान्तात संचय आणि पतपैसा हे दोन घटक विचारात घेतल्यामुळे एकूण मागणी आणि पुरवठा यांनी ठरणारा व्याजाचा दर दाखविला जातो.

टीका - कर्जाऊ रकमेच्या सिद्धान्तावर पुढीलप्रमाणे टीका केली जाते.

१) अवास्तव गृहीते : हा सिद्धान्त उत्पन्नपातळी स्थिर असणे, पूर्ण रोजगाराची परिस्थिती इत्यादी गृहीतांवर आधारलेला आहे.

२) नवसनातनवाद्यांनी मांडलेला सिद्धान्त आणि सनातनवादी सिद्धान्तात फारसा फरक नाही. - सनातनवादी सिद्धान्तापेक्षा या सिद्धान्तात बचत याऐवजी कर्जाऊ रक्कम हा शब्द वापरला आहे. त्यामुळे नवसनातनवाद्यांनी मांडलेला सिद्धान्त हा सनातनवादी सिद्धान्तापेक्षा फारसा वेगळा नाही.

३) बचत अनेक घटकांवर अवलंबून - विकसेल यांच्या मते बचत ही व्याजदरावर अवलंबून असते, मात्र व्यवहारात व्याजाचा दर वाढलेला नसतानासुद्धा बचत वाढू शकते. बचत ही अनेक घटकांवर अवलंबून असते. व्याजदर शून्य असतानाही लोक बचत करतील अशी शक्यत असते.

४) चक्रापत्तीचा दोष - व्याजाचा दर कर्जाऊ रकमेवरून ठरतो. कर्जाऊ रकमेचा पुरवठा उत्पन्नपातळीवरून ठरतो. उत्पन्नपातळी ही गुंतवणुकीवरून ठरते आणि गुंतवणूक व्याजदरावर अवलंबून असते. याचा अर्थ व्याजदराचा

परिणाम कर्जाऊ रकमेवर होतो. तसाच कर्जाऊ रकमेचा परिणाम व्याजदरावर होत असतो. प्रा. हनसेन यांनी या सिद्धान्ताला चक्रापत्तीचा दोष असे म्हटले आहे.

नवसनातनवाद्यांच्या या सिद्धान्तावर टीका केली जात असली तरी पुढील सुधारणांमुळे हा सिद्धान्त वास्तववादी झालेला आहे.

अ) मागणीच्या बाजूला संग्रह आणि रोकड पसंती या वृत्ती हा सिद्धान्त लक्षात घेतो.

ब) पुरवठ्याच्या बाजूला पतनिर्मिती आणि जुन्या गुंतवणुकीचे पैशात रूपांतर या बाबी सिद्धान्तात विचारात घेतल्या आहेत. सनातनवाद्यांनी दुर्लक्षिलेल्या बाबी नवसनातनवादी विचारवंतांनी विचारात घेतल्या आहेत ही कर्जाऊ रकमेच्या सिद्धान्तात जमेची बाजू आहे.

२) केन्सचा व्याजाचा रोखता पसंती सिद्धान्त (Keynes Liquidity Preference Theory of Interest)

लॉर्ड केन्स यांनी १९३६ मध्ये 'General Theory of Employment, Interest & Money' या ग्रंथात व्याजाचा रोखता पसंती सिद्धान्त मांडला. केन्स यांनी सनातनवादी सिद्धान्तावर टीका केली. केन्सच्या मते व्याज ही सर्वस्वी चलनविषयक घटना आहे, त्यामुळे व्याजाचा सिद्धान्त पैशाच्या भाषेत मांडला पाहिजे. त्यांच्या मते, प्रत्येक व्यक्तीला रोख पैसा जवळ बाळगण्याचे आकर्षण असते. पैसा ही सर्व संपत्तीत रोख संपत्ती आहे. त्यामुळे लोक काही संपत्ती पैशाच्या स्वरूपात ठेवणे पसंत करतात. लोकांची रोखतेला पसंती देण्याची प्रवृत्ती जेवढी जास्त तेवढी रोख रकमेची मागणी जास्त राहील याउलट लोकांची रोखतेला पसंती देण्याची प्रवृत्ती जेवढी कमी तेवढी रोख रकमेची मागणी कमी राहील.

लोकांची पैसा जवळ बाळगण्याची इच्छा म्हणजे रोखता पसंती होय.

केन्सच्या मते व्याजाचा दर, रोख पैशाची मागणी आणि पुरवठा यानुसार ठरतो.

लोक रोख पैशाची मागणी तीन हेतूंनी करतात.

पैशाची मागणी -

१) विनिमय हेतू - लोक दैनंदिन खर्चासाठी आपल्या उत्पन्नाचा काही भाग रोख पैशाच्या स्वरूपात ठेवणे पसंत करतात. उदा. भाजीपाला, वृत्तपत्र, प्रवास, दूध इ.

२) सावधानता हेतू - अनपेक्षित कारणांमुळे उद्भवणाऱ्या खर्चासाठी काही रोख पैसा लोक स्वत:जवळ बाळगतात, उदा. आजार, वृद्धापकाळ इत्यादी.

३) सट्टेबाजीचा हेतू - किमतीमधील चढ-उतारांचा लाभ उठविण्यासाठी लोक रोख पैशाचा संचय करून ठेवतात. या तीन हेतूंनी प्रेरित होऊन लोक रोख स्वरूपात पैसा जवळ बाळगतात. रोख पैसा जवळ बाळगण्याची लोकांची प्रवृत्ती वाढली तर पैशाची मागणी वाढेल याउलट इच्छा कमी झाली तर पैशाची मागणी कमी होईल.

पैशाच्या मागणीचा आणि व्याजदराचा व्यस्त संबंध असतो. व्याजदर जास्त झाल्यास पैशाची मागणी कमी होते. व्याजदर कमी झाल्यास पैशाची मागणी जास्त होते.

पैशाचा पुरवठा - केन्सच्या मते पैशाचा पुरवठा व्याजदराच्या दृष्टीने पूर्ण अलवचीक असा मानता येतो. त्यांच्या मते पैशाचा पुरवठा म्हणजे अर्थव्यवस्थेत असणारा चलनाचा एकूण पुरवठा होय. समाजातील व्यक्ती आणि संस्था यांच्याजवळ विशिष्ट वेळी असलेल्या पैशाच्या साठ्यांची बेरीज केली असता एकूण पैशाचा पुरवठा मिळतो. मध्यवर्ती बँक आणि सरकारी धोरण यांवर पैशाचा पुरवठा अवलंबून असतो.

व्याजदर निश्चिती : केन्सच्या मते, पैशाच्या मागणी-पुरवठ्यावरून व्याजदर ठरतो. पैशाचा पुरवठा

व्याजदराच्या दृष्टीने पूर्णपणे अलवचीक असल्याने पैशाचा पुरवठा वक्र 'अय' अक्षाला समांतर असतो, पैशाची मागणी आणि व्याजाचा दर यांचा परस्परांशी व्यस्त संबंध असतो, म्हणजेच व्याजदर कमी झाला, तर लोकांची रोकड प्राधान्यवृत्ती म्हणजेच पैशाची मागणी वाढते व व्याजदर वाढला, तर रोकड प्राधान्य किंवा पसंतीवृत्ती कमी होते. त्यामुळे पैशाचा मागणीवक्र नेहमीच्या मागणी वक्राप्रमाणे डावीकडून उजवीकडे खाली उतरणारा असतो.

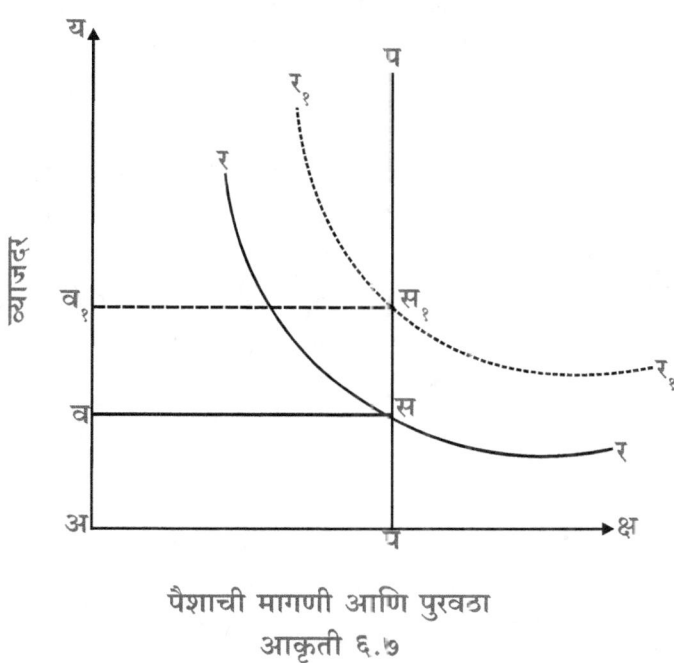

पैशाची मागणी आणि पुरवठा
आकृती ६.७

आकृती ६.७ मध्ये **'र र'** हा रोखतापसंती प्रवृत्तिवक्र असून **'पप'** हा पैशाचा पुरवठा वक्र आहे. **'रर'** वक्र **'पप'** वक्राला **'स'** बिंदूमध्ये छेदतो आणि अशावेळी **'अव'** इतका व्याजदर निश्चित होतो. या बिंदूत पैशाची मागणी व पैशाच्या पुरवठ्यात समतोल घडून येतो. समजा, लोकांची रोखता पसंती वृत्ती वाढली, तर अशा वेळी **'र१ र१'** हा नवीन मागणीवक्र मिळतो. पैशाचा पुरवठा स्थिर असतो. नवीन मागणी वक्र **'पप'** या पुरवठावक्राला **'स१'** या बिंदूत छेदतो, त्यामुळे अव१ हा नवीन व्याजाचा दर निश्चित होतो. तो पूर्वीपेक्षा **वव१** इतका जास्त आहे. अशा तऱ्हेने पैशाचा पुरवठा स्थिर असताना लोकांची रोकड पसंतीवृत्ती वाढली, तर व्याजाचा दर वाढतो आणि रोकड पसंतीवृत्ती कमी झाली तर व्याजाचा दर कमी होतो, असे केन्स यांचा सिद्धान्त सांगतो. यावरून केन्स यांनी असा निष्कर्ष काढला की, पैशाच्या मागणी- पुरवठ्यावरून व्याजाचा दर ठरत असल्याने रोख पैसा सरकारने मुद्दाम वाढविला नाही, तर लोकांची रोकड पसंतीवृत्ती बदलेल, त्याप्रमाणे व्याजाचा दर बदलेल. यावरून एक महत्त्वाची गोष्ट स्पष्ट होते, ती म्हणजे व्याजाचा दर कायम ठेवायचा असेल, तर लोकांची रोकड पसंतीवृत्ती बदलेल त्याप्रमाणे सरकारने रोख पैशाचा पुरवठा बदलला पाहिजे.

टीका / परीक्षण :

१. केन्सच्या मते, व्याजदरावर केवळ चलनी घटकांचाच परिणाम होतो, परंतु चलनी घटकांबरोबर, उत्पादकता, समयप्राधान्य यांसारख्या वास्तव घटकांचाही व्याजदरावर परिणाम होत असतो. हे प्रा. हॅझलिट यांनी सांगितले.

२. हॅन्सन यांच्या मते, पैशाची मागणी खऱ्या अर्थाने उत्पन्नाच्या पातळीवर अवलंबून असते, परंतु केन्स यांनी पैशाची मागणी व उत्पन्नाची पातळी या दोहोतील संबंधाकडे दुर्लक्ष केले.

३. व्याजदरविषयक आपले विचार मांडताना केन्स यांनी फक्त अल्पकाळाचाच विचार केला. दीर्घ काळाकडे दुर्लक्ष केले.

४. व्यापारचक्रांच्या अवस्थांमध्ये व्याजाच्या दराचे प्रत्यक्ष वर्तन या सिद्धान्ताच्या विरुद्ध दिसते. मंदीच्या काळात किमती घटल्या असल्यामुळे लोकांची रोखता पसंतीवृत्ती जास्त असते, तेव्हा व्याजदर जास्त असण्याऐवजी कमी असतो, तर तेजीच्या अवस्थेत रोखता पसंतीवृत्ती कमी असल्यामुळे व्याजाचा दर कमी असण्याऐवजी जास्त असतो.

५. केन्सच्या मते, पैशाची मागणी विनिमयाकरिता, खबरदारीकरिता व सट्टेबाजीकरिता या तीन हेतूंमुळे केली जाते, प्रत्यक्षात इतर अनेक कारणे आहेत की, ज्यामुळे लोक रोख पैशाची मागणी करतात.

६. केन्सने भांडवलाच्या सीमान्त उत्पादनक्षमतेकडे दुर्लक्ष केले आहे.

७. केन्सने रोखतेचा त्याग करण्याबद्दलचा मोबदला म्हणजे व्याज असे म्हटले आहे. बचत प्रतीक्षेकरिता मोबदला असे मानत नाही. मात्र, **जेकब व्हायनरच्या मते,** बचतीशिवाय त्याग करण्यासाठी रोखता असू शकत नाही. व्याजाचे दर हे रोखतेशिवाय बचतीचे उत्पन्न होय.

६.६. नफा (Profit)

उद्योजक, व्यापारी, वाहतूक, व्यावसायिक इत्यादींना त्यांच्या उद्योगव्यवसायात जे उत्पन्न मिळते त्याला आपण नफा म्हणतो. आधुनिक उत्पादनात संयोजक महत्त्वाची कामगिरी पार पाडतो. उत्पादनघटकांपैकी 'संयोजक' या उत्पादनघटकाला त्याच्या उत्पादनकार्यातील सहभागाबद्दल 'नफा' रूपी मोबदला मिळतो. संयोजकाचे उत्पादनप्रक्रियेत स्थान अतिशय महत्त्वाचे असते. शुम्पीटर या अर्थशास्त्रज्ञाने तर त्याला जहाजाच्या कप्तानाची उपमा देऊन उत्पादनसंस्थेतील त्याचे महत्त्व स्पष्ट केले.

औद्योगिक क्रांतीनंतरच्या सुरुवातीच्या काही वर्षांमध्ये उत्पादनसंस्थांचे स्वरूप फार मोठे नव्हते. स्वतःचे भांडवल गुंतविणारा उद्योजक हाच संयोजकाचे कार्य करीत होता, त्यामुळे सनातनवादी अर्थशास्त्रज्ञांनी व्याज व नफा यांचा एकत्रित विचार केलेला दिसून येतो, तसेच तोटा घटत जाणे हे अर्थव्यवस्थेच्या स्थितिशील अवस्थेचे एक महत्त्वाचे कारण ॲडम स्मिथने मानलेले दिसते. बदलत्या काळानुसार संयोजकाच्या कामात विविधता येत गेली आहे. भांडवल गुंतविणारा भांडवलदार स्वतः संयोजक असतो असेही नाही. त्यामुळे नेमक्या कोणत्या कारणासाठी संयोजकाला नफारूपी मोबदला मिळतो, याबद्दल अर्थशास्त्रज्ञांमध्ये एकवाक्यता नाही. संयोजक हा श्रम, भूमी, भांडवल या उत्पादनघटकांना एकत्र आणून उत्पादनाचे कार्य करीत असतो. यामध्ये या उत्पादनघटकांवर नियंत्रण ठेवणे, अंतिम निर्णय घेणे इ. जबाबदारीची कामे संयोजक कौशल्याने पार पाडत असतो, म्हणून त्याचे श्रम 'कुशल श्रम' मानले जातात, त्यामुळे श्रमिकांना मिळणाऱ्या उत्पन्न मोबदल्याप्रमाणे संयोजकाच्या मोबदल्याला वेतन मानले जात नाही. संयोजकाला मिळणाऱ्या 'नफा' रूपी मोबदल्याचा वेगळा विचार करावा लागतो.

संयोजकाला त्याच्या संयोजन कार्याबद्दल जो मोबदला मिळतो, त्याला नफा किंवा फायदा असे म्हणतात.

प्रस्तुत विभागात नफ्याची संकल्पना आणि नफ्याचे सिद्धान्त यांचे विवेचन केले आहे. नफ्याच्या सिद्धान्तामध्ये प्रामुख्याने नफ्याचा गतिमान सिद्धान्त, नफ्याचा नवप्रवर्तन सिद्धान्त आणि नफ्याचा धोका आणि अनिश्चिततेचा सिद्धान्त यांचे विवेचन केले आहे.

अ) नफ्याची संकल्पना व स्वरूप -

विविध अर्थशास्त्रज्ञांनी नफ्याच्या पुढील व्याख्या केलेल्या आहेत.

१) **प्रो. शुम्पीटर यांच्या मते,** 'नवप्रवर्तनाबद्दल संयोजकाला दिला जाणारा मोबदला म्हणजे नफा होय.'

२) **जे.बी. क्लार्क यांच्या मते,** 'वस्तूच्या उत्पादनखर्चावरील किमतीचे आधिक्य म्हणजे नफा होय.'

३) **प्रा. नाइट यांच्या मते,** 'अनिश्चितता स्वीकारण्याबद्दल संयोजकाला दिला जाणारा मोबदला म्हणजे नफा होय.'

४) संयोजकाला एकूण उत्पन्नातून खंड, वेतन व्याज, व इतर सर्व खर्च वजा जाता जी रक्कम शिल्लक राहते तिला नफा असे म्हणतात.

भूमीला खंड, श्रमिकांना वेतन, भांडवलाला व्याज हे निश्चित ठरविलेले असते. करार करून हे मोबदले ठरवलेले असतात. नफा मात्र आधी ठरविता येत नाही. संयोजकाला नफा मिळेलच याची खात्री नसते. उदा. एखाद्या हॉटेल व्यावसायिकाला त्याचे खाद्यपदार्थ विकले गेले नाहीत तर त्याला कमी उत्पन्न मिळेल किंवा उत्पन्न मिळणार नाही. अशा वेळी त्याचा खर्च भरून निघणार नाही.म्हणजे त्याला तोटा होईल. इतर घटकांचे मोबदले नेहमी धन असतात. परंतु संयोजकाचा नफा मात्र ऋण असू शकतो.

म्हणजेच इतर घटकांच्या मोबदल्यापेक्षा संयोजकाच्या मोबदल्याचे स्वरूप वेगळे असते.

नफ्याचे पुढीलप्रमाणे दोन प्रकार पडतात.

स्थूल किंवा एकूण नफा आणि शुद्ध नफा (Gross & Net profit)

स्थूल किंवा एकूण नफा : एकूण नफा म्हणजे एकूण उत्पन्नातून सर्व खर्च वजा जाता संयोजकाकडे जी रक्कम शिल्लक राहते ती होय.एकूण नफ्यात पुढील घटकांचा समावेश होतो.

१) भांडवलावरील व्याज : संयोजकाने स्वत:चे भांडवल उद्योगात गुंतविले असेल तर एकूण नफ्यात व्याजाचा समावेश होतो, कारण त्याने इतरांकडून (बँकेतून) कर्ज घेतले असते तर त्याला व्याज द्यावे लागले असते.

२) जमिनीचा खंड : संयोजकाने स्वत:ची जागा वापरली असेल तर त्याचा एकूण नफ्यात समावेश होतो. कारण ही जागा दुसऱ्याला भाड्याने दिली असती तर त्याला खंड मिळाला असता.

३) संयोजकाचा मोबदला : संयोजक स्वत: उद्योगाचे संयोजन करीत असेल तर त्याबद्दल त्याला काही मोबदला मिळणे आवश्यक आहे. प्रत्यक्षात तो मोबदला घेत नसेल तरी त्याच्या एकूण नफ्यात त्याचा अंतर्भाव असतो.

४) निव्वळ नफा : वरील तीन घटकांबरोबर एकूण नफ्यात निव्वळ नफ्याचा अंतर्भाव होतो.

अशाप्रकारे संयोजकाच्या भांडवलावरील व्याज, जमिनीचे भाडे, व्यवस्थापनाचा मोबदला इत्यादी एकूण नफ्यात समाविष्ट होणाऱ्या रकमा वजा करून शुद्ध नफ्याचा विचार करता येतो.

शुद्ध किंवा निव्वळ नफा : एकूण नफ्यातून अप्रत्यक्ष खर्च वजा केल्यानंतर शिल्लक राहिलेले उत्पन्न म्हणजे शुद्ध नफा होय.

एकूण नफ्याच्या रकमेतून स्वत:च्या जागेचा मोबदला, स्वत:च्या श्रमाचा मोबदला, स्वत:च्या भांडवलावरील व्याज हे मोबदले वजा केल्यावर निव्वळ नफा समजतो. निव्वळ नफा म्हणजे फक्त संयोजकाच्या कामाचा मोबदला होय.

शुद्ध नफ्याच्या उत्पन्नात पुढील बाबींचा समावेश होतो.

उत्पादनसंस्थेचा संभाव्य धोका पत्करण्याबाबतचा मोबदला तसेच नवीन बदल करण्याबाबतचा मोबदला

उदा. उत्पादनाचे नवीन तंत्र शोधणे, कच्च्या मालाचे नवीन साठे शोधणे इत्यादी.

स्वत:चे कौशल्य वापरून उच्च दर्जामुळे अधिक मोबदले मिळविणे तसेच असलेली स्थिती टिकवून ठेवणे आणि नशिबाने अचानक लाभ होणे इत्यादी. बाजारपेठेच्या स्वरूपावरसुद्धा नफ्याचे प्रमाण अवलंबून असते.

६.६.१ नफ्याचे सिद्धान्त (Theories of Profit)

या विभागात पुढील नफ्याचे सिद्धान्त संकलित केले जातात.

१) जे.बी. क्लार्क यांचा नफ्याच्या गतिमानतेचा सिद्धान्त

२) शुम्पीटर यांचा नफ्याचा नवप्रवर्तन सिद्धान्त

३) नाइट यांचा नफ्याचा धोका आणि अनिश्चिततेचा सिद्धान्त

१) नफ्याच्या गतिमानतेचा सिद्धान्त (Dynamic Theory of Profit) :

अमेरिकन अर्थशास्त्रज्ञ जे.बी. क्लार्क यांनी हा सिद्धान्त मांडला. त्यांच्या मते, गतिशील अर्थव्यवस्थेत नफा उद्‌भवतो. या सिद्धान्तात अर्थव्यवस्था गतिमान आहे असे गृहीत धरले आहे. अर्थव्यवस्था गतिशून्य असेल तर नफा निर्माण होणार नाही. त्यांच्या मते, वस्तूची किंमत आणि वस्तूचा खर्च यांतील फरक म्हणजे नफा होय. खर्चापेक्षा किंमत जास्त असते म्हणून नफा मिळतो. गतिशून्य अर्थव्यवस्थेत मागणी, पुरवठ्यात बदल होत नाही. उत्पादनघटकांना त्यांच्या सिद्धान्त उत्पादनक्षमतेतून मोबदला मिळतो. एकूण वस्तूच्या विक्रीतून मिळणारी रक्कम खंड, वेतन आणि व्याज देण्यात खर्ची पडते. नफा मिळत नाही. आजच्या स्पर्धात्मक दीर्घकालीन समतोल स्थितीत किंमत साधारण सरासरी उत्पादनखर्चाइतकी असते, त्यातून निव्वळ नफा मिळत नाही. मात्र, मागणी-पुरवठ्यातील बदलामुळे खर्चापेक्षा जास्त किंमत मिळते व त्यातून नफा मिळतो.

जे.बी. क्लार्क यांच्या मते स्पर्धात्मक उद्योगातील संस्था नफा मिळवितात.

अर्थव्यवस्थेत अनेक बदल होऊन नफ्याला चालना मिळते. जे.बी. क्लार्कने या संदर्भातले पाच बदल सांगितले. ते पुढीलप्रमाणे :

१) लोकसंख्येतील बदल

२) उत्पादनतंत्रातील बदल

३) भांडवलरकमेतील बदल

४) व्यवस्थापन संघटनाच्या स्वरूपातील बदल

५) गरजांमधील बदल

वरील बदल हे सातत्याने होत असतात, त्यामुळे वस्तूच्या खर्चात आणि किमतीत बदल होतो. लोकसंख्या-वाढीमुळे वस्तूंची मागणी वाढते. लोकांचे उत्पन्न वाढल्यामुळे लोकांचा गरजांचा प्राधान्यक्रम बदलतो. तसेच नवीन उत्पादनतंत्रामुळे उत्पादनखर्च बदलतो.

वरील पाच प्रकारच्या बदलांमुळे वस्तूंच्या मागणी-पुरवठ्यात बदल होतात. हे बदल नफ्याला कारणीभूत ठरतात. या बदलाला स्वत: संयोजक कारणीभूत असतो, तर कधी बाह्य घटक बदलांना जबाबदार असतात. उदा. अंतर्गत घटकांत बदल घडून येतो. उत्पादनतंत्रात बदल करून संयोजक उत्पादनखर्च कमी करतो, बाह्य घटक म्हणजे उत्पादनसंस्थांच्या बाहेर होणारे बदल असतात. उदा. चलनविषयक धोरणातील बदल, लोकांच्या पसंतीत झालेले बदल, उत्पन्नातील बदल, नैसर्गिक आपत्तीमुळे होणारे बदल, युद्ध, जागतिक मंदी, अशा प्रकारच्या बदलामुळे उत्पन्नाच्या किमती वाढल्या, मागणी-पुरवठ्यात बदल झाले तर नफ्यात वाढ होते, म्हणजेच अर्थव्यवस्थेत होणारे बदल नफ्यातील वाढ किंवा घट यांना कारणीभूत ठरतात.

टीका - या सिद्धान्तावर पुढीलप्रमाणे टीका केली जाते.

१) एफ.एच.नाइट यांच्या मते, क्लार्क हे बदल आणि अनिश्चितता यांत बदल करू शकले नाहीत. त्यामुळे हा सिद्धान्त अपुरा ठरतो.

२) बदलामुळे नफा केव्हा मिळेल हे निश्चित सांगता येणार नाही. हे बदल ठरावीक पद्धतीने, सातत्याने होतील, त्यामुळे नफा मिळणार नाही, कारण अशा बदलांचा आधीच अभ्यास केला जाईल, व कार्यवाही नियोजनपूर्वक केली जाईल असे नाइट यांचे मत होते.

३) क्लार्क यांची गतिमानतेची संकल्पना यांत्रिक आहे कारण स्थितिशील मोजपट्टीच्या साहाय्याने गतिमानतेतून नफा कसा निर्माण होतो हे सांगण्याचा त्यांचा अयशस्वी प्रयत्न होता अशी टीका केली जाते.

२) नफ्याचा नवप्रवर्तन सिद्धान्त (Innovation Theory of Profit)

हा सिद्धान्त प्रा. जे.ए. शुम्पीटर (J.A. Schumpeter) यांनी मांडला. प्रा. जे.ए. शुम्पीटर यांच्या मते, संयोजक हा नवप्रवर्तक (Innovator) असतो. तो सतत नवप्रवर्तन (Innovation) करत असतो की, ज्यामुळे फायदे उद्‌भवतात. येथे नवप्रवर्तन म्हणजे नव्या पद्धतीचा, नवीन तंत्रचा अथवा नव्या उपायांचा अवलंब की, ज्यामुळे वस्तूंचा उत्पादनखर्च कमी होतो आणि नफ्यात वाढ होते किंवा ज्यामुळे उत्पादनखर्च कमी होतोच, पण वस्तूच्या मागणीतही वाढ होते. परिणामत: नफ्यात प्रचंड वाढ होते. उदा. टी.व्ही. सारख्या किमती वस्तूंचे पॅकिंग मटीरियल अधिक हलके पण टिकाऊ व आकर्षक बनविले, तर जुन्या पद्धतीच्या मटीरियलपेक्षा गुणवत्ता, आकर्षकपणा या दोहोत वाढ झाल्याने, टी.व्हीच्या नव्या पॅकिंग मटीरियलच्या मागणीत प्रचंड वाढ झालेली दिसेल. येथे संयोजकाने पूर्वीच्याच साधनसामग्रीच्या साहाय्याने पण नवीन तंत्राचा वापर केल्याने एकाच वेळी उत्पादनखर्चात घट व मागणीत वाढ असे दोन परिणाम घडून त्याच्या नफ्यात झपाट्याने वाढ होईल.

नवे उत्पादन बाजारात आणणे, उत्पादनाचा नवा आराखडा तयार करणे, जाहिरातीचे नवे तंत्र वापरणे, नव्या आणि स्वस्त कच्च्या मालाचा वापर करणे, नव्या उत्पादनतंत्राचा वापर करणे, औद्योगिक संघटनांत मूलभूत महत्त्वाचे बदल घडविणे, नव्या यंत्रांचा वापर करणे अशा तऱ्हेच्या विविध उपायांचा संयोजक अवलंब करतो, त्यामुळे कार्यक्षमतेत वाढ होते आणि उत्पादनखर्च कमी होतो. नवप्रवर्तनामुळे उत्पादनाला जास्त किंमत मिळू लागली, तर संयोजक चांगला नफा मिळवतो.

नवप्रवर्तनामुळे निर्माण होणारे किंवा मिळणारे फायदे हे शुम्पीटर यांच्या मते, तात्पुरते - काही काळापुरतेच - असतात, कारण नंतर इतर उत्पादनसंस्था त्याचे अनुकरण करतात आणि स्पर्धेमुळे फायद्याचे प्रमाण कमी होत जाते. पण गतिशील अर्थव्यवस्थांमधील संयोजक सतत नवप्रवर्तन करत असतात त्यामुळे फायदे परत परत उद्‌भवतात, कमी होतात. पण प्रा. जी.जे. स्टिग्लर (Prof. G.J. Stigler) यांनी म्हटल्याप्रमाणे यशस्वी संयोजक सतत नवप्रवर्तन करत पुढे पुढे जात राहतो. कारण नवप्रवर्तनाचे क्षितिज अमर्याद आहे. अशा प्रकारे फायदे उद्‌भवण्याचे नवप्रवर्तन हे एक महत्त्वाचे कारण असले तरी ते एकमेव कारण नसते याकडे शूम्पीटर यांनी दुर्लक्ष केले,

सिद्धान्तावरील आक्षेप किंवा टीका

१. टीकाकारांच्या मते नवप्रवर्तनामुळे नफा मिळतो हे बरोबर आहे. मात्र, ते एकमेव कारण नाही. इतर अनेक कारणांनीसुद्धा नफा मिळतो. त्याचा शुम्पीटर यांनी विचार केला नाही.

२. शुम्पीटर यांनी नफा हा अनिश्चिततेमुळे मिळतो याचा विचार केला नाही.

३. नफा हा संघटनकार्याचासुद्धा मोबदला असतो, परंतु शुम्पीटर यांनी संयोजक संघटनकार्याकडे दुर्लक्ष केले.

४. भांडवलदार धोका स्वीकारतात असे शुम्पीटर यांचे मत आहे, परंतु टीकाकारांच्या मते ते वस्तुस्थितीशी विसंगत ठरते.

३) नफ्याचा धोका व अनिश्चितता सिद्धान्त (Risk & Uncertainity Theory of Profit)

अ) अमेरिकन अर्थशास्त्रज्ञ प्रा. एफ. बी. हॉले यांनी १९०७ मध्ये आपल्या Enterprise & productive Process या ग्रंथात असे स्पष्ट केले की, नफा हा धोका पत्करल्याबद्दलचा मोबदला आहे.

नफ्याचा धोका सिद्धान्त प्रा. हॉले यांनी प्रथम मांडला. त्यांच्या मते संयोजकाला नफा हा जोखीम पत्करल्याबद्दल मिळतो. एकूण उत्पन्नातून भूमी, श्रम, भांडवल यांना मोबदला दिल्यानंतर जी रक्कम शिल्लक राहते ती म्हणजे संयोजकाचा नफा होय. हा नफा व्यवस्थापनाचा मोबदला किंवा उत्पादनघटकांच्या समन्वयाबद्दल दिला जात नसून संयोजक / उद्योजक जी जोखीम स्वीकारतो त्याबद्दल दिला जातो.

हॉले यांनी जोखमीचे चार प्रकार सांगितले. त्यांच्या मते, यंत्राचे प्रतिस्थापन, अनिश्चितता, बाजाराविषयी धोका आणि वस्तूचा उपभोग बंद होणे या जोखमी सांभाळल्याबद्दल संयोजकास / उद्योजकास मोबदला म्हणून नफा मिळतो.

टीका :

१) हॉले यांचा सिद्धान्त अपूर्ण आहे, कारण त्यांनी एकाच घटकाचा विचार केला आहे. इतर घटकांमुळे-सुद्धा नफा मिळतो याकडे दुर्लक्ष केले.

२) नफा फक्त धोका पत्करल्याबद्दल मिळत नाही, तर संयोजक / उद्योजक धोका पत्करल्याशिवाय इतरही कामे करतो. उदा. व्यवस्थापन, नवप्रवर्तन इत्यादी

३) प्रा. कार्व्हर यांच्या मते, नफा हा धोका स्वीकारण्याबद्दल नसून जोखीम टाळण्यासाठी मोबदला दिला जातो. जो संयोजक / उद्योजक धोका टाळतो त्याला नफा मिळतो.

४) प्रा. नाइट यांनी धोक्याचे दोन प्रकार सांगितले आहेत. विमायोग्य धोका आणि विमा न काढता येणारा धोका. त्यांच्या मते नफा हा अनिश्चिततेचा मोबदला आहे.

प्रा. नाइट यांनी Risk Uncertainity & Profit या ग्रंथात नफ्याचा अनिश्चितता सिद्धान्त मांडला. प्रा. नाइट यांच्या मते, 'अनिश्चितता स्वीकारण्याबद्दल संयोजकाला मिळणारा मोबदला म्हणजे नफा होय.'

या सिद्धान्ताने आपली मुख्य कल्पना प्रा. हॉले यांच्या सिद्धान्तातून घेतली आहे. या सिद्धान्ताच्या कल्पनेप्रमाणे संयोजक सर्व प्रकारचे धोके सांभाळत असतो. परंतु हॉले यांच्या मते संयोजकास अनिश्चित धोके सांभाळण्याचा मोबदला म्हणून नफा प्राप्त होतो.

ब) 'धोका, अनिश्चितता आणि नफा' या आपल्या १९२१ साली प्रसिद्ध झालेल्या पुस्तकात अमेरिकन अर्थशास्त्रज्ञ एफ. एच. नाइट (F.H. Knight) यांनी नफ्याबाबतचा सिद्धान्त मांडला आहे. नाइट यांच्या मते अंदाज वर्तविता न येणारे धोके आणि उद्भवणारी अनिश्चितता यांची जोखीम पेलण्याबद्दल संयोजकाला नफारूपी मोबदले मिळतात. उत्पादनप्रक्रियेत संयोजकाला अनिश्चित अशा भविष्यकाळाशी सामना करावयाचा असतो. प्रत्यक्ष उत्पादन होणे आणि ते बाजारात विक्रीला येणे, यांमध्ये काही काळ जात असतो. या कालावधीत अनेक बदल होत असतात. हे सर्वच बदल अपेक्षेप्रमाणे नसतात. अंतिम उत्पादन बाजारात येईपर्यंतच्या काळात अनेक धोके उद्भवण्याचा संभव असतो. या धोक्यांचे, असुरक्षिततेचे दोन प्रकार करता येतात. १. ज्या धोक्यांच्या संकटापासून सुरक्षितता दिली जाते. २. ज्या धोक्यांबाबत सुरक्षितता दिली जात नाही. पहिल्या प्रकारच्या धोक्यांची आग, अपघात, चोरी, मृत्यु इ. उदाहरणे देता येतील. अलीकडच्या काळात अशा प्रकारच्या धोक्यांविरुद्ध उपाय म्हणून

विविध विमे उतरविले जातात. म्हणजेच धोक्यांपासून होणाऱ्या संभाव्य नुकसानीच्या हानीच्या विरुद्ध सुरक्षितता दिली जाते.

संयोजकाची जबाबदारी असते, धाडस असते ते दुसऱ्या प्रकारचे धोके पेलण्याचे. या प्रकारच्या धोक्यांची उदाहरणे म्हणजे वस्तूंचा उत्पादनखर्च अपेक्षेपेक्षा वाढणे किंवा वस्तूला अपेक्षेप्रमाणे मागणी न येणे. लोकांच्या आवडीनिवडींबद्दलचा अंदाज चुकल्याने वस्तूंचे साठे पडून राहणे. इ. अशा प्रकारच्या धोक्यांचे अचूक मोजमाप करता येत नाही. कदाचित असा अनुभव उद्योगातील सर्वच उत्पादनसंस्थांना येतो, कदाचित एखाद्या उत्पादन- संस्थेलाच येतो, पण त्या धोक्यांची व त्यातून उद्भवणाऱ्या तोट्यांची जबाबदारी त्या त्या संयोजकांवर पडते, अशा धोक्यांसाठी कोणत्याही तऱ्हेच्या विम्याचे संरक्षण नसते.

जर उत्पादनाला मोठ्या प्रमाणात मागणी असली, तर होणाऱ्या लाभाचे श्रेय संयोजकाकडे जाते, तसेच मागणीतील कमतरता, किमान किमतीला वस्तू विकावी लागणे इ. तोटेही संयोजकालाच सोसावे लागतात.

प्रत्येक संयोजक विशिष्ट वस्तूच्या उत्पादनाचे प्रमाण, तिचा दर्जा, तिचा आराखडा, तिच्या विक्रीसाठीचा खर्च यांसंबंधीचे निर्णय घेताना भविष्याबद्दलचे आडाखे बांधत असतो. हे आडाखे बरोबर ठरले नाहीत, तर त्याला तोटा सहन करावा लागतो, जर बरोबर ठरले तर त्याला नफा मिळतो. शुद्ध नफ्याबाबत स्पष्टीकरण देणारा प्रा. नाइट यांचा सिद्धान्त संयोजकाची 'धोका, अनिश्चितता' यांना तोंड देण्याची त्याची विशेष क्षमता हेच त्याला नफारूपी उत्पन्न मिळण्याचे खरे कारण आहे, हे स्पष्ट करतो.

सिद्धान्तावरील टीका – प्रा. नाइट यांच्या सिद्धान्तावर अनेक टीकाकारांनी टीका केल्या आहेत.

१) नफ्याला अनेक कारणे आहेत त्याचा या सिद्धान्तात उल्लेख केला नाही.

२) प्रा. नाइट यांनी संयोजकाच्या / उद्योजकाच्या अनेक कार्यांपैकी अनिश्चितता पत्करणे हे एकमेव कार्य आहे, असे म्हटले आहे, मात्र हे सर्वस्वी बरोबर नाही, कारण संयोजकांची / उद्योजकांची इतरही कार्ये महत्त्वाची आहेत.

३) अनिश्चितता पत्करणे म्हणजे नफा असे प्रा. नाइट यांचे मत होते, परंतु टीकाकारांच्या मते, अपूर्ण स्पर्धेत नफा हा शेष उत्पन्नासारखा असतो. इतर घटकांना खंड, वेतन, व्याज इ. मोबदले दिल्यानंतर जे शिल्लक राहते तो नफा होय.

४) 'अनिश्चिततेचे मापन करता येत नाही' या सिद्धान्तात नफा किती मिळाला हे सांगता येत नाही.

५) संयोजक / उद्योजकाला अनिश्चितता स्वीकारल्याबद्दल नेहमीच नफा होईल असे सांगता येत नाही. काही वेळेस तोटाही होऊ शकतो.

प्रश्न

१) खालील प्रश्नांची २० शब्दांत उत्तरे लिहा.

१. सीमान्त उत्पादकता म्हणजे काय?

२. वेतन किंवा मजुरी म्हणजे काय?

३. श्रमाचा पुरवठा म्हणजे काय?

४. श्रमाच्या पुरवठावक्राचा आकार कसा असतो?

५. सामूहिक सौदा म्हणजे काय?

६. खंडाची व्याख्या सांगा.

७. व्याजाची व्याख्या सांगा.

८. नफा म्हणजे काय?

२) खालील प्रश्नांची ५० शब्दांत उत्तरे लिहा.

१. श्रमाचा पुरवठा म्हणजे काय?

२. रिकार्डोच्या खंड सिद्धान्तावर टीका करा.

३. सामूहिक सौदाशक्ती म्हणजे काय?

४. अभ्यास खंड म्हणजे काय?

५. केन्सच्या रोखता पसंती सिद्धान्तावर टीका करा.

६. नफ्याची संकल्पना स्पष्ट करा.

३) खालील प्रश्नांची १५० शब्दांत उत्तरे लिहा.

१. मागे वळणारा श्रमाचा पुरवठावक्र याचे सविस्तर विश्लेषण करा.

२. खंडाचा आधुनिक सिद्धान्त स्पष्ट करा.

३. व्याजाचा कर्जाऊ सिद्धान्त स्पष्ट करा.

४. नफ्याचा गतिमान सिद्धान्त स्पष्ट करा.

५. नफ्याचा धोका आणि अनिश्चितता सिद्धान्त स्पष्ट करा.

४) खालील प्रश्नांची ३०० ते ५०० शब्दांत उत्तरे लिहा.

१. विभाजनाचा सीमान्त उत्पादकता सिद्धान्त थोडक्यात स्पष्ट करा.

२. रिकार्डोच्या खंड सिद्धान्ताचे मूल्यमापन करा.

३. केन्सचा व्याजाचा रोखतापसंती सिद्धान्त स्पष्ट करा.

४. नफ्याचा नवप्रवर्तन सिद्धान्त स्पष्ट करा.

५. 'मागे वळणारा श्रमाचा पुरवठा' याचे स्पष्टीकरण करा.

पारिभाषिक शब्दावली
(Glossary)

Average Cost - सरासरी खर्च : कोणत्याही उद्योगसंस्थेच्या एकूण खर्चाला एकूण उत्पादित नगसंख्येने भागून येणाऱ्या संख्येला सरासरी खर्च असे म्हणतात.

Average Revenue - सरासरी प्राप्ती : उद्योगसंस्थेच्या एकूण प्राप्तीला विक्री केलेल्या वस्तूंच्या एकूण नगसंख्येने भागले असता सरासरी प्राप्ती येते.

Business Economics – व्यावसायिक अर्थशास्त्र : व्यावसायिक निर्णय घेताना ज्या अर्थशास्त्रीय तत्त्वांचा वापर केला जातो त्याला व्यावसायिक अर्थशास्त्र असे म्हणतात.

Collecting Bargaining - सामूहिक सौदा : सामूहिक सौदा म्हणजे कामगारांनी एकत्र येऊन आपली संघटना स्थापन करून त्याद्वारे उत्पादकांशी केलेल्या वाटाघाटी होय.

Cross Elasticity of Demand – मागणीची छेदक लवचीकता : म्हणजे एका वस्तूच्या किमतीत प्रमाणशीर बदल झाल्यामुळे दुसऱ्या वस्तूच्या मागणीत होणाऱ्या प्रमाणशीर बदलांचे गुणोत्तर होय.

Demand – मागणी : म्हणजे विशिष्टवेळी विशिष्ट किमतीला खरेदी केली जाणारी वस्तूची नगसंख्या होय.

Demand Forecasting – मागणीचा पूर्व अंदाज : म्हणजे व्यवसाय संस्थेने एखाद्या वस्तूचे उत्पादन करताना त्या वस्तूला भविष्यकाळात किती मागणी असेल याचा शास्त्रशुद्ध केलेला अभ्यास होय.

Demand Schedule – मागणीपत्रक : म्हणजे एखाद्या वस्तूच्या किमतीत बदल झाल्यास एखादी व्यक्ती किंवा एखाद्या उपभोक्त्याच्या वस्तूच्या मागणीत होणारे बदल दर्शविणारे कोष्टक होय.

Dynamic Theory - गतिमानता सिद्धान्त : गतिमान अर्थव्यवस्थेत नफा उद्भवतो. अर्थव्यवस्थेत अनेक बदल होऊन नफ्याला चालना मिळते. हे हा सिद्धान्त सांगतो. (हे बदल म्हणजे लोकसंख्येतील बदल, उत्पादनतंत्रातील बदल, भांडवल रकमेतील बदल, व्यवस्थापन संघटनांच्या स्वरूपातील बदल, गरजांमधील बदल इ.)

Elasticity of Demand – मागणीची लवचीकता : वस्तूच्या किमतीत बदल झाल्यामुळे मागणीत जे बदल घडून येतात त्या बदलांच्या प्रमाणाला मागणीची लवचीकता असे म्हणतात.

Equations – समीकरण : एखाद्या आर्थिक घटनेचे अधिक चांगले आणि थोडक्यात विश्लेषण गणिती पद्धतीने मांडण्याच्या पद्धतीला समीकरण असे म्हणतात.

Economic Rent - आर्थिक खंड : उत्पादनाच्या कोणत्याही घटकाला त्याच्या बदली उत्पन्नापेक्षा मिळालेले जादा उत्पन्न म्हणजे आर्थिक खंड होय.

Equilibrium - समतोल : समतोल म्हणजे दोन परस्परविरुद्ध शक्तींमधील तोल होय. विविध प्रभावांच्या क्रियाप्रक्रियांमधून जेव्हा एक स्थिर अवस्था प्राप्त होते तेव्हा त्याला समतोल म्हणतात.

Equilibrium Price - समतोल किंमत : ज्या किंमतीला वस्तूची मागणी आणि वस्तूचा पुरवठा समान होतो ती समतोल किंमत होय.

External Dis-economies – बाह्य तोटे : विशिष्ट प्रदेशात उद्योगसंस्थांचे केंद्रीकरण झाल्यामुळे जे तोटे उद्भवतात त्यांना बाह्य तोटे असे म्हणतात.

External Economies – बाह्य बचती/लाभ : एका उद्योगातील उत्पादनसंस्थांची संख्या वाढल्यामुळे सर्वच उत्पादन संस्थांच्या खर्चात घट होऊन, त्यांना जे लाभ होतात त्यांना बाह्य बचती असे म्हणतात.

Functional Relationship – फलन संबंध : जेव्हा एका चलाचे मूल्य इतर अनेक चलांच्या मूल्यांवर अवलंबून असते तेव्हा अशा संबंधाला 'फलन संबंध' असे म्हणतात.

Gross Profit - स्थूल किंवा एकूण नफा : एकूण नफा म्हणजे एकूण उत्पन्नातून सर्व खर्च वजा जाता संयोजकाकडे जी रक्कम शिल्लक राहते ती होय.

Group - समूह : जवळचा पर्याय असलेल्या वस्तूंचे उत्पादन करणाऱ्या अनेक उद्योगसंस्थांचा समूह होतो. अनेक समूह मिळून उद्योग होतो.

Growth of the Firm – उत्पादनसंस्थेची वृद्धी : म्हणजे उत्पादनसंस्थेच्या उत्पादनात वाढ, विक्रीतील वाढ, मालमत्तेतील वाढ, कामगारांच्या संख्येतील वाढ होय.

Income Elasticity of Demand – मागणीची उत्पन्न लवचीकता : म्हणजे उत्पन्नातील बदलाचे मागणीतील बदलाशी असणारे प्रमाण होय.

Indifference Curve – समवृत्ती वक्र : वस्तूंच्या ज्या भिन्न गटापासून उपभोक्त्याला समान पातळीचे समाधान प्राप्त होते त्या बिंदूंच्या मार्गाला समवृत्ती वक्र असे म्हणतात.

Industry - उद्योग : एकरूप वस्तूंचे उत्पादन करणाऱ्या उद्योगसंस्थांचा समूह म्हणजे उद्योग होय.

Infensive Cultiration - प्रकर्षित अथवा सधन लागवड पद्धत : जमिनीचे क्षेत्र कायम ठेवून फक्त श्रम आणि भांडवलाचे प्रमाण वाढवीत जाणे होय.

Innovation - नवप्रवर्तन : नवप्रवर्तन म्हणजे नव्या पद्धतीचा; नवीन तंत्राचा अथवा नव्या उपायांचा अवलंब की, ज्यामुळे वस्तूंचा उत्पादनखर्च कमी होतो आणि नफ्यात वाढ होते किंवा ज्यामुळे उत्पादनखर्च कमी होतो.

Interest - व्याज : भांडवल वापरासाठी जेव्हा ते उसनवार घेतले जाते तेव्हा भांडवलाच्या मालकाला त्याची किंमत दिली जाते त्याला व्याज असे म्हणतात.

Internal Diseconomies – अंतर्गत तोटे : उत्पादन संस्थेच्या उत्पादनात विशिष्ट मर्यादेपेक्षा अधिक वाढ होते तेव्हा जे तोटे उद्भवतात त्यांना अंतर्गत तोटे असे म्हणतात.

Internal Economies – अंतर्गत बचती/लाभ : उत्पादन संस्थेने आपले आकारमान वाढवून मोठ्या प्रमाणात उत्पादन केल्यामुळे जे फायदे/लाभ मिळतात, त्यांना अंतर्गत बचती/लाभ असे म्हणतात.

Liquidity Preference - रोखता पसंती : लोकांची पैसा जवळ बाळगण्याची इच्छा म्हणजे रोखता पसंती होय.

Loanable Funds of Theory of Interest - व्याजाचा कर्जाऊ रकमेचा सिद्धान्त : व्याजाचा कर्जाऊ रकमेच्या सिद्धान्तात व्याजाचा दर हा कर्जाऊ रकमेसाठी असणारी मागणी आणि कर्जाऊ रकमेचा पुरवठा

या दोन घटकांवरून ठरतो. त्याठिकाणी कर्जाऊ रकमेला मागणी आणि कर्जाऊ रकमेचा पुरवठा समान होतो, त्याठिकाणी व्याजाचा दर ठरतो.

Long Period - दीर्घकाळ : वस्तूच्या मागणीत वाढ झाल्यामुळे उत्पादनाच्या साधनांमध्ये वाढ करून जेव्हा वस्तूचा पुरवठा वाढविणे शक्य असते त्याला दीर्घकाळ म्हणतात.

Long Run Equilibrium - दीर्घकालीन समतोल : पुरवठा हा मागणीनुसार कमी जास्त करता येतो. तसेच मागणीनुसार पुरवठा करता येतो त्याला दीर्घकालीन समतोल म्हणतात. दीर्घकालीन यंत्रसामग्री, तंत्रज्ञान, भांडवलगुंतवणूक, कामगार इत्यादींमध्ये बदल करता येतो.

Long Run Equilibrium of the Firm - उद्योगसंस्थेचा दीर्घकालीन समतोल : पूर्ण स्पर्धेत उद्योगसंस्थेचा दीर्घकालीन समतोल म्हणजे किंमत किंवा सरासरी प्राप्ती = सीमान्त प्राप्ती = सरासरी खर्च = सीमान्त खर्च अशी स्थिती असते म्हणजेच प्रत्येक उद्योगसंस्थेला सर्वसाधारण नफा मिळतो.

Long Run Equilibrium of the Industry - उद्योगाचा दीर्घकालीन समतोल : एका उद्योगात असणाऱ्या सर्वच्या सर्व उद्योगसंस्था जेव्हा समतोलात असतील तेव्हा त्याला उद्योगाचा समतोल म्हणतात. दीर्घकाळात उद्योगाच्या समतोलात सर्वच उद्योगसंस्था साधारण नफा मिळवीत असतात.

Marginal Cost – सीमान्त खर्च : उत्पादनाच्या एका नगाच्या वाढीने किंवा घटीने एकूण खर्चात जी निव्वळ वाढ किंवा घट होते त्या वाढीला/घटीला सीमान्त खर्च असे म्हणतात.

Marginal Productivity - सीमान्त उत्पादकता : सीमान्त उत्पादकता म्हणजे संयोजकाने एक उत्पादनघटक कामावर घेतल्यामुळे एकूण उत्पादनात होणारी वाढ होय.

Marginal Productivity Theory - सीमान्त उत्पादकता सिद्धान्त : उत्पादक किंवा उत्पादनसंस्था उत्पादनघटकांचा वापर करीत असताना उत्पादनघटकांचे प्रमाण किती वापरेल व त्यांना किती मोबदला देईल हे सीमान्त उत्पादकता सिद्धान्त सांगतो.

Marginal Revenue - सीमान्त प्राप्ती : एका अधिक नगाची विक्री केल्याने विक्रेत्याला जे जादा उत्पन्न मिळते, त्याला 'सीमान्त प्राप्ती' म्हणतात.

Marginal Utility – सीमान्त उपयोगिता : म्हणजे उपभोक्त्याला वस्तूच्या शेवटच्या नगाच्या उपभोगापासून मिळणारी उपयोगिता होय.

Market - बाजार : बाजार म्हणजे एका विशिष्ट ठिकाणी होणारा व्यवहार, ज्यामध्ये ग्राहक–विक्रेत्यांमध्ये निकटचे संबंध असतात तसेच एखाद्या वस्तूची देवघेव करणारा व्यक्तिसमूह म्हणजे बाजार होय.

Market Demand – बाजारातील मागणी : म्हणजे बाजारातील अनेक ग्राहकांच्या मागणीचे एकत्रीकरण होय.

Micro Economics – सूक्ष्म अर्थशास्त्र : अर्थव्यवस्थेतील सूक्ष्म घटकांचा म्हणजे एखादी उद्योगसंस्था, विशिष्ट कुटुंब, विशिष्ट वस्तू, वैयक्तिक उत्पन्न व खर्च इ. सूक्ष्म घटकांचा अभ्यास करणारे शास्त्र होय.

Modern Theory of Rent - खंडाचा आधुनिक सिद्धान्त : आधुनिक अर्थशास्त्रज्ञांच्या मते जमीन या उत्पादनघटकालाच खंड मिळतो असे नाही तर उत्पादनाच्या सर्वच घटकांना खंडस्वरूपात उत्पन्न मिळते.

Monopolistic Competition - मक्तेदारीयुक्त स्पर्धा : मक्तेदारी आणि पूर्ण स्पर्धा या दोहोंचे मिश्रण असणारी जी बाजारपेठ उपलब्ध असते. त्या बाजारपेठेला मक्तेदारीयुक्त स्पर्धा असे म्हणतात.

Monopoly - मक्तेदारी : थोड्या उद्योगांनी स्पर्धकांच्या तुलनेत बाजारपेठ नियंत्रित करण्यासाठी वापरलेल्या शक्तीला मक्तेदारी असे म्हणतात.

Net Profit - शुद्ध नफा : एकूण नफ्यातून अप्रत्यक्ष खर्च वजा केल्यानंतर शिल्लक राहिलेले उत्पन्न म्हणजे शुद्ध नफा होय.

एकूण नफ्याच्या रकमेतून स्वतःच्या जागेचा मोबदला, स्वतःच्या श्रमाचा मोबदला, स्वतःच्या भांडवलावरील व्याज हे मोबदले वजा केल्यावर निव्वळ नफा समजतो.

Oligopoly - अल्प विक्रेताधिकार : ज्या बाजारात काही मोजकेच उत्पादक किंवा विक्रेते असतात. त्या बाजारपेठेस अल्पविक्रेताधिकार बाजारपेठ म्हणतात.

Opportunity Cost – वैकल्पिक खर्च : जेव्हा उत्पादन साधने एका उपयोगासाठी वापरली जातात तेव्हा दुसऱ्या उपयोगाचा त्याग करावा लागतो; तेव्हा पहिल्या उपयोगाचा वैकल्पिक खर्च म्हणजे दुसऱ्या उपयोगाचा केलेला त्याग होय. यालाच वैकल्पिक खर्च/संधी खर्च असे म्हणतात.

Perfect Competition - पूर्ण स्पर्धा : ज्या बाजारात ग्राहक आणि विक्रेते यांच्यात वस्तूच्या–खरेदी विक्रीसाठी पूर्णपणे निरोगी व खुली स्पर्धा असते, त्या बाजाराला पूर्ण स्पर्धा असे म्हणतात.

Price Determination under Monopoly - मक्तेदारीत वस्तूची किंमत निश्चिती : ज्या उत्पादनाच्या मात्रेस सीमान्त प्राप्ती आणि सीमान्त खर्च समान होतात व सीमान्त– प्राप्तीच्या वक्रास सीमान्त खर्चाचा वक्र खालच्या बाजूने छेदून जात असेल त्याच ठिकाणी मक्तेदारीत मूल्य निश्चित होते.

Price Discrimination - किंमतनिश्चिती : वस्तू अथवा सेवेचे मूल्य ठरविणे.

Price Elasticity of Demand – मागणीची किंमत लवचीकता : म्हणजे किमतीत होणाऱ्या प्रमाणशीर बदलांमुळे, वस्तूंच्या मागणीत जे प्रमाणशीर बदल होत असतात. त्यांचे गुणोत्तर होय.

Production Factor - उत्पादन घटक : श्रम, भूमी, भांडवल आणि संयोजक यांना उत्पादनाचे घटक म्हणतात.

Production Function – उत्पादन फलन : भौतिक आदाने व भौतिक प्रदाने या दोहोतील संबंधांना उत्पादन फलन असे म्हणतात.

Profit - नफा : संयोजकाला संयोजन या कार्याबद्दल जो मोबदला मिळतो, त्याला नफा असे म्हणतात.

Quasi Rent - आभासीखंड/आभासखंड : आभासी खंड म्हणजे असे उत्पन्न की जे खंडासारखे वाटते पण आर्थिक खंड अशा स्वरूपाचे नसते. (आभासी खंडालाच तात्पुरता खंड असे म्हटले जाते)

Rent - खंड : जमिनीच्या उपजत आणि अविनाशी स्वरूपाच्या शक्तीचा वापर केल्याबद्दल जमिनीमधून निघणाऱ्या उत्पन्नापैकी जो भाग जमिनीच्या मालकाला मोबदला म्हणून दिला जातो त्या भागास खंड असे म्हणतात.

Return to Scale – उत्पादनाचे प्रतिफल : उत्पादनाचे सर्व घटक एकाच वेळी आणि एकाच प्रमाणात वाढवत नेल्यास त्याचा उत्पादनावर काय परिणाम होतो हे पाहाणे होय.

Revenue - प्राप्ती : उत्पादनसंस्थेच्या वस्तूंची ग्राहकांनी केलेली एकूण मागणी म्हणजे त्या उत्पादनसंस्थेचा खप होय. या विकलेल्या संख्येला किमतीने गुणले असता त्या उद्योगसंस्थेची प्राप्ती येते.

Schedules – अनुसूची : म्हणजे प्रश्नांची औपचारिक किंवा विशिष्ट विषयाची अनुक्रमानुसार बनविलेली यादी किंवा सूची होय.

Short Period - अल्पकाळ : अल्पकाळ हा काही महिन्यांचा असतो. अल्पकाळात कच्चा माल, श्रम यांसारख्या घटकांत वाढ करून पुरवठा वाढवता येतो, त्यामुळे किमतीवर पुरवठ्याचा थोडाफार प्रभाव असतो. अल्पकाळात उत्पादकांना यंत्रे आणि इतर स्थिर साधनांत बदल करता येत नाही.

Short Run Equilibrium - अल्पकालीन समतोल : खरेदी–विक्रीच्या दैनंदिन व्यवहारात मागणी-पुरवठ्याचा समतोल साधला जातो त्याला अल्पकालीन समतोल म्हणतात. अल्पकाळात पुरवठा स्थिर असतो.

Short Run Equilibrium of the Firm - उद्योगसंस्थेचा अल्पकालीन समतोल : पूर्ण स्पर्धेत उद्योगसंस्थेचा अल्पकालीन समतोल साधला जाणे म्हणजे उद्योगसंस्थेला जास्तीत जास्त नफा मिळणे होय.

Short Run Equilibrium of the Industry - उद्योगाचा अल्पकालीन समतोल : पूर्ण स्पर्धेत ज्या किंमतीने एकूण मागणी आणि एकूण पुरवठा समान होतात त्या किंमतीला उद्योगाचा अल्पकालीन समतोल असे म्हणतात.

Total Cost – एकूण खर्च : वस्तू उत्पादनासाठी जो–जो खर्च करावा लागतो, त्या सर्व खर्चाची एकूण बेरीज म्हणजे एकूण खर्च होय. एकूण खर्च = एकूण स्थिर खर्च + एकूण बदलता खर्च

Total Revenue - एकूण प्राप्ती : उद्योगसंस्थेच्या विक्री झालेल्या एकूण नगसंख्येला त्या वस्तूच्या किंमतीने गुणले असता एकूण प्राप्ती येते.

Total Utility – एकूण उपयोगिता : म्हणजे उपभोक्त्याने सेवन केलेल्या वस्तूंच्या सर्व नगांपासून मिळणाऱ्या उपयोगितांची बेरीज होय.

Utility – उपयोगिता : म्हणजे वस्तूमध्ये मानवी गरज भागविण्याची शक्ती होय.

Very Long Period - अतिदीर्घकाळ : मागणीनुसार पुरवठ्यात वाढ करण्यासाठी उत्पादनाच्या सर्व साधनांमध्ये बदल करणे शक्य असते अशा काळाला अतिदीर्घकाळ म्हणतात.

Very Short Period - अतिअल्पकाळ : वस्तूच्या खरेदीविक्रीचे व्यवहार काही तास ते काही दिवसांपर्यंत चालतात. अतिअल्पकाळात पुरवठा वाढवता येत नाही.

Wages - वेतन : वेतन म्हणजे श्रमिकाला त्याच्या शारीरिक किंवा मानसिक कार्याबद्दल किंवा वेळेनुसार आणि कामानुसार मिळणारा मोबदला होय.

धनको : कर्जाऊ रक्कम देणारी व्यक्ती अथवा संस्था होय.

ऋणको : कर्जाऊ रक्कम घेणारी व्यक्ती अथवा संस्था होय.

संदर्भ सूची

१. Economics - Samuelson P.A. and Nordhaus W.D.TMH, Delhi

२. A Text Book of Economics Theory-Stonier A.W.and Hague Longman, London

३. Managerial Economics in a Global Economy- Dominick Salvatore, McGraw Hill

४. Business Economics - V.G.Mankar. Macmillan India Ltd., N. Delhi

५. Modern Micro Economics - Theory and Applications,
H.L.Ahuja. S.Chand and Co. Ltd., N. Delhi.

६. Business Economics- Vol 1 - Misra and Puri -Himalaya Publishing House, Delhi

७. Business & Managerial Economics In the Global Context - Sampat Mukherjee.
(New Central Book Agnecy, Kolkata)

८. Business Economics - Adhikari M.
Excel Books, New Delhi

९. Understanding Microeconomics - Robert L. Heilbroner and Lester C. Thurow.
Prentice Hall, London

१०. Micro economics Theory - An Analytical Approach- J. M. Joshi and R. Joshi.
Wishwa Prakashan, N. Delhi.

११. Principles of Micro Economics H. L. Ahuja (2006) S. Chand and Co.Ltd. N. Delhi

१२. Micro Economic Theroy - M. L. Jhingon (2007)
Vrinda Publication, Delhi

१३. Principles of Economics - N. Gregory Mankiw 6th edition 2012 Cengage Learning
India Pvt. Ltd., Delhi.

१४. व्यावसायिक अर्थशास्त्र (सूक्ष्म) : प्रा. टी. जी. गिते व इतर (२००४)

१५. सूक्ष्मलक्ष्यी अर्थशास्त्र : डॉ. एम. एन. शिंदे (२००३), अजित पब्लिकेशन, इस्लामपूर

१६. सूक्ष्म अर्थशास्त्र : डॉ. एस. व्ही. ढमढेरे (२००७), डायमंड पब्लिकेशन्स, पुणे

१७. व्यावसायिक अर्थशास्त्र : डॉ. बी. डी. कुलकर्णी, डॉ. एस. व्ही. ढमढेरे (२००८),
डायमंड पब्लिकेशन्स, पुणे